திருவாசகம்

மாணிக்கவாசகர்

எழில் உரை :
சிவானந்தர்

நற்றிணை பதிப்பகம்

நற்றிணை பதிப்பக வெளியீடு: 300

திருவாசகம் * பாடல்கள் – உரை * மாணிக்கவாசகர் * உரை : சிவானந்தர் * முதல் பதிப்பு: டிசம்பர் 2024 * வெளியீடு: நற்றிணை பதிப்பகம் (பி) லிமிடெட் * எண். 136, தரைத்தளம், சோழன் தெரு, ஆழ்வார்திருநகர், சென்னை–600 087.

* மின்னஞ்சல் : natrinaipathippagam@gmail.com
* கைப்பேசி : 94861 77208
* தொலைபேசி : 044 – 4273 2141
* அச்சாக்கம் : துர்கா பிரிண்டர்ஸ், சென்னை–600 005

உட்பொதிவு

1.	சிவபுராணம்	5
2.	கீர்த்தித் திருஅகவல்	11
3.	திருவண்டப் பகுதி	22
4.	போற்றித் திருஅகவல்	34
5.	திருச்சதகம்	50
6.	நீத்தல் விண்ணப்பம்	83
7.	திருவெம்பாவை	96
8.	திரு அம்மானை	106
9.	திருப்பொற்சுண்ணம்	112
10.	திருக்கோத்தும்பி	120
11.	திருத்தெள்ளேணம்	125
12.	திருச்சாழல்	130
13.	திருப்பூவல்லி	136
14.	திருவுந்தியார்	141
15.	திருத்தோள் நோக்கம்	145
16.	திருப்பொன்னூசல்	149
17.	அன்னைப் பத்து	152
18.	குயிற் பத்து	154
19.	திருத்தசாங்கம்	157
20.	திருப்பள்ளிஎழுச்சி	160
21.	கோயில் மூத்த திருப்பதிகம்	164
22.	கோயில் திருப்பதிகம்	167
23.	செத்திலாப் பத்து	171
24.	அடைக்கலப் பத்து	175

25.	ஆசைப் பத்து	178
26.	அதிசயப் பத்து	181
27.	புணர்ச்சிப் பத்து	184
28.	வாழாப் பத்து	188
29.	அருட் பத்து	192
30.	திருக்கழுக்குன்றப் பதிகம்	196
31.	கண்ட பத்து	199
32.	பிரார்த்தனைப் பத்து	202
33.	குழைத்த பத்து	205
34.	உயிருண்ணிப் பத்து	208
35.	அச்சப் பத்து	211
36.	திருப்பாண்டிப் பதிகம்	213
37.	பிடித்த பத்து	216
38.	திருவேசறவு	220
39.	திருப்புலம்பல்	223
40.	குலாப் பத்து	224
41.	அற்புதப் பத்து	227
42.	சென்னிப் பத்து	231
43.	திருவார்த்தை	235
44.	எண்ணப்பதிகம்	239
45.	யாத்திரைப் பத்து	241
46.	திருப்படை எழுச்சி	244
47.	திருவெண்பா	245
48.	பண்டாய நான்மறை	248
49.	திருப்படையாட்சி	250
50.	ஆனந்தமாலை	253
51.	அச்சோப்பதிகம்	255

1. சிவபுராணம்

(திருப்பெருந்துறையில் அருளியது)
கலிவெண்பா
திருச்சிற்றம்பலம்

சிவனது பழைமை

நமசிவாய வாழ்க நாதன்தாள் வாழ்க
இமைப்பொழுதும் என்நெஞ்சில் நீங்காதான் தாள்வாழ்க
கோகழி ஆண்ட குருமணிதன் தாள்வாழ்க
ஆகமம் ஆகிநின்று அண்ணிப்பான் தாள்வாழ்க
ஏகன் அநேகன் இறைவன் அடிவாழ்க

நமசிவாய என்னும் திருவைந்தெழுத்தின் தலைவனைப் போற்றுகிறேன். கணப்பொழுதும் என் மனதை விட்டு நீங்காதவனின் திருவடி வாழ்க. திருப்பெருந்துறையில் எழுந்தருளி எனை ஆட்கொண்ட ஞானதேசிகனின் திருவடி வாழ்க. அறநூலாகிய ஆகமத்தின் பொருளாய் இனிப்பவனின் திருவடி வாழ்க. ஒன்றாய் பலப் பலவாய் இருக்கும் இறைவனின் திருவடி வாழ்க.

வேகம் கெடுத்துஆண்ட வேந்தன் அடிவெல்க
பிறப்புஅறுக்கும் பிஞ்ஞகன்தன் பெய்கழல்கள் வெல்க
புறத்தார்க்குச் சேயோன்தன் பூங்கழல்கள் வெல்க
கரம்குவிவார் உள்மகிழும் கோன்கழல்கள் வெல்க
சிரம்குவிவார் ஓங்குவிக்கும் சீரோன் கழல்வெல்க

அலைபாயும் மனதை அமைதிப்படுத்தி என்னை ஆட்கொண்ட இறைவனின் திருவடிக்கு வெற்றி உண்டாகுக. பிறவிப்பிணி தீர்க்கும் பெருமானின் திருவடிகள் வெற்றி பெறுக. தன்னை வணங்காது வேறுபட்டவர்களிடம் இருந்து தொலைவில் இருப்பவனின் தூய திருவடிகளுக்கே வெற்றி வாய்ப்பதாகுக. கரம்கூப்பி வணங்குவார்க்கு மகிழ்ச்சி தரும் ஈசன் திருவடிகள் வெற்றி பெறுக. தன்னைச் சிரம் தாழ்த்தி வணங்குவோரை சிறக்கச் செய்வானின் திருவடிக்கே வெற்றி அமைக.

ஈசன் அடிபோற்றி எந்தை அடிபோற்றி
தேசன் அடிபோற்றி சிவன் சேவடிபோற்றி
நேயத்தே நின்ற நிமலன் அடிபோற்றி
மாயப் பிறப்புஅறுக்கும் மன்னன் அடிபோற்றி
சீரார் பெருந்துறைநம் தேவன் அடிபோற்றி
ஆராத இன்பம் அருளும் மலைபோற்றி

ஈசுவரனது திருவடிக்கு வணக்கம். எம் தந்தையாகிய சுவாமிக்கு வணக்கம். ஞானஒளி வீசும் பாதங்களை வணங்குகிறேன். செந்தாமரையை ஒத்த சிவந்த திருவடிகளை வணங்குகிறேன். அன்பில் ஊறிய தூயோனின் திருவடிகளுக்கு வணக்கம். மாயை சார்ந்த பிறப்பு இறப்பு மாறுபாட்டை அகற்றும் இறைவனின் திருவடிக்கு வணக்கம். திருப்பெருந்துறையில் சிறப்புற்றோங்கும் நம் கடவுளின் திருவடிக்கு வணக்கம். திகட்டாத ஆனந்தத்தை எமக்கு வழங்கும் சிவனுக்கு வணக்கம்.

சிவன்அவன் என்சிந்தையுள் நின்ற அதனால்
அவன் அருளாலே அவன்தாள் வணங்கிச்
சிந்தைமகிழச் சிவபுராணம் தன்னை
முந்தை வினைமுழுதும் ஓய உரைப்பன்யான்
கண்நுதலான் தன்கருணைக் கண்காட்ட வந்தெய்தி
எண்ணுதற்கு எட்டா எழிலார் கழல்இறைஞ்சி

எங்கும், எப்பொழுதும் என் நெஞ்சில் வீற்றிருப்பவனின் திரு வருளைத் துணையாகக் கொண்டு அவன் திருவடி தொழுது, என் ஆனந்தத்தின் பொருட்டும், எனது முந்தை வினைகள் முற்றாகத் தொலைவதற்காகவும் எக்காலத்தும் நிலைத்திருக்கும் சிவதத்துவங்களை ஓதுவேன். நெற்றிக் கண்ணனாகிய சிவனாரது அருள் நோக்கம் வழிகாட்ட நான் அவனை வந்தடைந்து மட்டற்ற பெருமைகளை உடைய அவனது திருவடிகளை வணங்குகிறேன்.

விண்நிறைந்து மண்நிறைந்து மிக்காய் விளங்கு ஒளியாய்
எண்ணிறந்து எல்லை இலாதானே நின்பெருஞ்சீர்
பொல்லா வினையேன் புகழுமாறு ஒன்றறியேன்

வானுலகு, பூவுலகு இவற்றை நிரப்பி இவற்றுக்கு அப்பாலும் இருப்பவனே! கண்கள் கண்டு உணரும்படி (கணக்கற்ற ஒளிகளுக்கு) மூல ஒளியாய் இருப்பவனே! எல்லையற்ற பெருவெளியில் நிறைந்திருப்பவனே! வினையில் கட்டுண்டு கிடப்பனாகிய நான் வியத்தற்குரிய உன் பேரமைப்பை விவரிக்கும் வழியறியேன்!

புல்லாகிப் பூடாய்ப் புழுவாய் மரமாகிப்
பல்விருகம் ஆகிப் பறவையாய்ப் பாம்பாகிக்
கல்லாய் மனிதராய்ப் பேயாய்க் கணங்களாய்
வல்அசுரர் ஆகி முனிவராய்த் தேவராய்ச்
செல்லாஅ நின்ற இத்தாவர சங்கமத்துள்
எல்லாப் பிறப்பும் பிறந்துஇளைத்தேன் எம்பெருமான்
மெய்யேஉன் பொன்அடிகள் கண்டுஇன்று வீடுற்றேன்

அற்ப உயிர்களாகிய புல்பூண்டு புழு மரம் பறவை மிருகங்கள் தொடங்கி அறிவுடைய மானிடன் ஆகும் வரைக்கும் எண்ணற்ற பிறவிகளை எடுத்து இறைவா, நான் சலிப்படைந்து விட்டேன். உமது ஈடுஇணையற்ற திருவடிகளைப் போற்றவே எனக்கு வீடுபேறாயிற்று என்பதில் ஐயமில்லை.

உய்யஎன் உள்ளத்துள் ஓங்காரமாய் நின்ற
மெய்யா விமலா விடைப்பாகா வேதங்கள்
ஐயா எனஓங்கி ஆழ்ந்துஅகன்ற நுண்ணியனே

என் உள்ளத்துள் ஒலிக்கும் ஓங்காரப் பிரணவத்தை உணர்ந் தறியும் போது நான் ஈடேறுகிறேன். மெய்ப்பொருளே, தூயவனே! இடப வாகனனே! வேதங்கள் போற்றும் மேலோனே, நீ உயர்ந்தும், தாழ்ந்தும், விரிந்தும் உள்ள சூட்சுமப்பொருள் ஆகின்றாய்?

வெய்யாய் தணியாய் இயமானனாம் விமலா
பொய்ஆயின எல்லாம் போய்அகல வந்தருளி
மெய்ஞ்ஞானம் ஆகி மிளிர்கின்ற மெய்ச்சுடரே
எஞ்ஞானம் இல்லாதேன் இன்பப் பெருமானே
அஞ்ஞானம் தன்னை அகல்விக்கும் நல்அறிவே

வெப்பமாகவும், குளிர்ச்சியாகவும், ஆன்மாவாகவும் நின்ற பரிசுத்தனே! என்னிடத்தேயுள்ள நிலையற்ற பொருட்களை எல்லாம் அகற்றுவதற்கு அருள்புரிந்து, சுத்த ரூப ஞானமாய் ஒளிவிடும் பரஞ் சோதியே! எவ்கையான அறிவும் இல்லாத எனக்கு ஆனந்தத்தை அருளிய பெருமானே! சீவனாகிய எனது மயக்கத்தை (அறிவுகெடும் நிலை) நீக்குகின்ற சிவஞானமே.

ஆக்கம் அளவுஇறுதி இல்லாய் அனைத்துஉலகும்
ஆக்குவாய் காப்பாய் அழிப்பாய் அருள்தருவாய்
போக்குவாய் என்னைப் புகுவிப்பாய் நின்தொழும்பில்
நாற்றத்தின் நேரியாய் சேயாய் நணியானே
மாற்றம் மனம்கழிய நின்ற மறையோனே
கறந்தபால் கன்னலொடு நெய்கலந்தாற் போலச்
சிறந்தஅடியார் சிந்தனையுள் தேன்ஊறி நின்று
பிறந்த பிறப்புஅறுக்கும் எங்கள் பெருமான்

நீ உலகங்களைத் தோற்றுவித்து, நிலைத்திருக்கச் செய்து பின் துடைத்திடுவாய். அதற்கிடையில் சீவர்களை உன் வசமாக்குவாய். பூவில் மணம்போல் (எல்லாவற்றிலும்) நுட்பமாகப் பொருந்தி இருப்பவனே! நீ தொலைவில் இருப்பதுபோல் தோன்றினாலும் வெகு அருகில்தான் இருக்கிறாய். இணக்கத் தன்மையுள்ள மனங்களில் நீ ஒளி விடுகிறாய். உன்னால் உண்டாகிய பேரின்பம் பசுவின் பாலோடு

கருப்பஞ்சாறு நெய் கலந்து உண்ணும் அனுபவம் போன்றது. நீ நல்லடியார் உள்ளத்தில் தெவிட்டாமல் தித்திக்கும் தேன்.

நிறங்கள்ஓர் ஐந்துடையாய் விண்ணோர்கள் ஏத்த
மறைந்திருந்தாய் எம்பெருமான் வல்வினையேன் தன்னை

மறைந்திட மூடிய மாய இருளை
அறம்பாவம் என்னும் அரும்கயிற்றால் கட்டிப்
புறம்தோல் போர்த்துஎங்கும் புழுஅழுக்கு மூடி
மலஞ்சோரும் ஒன்பது வாயிற் குடிலை
மலங்கப் புலன்ஐந்தும் வஞ்சனையைச் செய்ய

விலங்கு மனத்தால் விமலா உனக்கு
கலந்த அன்பாகிக் கசிந்து உள்உருகும்
நலந்தான் இலாத சிறியேற்கு நல்கி
நிலந்தன்மேல் வந்தருளி நீள்கழல்கள் காஅட்டி
நாயிற் கடையாய்க் கிடந்த அடியேற்குத்
தாயிற் சிறந்த தயாவான தத்துவனே

கொடிய வினைகளுக்கு அடிமைப்பட்டுள்ள என்னை நான் கண்டுகொள்ளாதபடி அறியாமை இருள் மூடிக் கொண்டிருக்கிறது. நல்வினை தீவினை என்னும் வலிமை நிறைந்த கயிறு என்னைக் கட்டிப் போட்டிருக்கிறது. ஒன்பது துவாரங்களை உடைய வீட்டில் நான் அடைபட்டிருக்கிறேன். அதில் அமைந்த ஐம்புலன்களும் என்னை வஞ்சித்து வதைக்கின்றன. விலங்குத் தன்மை கொண்ட என் மனது உன்னிடம் இருந்து விலகாதபடிக்கு நீ அன்பு காட்டி அதை நல்வழிப்படுத்தி அருள் புரிந்தாய். நாயினும் கடைப்பட்ட என்னிடத்தே மெய்ப்பொருளாகிய நீ தாயினும் மேலாய் அன்பிரக்கம் கொண்டிருக்கிறாய்.

மாசற்ற சோதி மலர்ந்த மலர்ச்சுடரே
தேசனே தேனார் அமுதே சிவபுரனே
பாசமாம் பற்றுஅறுத்துப் பாரிக்கும் ஆரியனே
நேச அருள்புரிந்து நெஞ்சில் வஞ்சம்கெடப்

பேராது நின்ற பெருங்கருணைப் பேராறே
ஆரா அமுதே அளவிலாப் பெம்மானே
ஓராதார் உள்ளத்து ஒளிக்கும் ஒளியானே
நீராய் உருக்கிஎன் ஆருயிராய் நின்றானே
இன்பமும் துன்பமும் இல்லானே உள்ளானே

***அன்பருக்கு அன்பனே யாவையுமாய் அல்லையுமாய்
சோதியனே துன்இருளே தோன்றாப் பெருமையனே
ஆதியனே அந்தம் நடுஆகி அல்லானே
ஈர்த்துஎன்னை ஆட்கொண்ட எந்தை பெருமானே
கூர்த்தமெய்ஞ் ஞானத்தால் கொண்டு உணர்வார் தங்கருத்தின்
நோக்குஅரிய நோக்கே நுணுக்கரிய நுண்உணர்வே
போக்கும் வரவும் புணர்வும்இலாப் புண்ணியனே
காக்கும்எம் காவலனே காண்பரிய பேர்ஒளியே
ஆற்றின்ப வெள்ளமே அத்தாமிக்காய் நின்ற
தோற்றச் சுடர்ஒளியாய்ச் சொல்லாத நுண்உணர்வாய்***

***மாற்றமாம் வையகத்தின் வெவ்வேறே வந்தறிவாம்
தேற்றனே தேற்றத் தெளிவே என்சிந்தனையுள்
ஊற்றான உண்ணார் அமுதே உடையானே***

மாசற்ற சோதி என்னும் மரத்தில் பூத்த ஒளிப்பூவே, பாசமாகிய தளை நீக்கி என்னை ஈடேற்றும் பரமகுருவே! உனது இன்னருளால் எனது குறைபாடுகளை நீ அகற்றுகிறாய். என்னில் அரிய உயிராய் நிலைத்திருக்கும் உன்னை எண்ணும்போது என் மனம் நீராய் உருகி விடுகிறது.

இயல்பில் இன்பமோ, துன்பமோ இல்லாத பரம்பொருள் நீ. ஆயினும், உன்னால் படைக்கப்பட்ட உயிர்களின் இன்ப துன்பங்கள் உன்னுடையவைகளாம். அடியார்களிடத்து அன்புடையவனே! நீ எல்லாப் பொருளிலும் இருக்கின்றாய். ஆனால், அவற்றின் தன்மைகளால் உன்னில் எந்த மாற்றமும் ஏற்பட்டுவிடவில்லை.

நீ இருளாய் ஒளியாய், புறத்தேயும், அகத்தேயும் இருக்கிறாய். உன் பெருமையை ஒருபோதும் நீ வெளிப்படுத்திக் கொள்வதே இல்லை. எல்லாமும் உன்னிடம் இருந்தே தோன்றி உன்னிடமே வந்து ஒடுங்குகின்றன. என் தந்தையே! உன்னை மெய்ஞ்ஞானம் உள்ளவர்களே உண்மையில் உணர்ந்தறிவார்கள்.

புறக்கண்ணுக்குப் புலப்படாத நீ அகக் கண்ணுக்குத் தெளிவாகக் காட்சியளிக்கிறாய். பூரணனே! நீ சாட்சி பாவத்தில் இருந்தபோதும் எம்மைக் காக்கவும் செய்கிறாய். திரண்ட அறிவே! அறிவுத் தெளிவே. நீ என் உள்ளத்தில் ஊற்றெடுத்துப் பெருகி, பருகுவதற்கு அரிய அமிர்தமானாய்!

***வேற்று விகார விடக்குடம்பின் உட்கிடப்ப
ஆற்றேன் எம்ஐயா அரனேஓ என்றுஎன்று
போற்றிப் புகழ்ந்திருந்து பொய்கெட்டு மெய்யானார்
மீட்டுஇங்கு வந்து வினைப்பிறவி சாராமே***

கள்ளப் புலக்குரம்பைக் கட்டுஅழிக்க வல்லானே
நள்இருளில் நட்டம் பயின்றுஆடும் நாதனே
தில்லையுள் கூத்தனே தென்பாண்டி நாட்டானே

அல்லல் பிறவி அறுப்பானே ஓஎன்று
சொல்லற்கு அரியானைச் சொல்லித் திருவடிக்கீழ்
சொல்லிய பாட்டின் பொருள்உணர்ந்து சொல்லுவார்
செல்வர் சிவபுரத்தின் உள்ளார் சிவன்அடிக்கீழ்ப்
பல்லோரும் ஏத்தப் பணிந்து.

இந்த ஊனுடம்பு பால்யம், இளமை, முதுமை என்று எத்தனை மாற்றங்களுக்கு உள்ளாகிக் கொண்டிருக்கிறது! இவற்றைச் சகித்துக் கொண்டு இவ்வுடம்பில் நான் எப்படித் தங்கியிருப்பேன்?

புலன்களின் வழியே இழுபடும் மனதை உன்னுடையதாக்கிக் கொண்டு, என்னுள் சிவபோதத்தை நீ வளர்த்தாய். அதனால் வல்வினைகள் என்னை ஆட்டிப் படைக்கிற உலகில் மறுபடியும் நான் வந்து பிறக்கிற நிலை எனக்கில்லை. உயிர்களெல்லாம் அயர்ந்து உறங்கும் வேளையிலும் உலகத்தைக் காக்கும் பொருட்டு கவனமுடன் நீ விழித்திருக்கிறாய். தில்லையிலும் மதுரையிலும் திருநடம்புரியும் பெருமானே, உலகை இயக்கவே நீ ஆடும்கூத்து!

சொல்லில் அடங்காத இறைவனை (சிவன்) சொற்கொண்டு போற்றி, சொல்லின் பொருள் உணர்ந்து தொழுபவர்கள் சிவனார் திருவடியைச் சென்றடைகிறபொழுது, முன்பே அங்குள்ள சிவபக்தர்கள் அவர்களை வரவேற்றுக் கொள்வார்கள்.

2. கீர்த்தித் திருஅகவல்

(தில்லையில் அருளிய திருவடிப்புகழ்ச்சி முறைமை)

(நிலைமண்டில ஆசிரியப்பா)

சிவனது திருவருட்புகழ்ச்சி முறைமை

தில்லை மூதூர் ஆடிய திருவடி
பல்உயிர் எல்லாம் பயின்றனன் ஆகி
எண்ணில் பல்குணம் எழில்பெற விளங்கி
மண்ணும் விண்ணும் வானோர் உலகும்
துன்னிய கல்வி தோற்றியும் அழித்தும்
என்னுடை இருளை ஏறத் துரந்தும்
அடியார் உள்ளத்து அன்பு மீதூரக்
குடியாக் கொண்ட கொள்கையும் சிறப்பும்

பழமை வாய்ந்த திருத்தலமாகிய சிதம்பரத்தில் ஆடும் அம்பலவாணன் அனைத்து உயிர்களின் உள்ளத்திலும் இனிதே நின்றாடுகிறான். அந்த இறைவனின் பல்வேறு அழகுகளையும் குணங் களையும் வானிலும் மண்ணிலும் வாழ்பவர்கள் பிரதிபலிக்கிறார்கள். அனைத்தும் அவனது இசைவுக்கேற்பவே இயங்குகின்றன. அவனே கலை ஞானத்தைத் தோற்றுவிக்கவும், மறைக்கவும் செய்கிறான். தேவைக்கேற்ப திருவிளையாடல் புரிபவன் அவன். எனது அஞ் ஞான இருளை முற்றாக ஒழித்து, அடியார் உள்ளத்தில் அன்பைப் பெருக்குவதும் அவனே. அவன் எங்கும் இருப்பவன் என்றாலும் முதற்படுவது பக்தர்களின் உள்ளத்தில்தான்.

மன்னும் மாமலை மகேந்திரம் அதனில்
சொன்ன ஆகமம் தோற்றுவித்து அருளியும்

என்றும் நிலைத்திருக்கிற பெரிய மலையாகிய மகேந்திர ஆகமத்தை அம்பிகைக்கு நீ எடுத்து விளக்கினாய்.

கல்லாடத்துக் கலந்து இனிது அருளி
நல்லா ளோடு நயப்புறவு எய்தியும்

கல்லாடம் என்னும் தலத்தில் நீ வீற்றிருக்கிறாய் உமாதேவியின் உறவில் உவந்திருக்கிறாய்.

பஞ்சப் பள்ளியில் பால்மொழி தன்னொடும்
எஞ்சாது ஈண்டும் இன்அருள் விளைத்தும்

பஞ்சப்பள்ளி என்னும் தலத்தில் பால் போன்ற மொழியுடைய பார்வதி தேவியுடன் குறைவற இன்னருளை ஏராளமாய் வழங்கு கின்றனை.

கிராத வேடமொடு கிஞ்சுக வாயவள்
விராவு கொங்கை நல்தடம் படிந்தும்

வேடனது கோலம் தாங்கி வந்த நீ, முருக்கம் பூப் போன்ற செவ்விதழ்களை உடையவளும், நெருங்கிய தனபாரத்தைச் சுமப்பவளுமான உமாதேவி என்கிற நல்ல தடாகத்தில் துளைந்தாடுகின்றனை.

கேவேடர் ஆகிக் கெளிறது படுத்தும்
மாவேட்டு ஆகிய ஆகமம் வாங்கியும்

மீனவராக வேடம் பூண்டு கெளிற்று மீனை வலை வீசிப் பிடித்து, அதனோடு இருந்த ஆகம நூல்களை நீ மீட்டெடுத்து வந்தாய். எப்போதும் ஆத்மாக்களால் விரும்பப்படுகிற ஆகமங்கள் அவை.

மற்றுஅவை தம்மை மகேந்திரத்து இருந்து
உற்ற ஐம்முகங்களால் பணித் தருளியும்

அந்த ஆகமங்களை, மகேந்திர மலையில் எழுந்தருளி இருந்து, உனக்கு அமைந்த ஐந்து முகங்களாலும் உபதேசித்து அருளினை.

நந்தம் பாடியில் நான்மறை யோனாய்
அந்தம்இல் ஆரியனாய் அமர்ந் தருளியும்

நந்தம்பாடி என்னும் தலத்தில் வேதவித்தகனாய் வந்து எல்லையற்ற பேரறிவுடைய குருவாய் திகழ்ந்தாய்.

வேறுவேறு உருவும் வேறுவேறு இயற்கையும்
நூறுநூறு ஆயிரம் இயல்பினது ஆகி

நீ எடுத்த உருவங்களும், படைத்த இயல்புகளும் கணக்கிலடங்காது. (பிரபஞ்சமும் பரம்பொருளும் வேறு வேறல்ல என்பதைக் கண்டுணர்ந்தோம்.)

ஏறுடை ஈசன் இப்புவனியை உய்யக்
கூறுடை மங்கையும் தானும் வந்தருளிக்

இடப வாகனத்தை (காளை வாகனம்) உடைய இறைவன் இவ்வுலகை ஈடேற்றுவதற்காகவே மாதொரு பாகனாய் எழுந்தருளினார்.

குதிரையைக் கொண்டு குடநாடு அதன்மிசைச்
சதுர்படச் சாத்தாய்த் தான் எழுந்தருளியும்

மேல்நாட்டில் இருந்து குதிரைகளைக் கொண்டு வந்த வாணிகக் கூட்டமாகத் தானே எழுந்தருளியதோடு அவற்றைப் பழக்குபவனாகவும் உன்னைக் காட்டிக் கொண்டாய்.

வேலம் புத்தூர் விட்டேறு அருளிக்
கோலம் பொலிவு காட்டிய கொள்கையும்

    வேலம்புத்தூர் என்னும்பதியில் (உக்கிர குமாரபாண்டியனுக்கு) வேற்படையைக் கொடுத்தருளி, உன் திருக்கோலப் பொலிவையும் விளக்கியுள்ளாய்.

தர்ப்பணம் அதனில் சாந்தம் புத்தூர்
வில்பொரு வேடற்கு ஈந்த விளைவும்

    சாந்தம் புத்தூரில் வில்வீரன் ஒருவனுக்குக் கண்ணாடியில் உனது காட்சி கொடுத்தருளினை.

மொக்கணி அருளிய முழுத்தழல் மேனி
சொக்கது ஆகக் காட்டிய தொன்மையும்

    குதிரைக்குக் கொள்ளு கட்டும் தோற்பையில் அழகு பொருந்திய செந்தீ வண்ணனாக (ஒரு அன்பர் பொருட்டு) உன்னை நீ காட்டி யருளியது பழைய நிகழ்ச்சியாகும்.

அரியொடு பிரமற்கு அளவுஅறி ஒண்ணான்
நரியைக் குதிரை ஆக்கிய நன்மையும்

    திருமாலும் நான்முகனும் உன்னை அளந்தறிய முயன்று தோற்றார்கள். அத்தகைய நீ (உன் அன்பருக்காக) நரியைப் பரியாக்கி (குதிரை) நன்மை செய்தாய்.

ஆண்டுகொண்டு அருள அழகுறு திருவடி
பாண்டியன் தனக்குப் பரிமா விற்று
ஈண்டு கனகம் இசையப் பெறாஅது
ஆண்டான் எம்கோன் அருள்வழி இருப்பத்
தூண்டு சோதி தோற்றிய தொன்மையும்

    அழகிய திருவடிகளை உடைய எம்பெருமான் பாண்டியனை ஆட்கொள்வதற்காக அவனுக்குக் குதிரையை விற்று, விலையாக அவன் கொடுத்த பொன்னை ஏற்கவில்லை. அவ்வரசனை அருள் நெறியில் நிலைக்கச் செய்யும் பொருட்டுத் தமது திரண்ட ஒளிவடிவை அவனுக்குக் காட்டியருளினார்.

அந்தணன் ஆகி ஆண்டுகொண் டருளி
இந்திர ஞாலம் காட்டிய இயல்பும்

    வேதியனாக வந்து இவ்வுலகம் இந்திரசாலம் (அற்புதங்களைக் காட்டும் வித்தை) போன்றது என்று தெளிவுபடுத்தியது நின்றன் அருட்திறன் அல்லவா.

 நற்றிணை பதிப்பகம் ∗ 13

மதுரைப் பெருநன் மாநகர் இருந்து
குதிரைச் சேவகன் ஆகிய கொள்கையும்

    மக்கள் நலனுக்கு உறைவிடமாகிய அழகிய மதுரை மாநகரில் நீ குதிரைப் பாகனாக எழுந்தருளினாய்.

ஆங்கது தன்னில் அடியவர்க்கு ஆகப்
பாங்காய் மண்சுமந் தருளிய பரிசும்

    அதே நகரத்தில் வந்தி என்னும் அடியவள் (பிட்டு விற்பவள்) பொருட்டு நீ கூலியாளாக வந்து மற்றவர்களுடன் மண்சுமந்த உனது பண்பை என்னவென்பது.

உத்தர கோச மங்கையுள் இருந்து
வித்தக வேடம் காட்டிய இயல்பும்

    திருவுத்தரகோச மங்கையென்னும் தலத்தில் ஞானகுருவாக எழுந்தருளிய பெருந்தன்மை உனக்கே உண்டு.

பூவணம் அதனில் பொலிந்திருந்து அருளித்
தூவண மேனி காட்டிய தொன்மையும்

    திருப்பூவணம் என்னும் தலத்தில் உனது தூய, அழகிய திருமேனியை (பொன்னனையாள் என்பவளுக்குக்) காட்டியருளியது, என்றும் உள்ள உனது பேரன்பின் அடையாளமாகும்.

வாத வூரினில் வந்துஇனிது அருளிப்
பாதச் சிலம்பொலி காட்டிய பண்பும்

    திருவாதவூரிலே நீ காட்சியளித்தபோது உனது திருவடிகளை அணிசெய்த சிலம்பின் ஓசையில் இன்னலப் பண்பு வெளிப்பட்டது.

திருவார்பெருந்துறைச் செல்வன் ஆகிக்
கருவார் சோதியில் சுரந்த கள்ளமும்

    திருப்பெருந்துறையில் ஞானகுருவாக வந்த நீ உன் கோலத்தை வஞ்சகமாக மறைத்து, சோதி வடிவான உனது மூலநிலையை அடைந்தனை.

பூவலம் அதனில் பொலிந்துஇனிது அருளிப்
பாவ நாசம் ஆக்கிய பரிசும்

    திருப்பூவலத்தில் காணத்தக்க விதமாய் இனிதே காட்சியளித்து, பாவத்தைப் போக்கிய பெருமை உன்னுடையதாம்.

தண்ணீர்ப் பந்தர் சயம்பெற வைத்து
நன்னீர்ச் சேவகன் ஆகிய நன்மையும்

பாண்டியன் போரில் வெற்றி பெறுவதற்காக, நீ தண்ணீர்ப் பந்தல் வைத்து, அவனுக்கும் படையாட்களுக்கும் நன்னீர் வழங்கும் தொண்டன் ஆனாய். (அடியவர் நலனில் எப்போதும் அக்கறை கொண்டவன் அன்றோ நீ.)

விருந்தினன் ஆகி வெண்காடு அதனில்
குருந்தின் கீழ்அன்று இருந்த கொள்கையும்

திருவெண்காட்டிலே ஒரு அடியாரின் விருந்தினனாய் குருந்த மரத்தடியில் நீ அன்புடன் வந்து வீற்றிருந்தாய். (உனது செய்கை பாராட்டுதலுக்கு உரியது.)

பட்ட மங்கையில் பாங்காய் இருந்துஅங்கு
அட்டமா சித்தி அருளிய அதுவும்

திருப்பட்ட மங்கை என்னும் தலத்தில், சிறந்த முறையில் இருந்து கொண்டு அட்டமாசித்திகளை நீ விளக்கியருளினாய்.

அட்டமாசித்திகள்:

அணிமா – சிறியவகைகளுக்கெல்லாம் மிகச் சிறிய உயிராகத் தன்னைச் செய்துகொள்ளல்

லகிமா – எடை என்பது சிறிதும் இல்லாதவனாகத் தன்னைச் செய்து கொள்ளல்

கரிமா – மிகவும் கனமாதல்

பிராத்தி – வேண்டியவையெல்லாம் வேண்டியவாறு பெறுதல் (அழியாத உடலும்)

பிரகாமியம் – இச்சா சுதந்திரம் மிகப் படைத்தல் (பிற உடலில் புகுதல்)

மகிமா – தன்னை மலைபோலாக்கிக் கொள்ளுதல்

ஈசத்துவம் – ஈசனைப் போல் அனைத்தையும் ஆளும் திறமை பெறல்

சித்தும் – பிறரைத் தன் வசப்படுத்துதல்

வேடுவன் ஆகி வேண்டுஉருக் கொண்டு
காடு அது தன்னில் கரந்த கள்ளமும்

உன் விருப்பத்துக்கேற்ற உருவம் எடுக்கக்கூடிய நீ வேடனாக உருத்தாங்கி வந்து பின் காட்டில் மாயமாக மறைந்ததும் உனக்குப் பெருமையளிப்பதேயாம்.

விளக்கம் : தன்னை வெளிப்படுத்திக் கொள்வதும், மறைப்பதும் ஈசனுக்குப் பெருமையளிக்கும் திருவிளையாடலேயாகும்.

நற்றிணை பதிப்பகம் ✱ 15

மெய்க் காட்டிட்டு வேண்டு உருக் கொண்டு
தக்கான் ஒருவன் ஆகிய தன்மையும்

ஈசன் தகுதி வாய்ந்த ஒரு மனிதனாக உருவெடுத்து வந்தது, தான் அடியவர்களைக் காப்பாற்றுபவன் என்கிற உண்மையை உலகோர்க்கு நிரூபிக்கும் பொருட்டேயாம்.

ஓரி ஊரின் உகந்து இனிது அருளிப்
பார்இரும் பாலகன் ஆகிய பரிசும்

ஓரியூரில் நீ பூமியில் பிறவாத சிறுவனாக எழுந்தருளியது மகிழ்ச்சிக்குரிய உனது அருள் தன்மையாலன்றோ.

பாண்டூர் தன்னில் ஈண்ட இருந்தும்
தேவூர்த் தென்பால் திகழ்தரு தீவில்
கோவார் கோலம் கொண்ட கொள்கையும்

'திருப்பாண்டூர்' என்னும் தலத்தில் நீ நேர்படக் காட்சி தந்ததும், திருத்தேவூருக்குத் தென்திசையில் விளங்கும் தீவில் அரச கோலத்தில் நீ தோன்றியதும் உனது திருவுளப் பாங்கேயாகும்.

தேன்அமர் சோலைத் திருவாரூரில்
ஞானம் தன்னை நல்கிய நன்மையும்

தேன் பொருந்திய பூவனங்கள் சூழ்ந்த திருவாரூரில் இறை ஞானத்தை வழங்கிய சிறப்பு சிவனாருடையதாகும்.

இடைமருது அதனில் ஈண்ட இருந்து
படிமப் பாதம் வைத்தஅப் பரிசும்

திருவிடை மருதூரில் நேர்பட வந்து தன் பரிசுத்தமான திரு வடியை வைத்த பெருமை பரமனுக்குரியதாகும்.

ஏகம் பத்தின் இயல்பாய் இருந்து
பாகம் பெண்ணோடு ஆயின பரிசும்

காஞ்சிபுரத்தில் மாதொரு பாகனாய் நின்று சிவசக்தி ஐக்கியத்தை உணர்த்தியது உனது பெருமை.

திருவாஞ் சியத்தில் சீர்பெற இருந்து
மருவார் குழலியொடு மகிழ்ந்த வண்ணமும்

திருவாஞ்சியம் என்னும் தலத்தில் சிறப்புடன் எழுந்தருளி மணம் நிறைந்த கூந்தலையுடைய உமாதேவியாரை மகிழ்வித்தது உனது மகிமையாகும்.

சேவகன் ஆகித் திண்சிலை ஏந்திப்
பாவகம் பலபல காட்டிய பரிசும்

    போர் வீரனாகத் தோன்றி, விரும்பியவாறெல்லாம் உன் வில் திறத்தால் பல வீரச் செயல்களைச் செய்து காட்டினை.

கடம்பூர் தன்னில் இடம்பெற இருந்தும்
    திருக்கடம்பூரில் இடமுண்டாக இருந்தும்

ஈங்கோய் மலையில் எழிலது காட்டியும்
    திருவீங்கோய் மலையில் உனது அழகு காட்டியும்

ஐயாறு அதனில் சைவன் ஆகியும்
    திருவையாற்றில் சைவனாய் வந்தும்

துருத்தி தன்னில் அருத்தியோடு இருந்தும்
    திருத்துருத்தி என்னும் தலத்தில் விருப்பத்தோடிருந்தும்

திருப்பனை யூரில் விருப்பன் ஆகியும்
    திருப்பனையூரில் மகிழ்வோடு எழுந்தருளியும்

கழுமலம் அதனிற் காட்சி கொடுத்தும்
    சீர்காழியில் நேர்படக் காட்சி தந்தும்

கழுக்குன்று அதனில் வழுக்காது இருந்தும்
    திருக்கழுக்குன்றத்தில் நீங்காதிருந்தும்

புறம்பயம் அதனில் அறம்பல அருளியும்
    திருப்புறம்பயத்தில் பல அறச் செயல்களை அருளிச் செய்தும்.

குற்றா லத்துக் குறியாய் இருந்தும்
    திருக்குற்றாலத்தில் அடையாளம் காட்டியும் உனது உத்தம குணங்களை உலகறியச் செய்தாய்

அந்தமில் பெருமை அழல்உருக் கரந்து
சுந்தர வேடத்து ஒருமுதல் உருவுகொண்டு
இந்திர ஞாலம் போலவந்து அருளி

எவ்வெவர் தன்மையும் தன்வயிற் படுத்துத்
தானே ஆகிய தயாபரன் எம்இறை
சந்திர தீபத்துச் சாத்திரன் ஆகி
அந்தரத்து இழிந்துவந்து அழகுஅமர் பாலையுள்
சுந்தரத் தன்மையொடு துதைந்து இருந்தருளியும்

யுகப் பிரளயத்துக்குப் பின்பு படைப்புக்காலம் தொடங்கிய பொழுது, நீ பொன் போலும் தீவண்ணன் ஆனாய். பின்பு முக்குண பேதத்தால் எண்ணற்ற அழகு வடிவங்களை எடுத்தாய். உனது மாய சக்தியால் தோற்றுவிக்கப்பட்டது இவ்வுலகம்.

இங்குள்ள உயிர்கள் அனைத்தின் இயல்புகளும் உன்னிடம் இருந்து வந்தவையே. இறைவா! அனைத்தும் உனது அருளால் அமைந்தன. சந்திர தீபம் என்னும் தலத்தில் நீ சாத்திரப் பொருள் உரைப்பவனாக வடிவம் தாங்கினாய். வான்வெளியில் இருந்து கீழிறங்கி வந்து, அழகிய பாலை என்னும் பதியில் பேரழகனாய் நீ பொலிந்தருளினாய்.

மந்திர மாமலை மகேந்திர வெற்பன்
அந்தமில் பெருமை அருள்உடை அண்ணல்
எந்தமை ஆண்ட பரிசுஅது பகரின்
ஆற்றல் அதுவுடை அழகமர் திருவுரு
நீற்றுக் கோடி நிமிர்ந்து காட்டியும்

நீ வேதங்களின் உட்பொருளை விளக்குவதற்கு இடமாகயிருந்த மகேந்திர மலையை உடையவன். முடிவற்ற பெருமையும், அளவற்ற சக்தியும் உடைய பெருமான் அல்லவோ நீ! எம்மை நீ ஆட்கொண்ட தன்மையை எவ்வாறு எடுத்துரைப்போம்? சர்வவல்லமை படைத்த வனும், அழகுத் திருமேனியனும் ஆகிய எம்பெருமான் தமது பேரழகைத் திருநீற்று வரிகளால் மேம்படுத்தியுள்ளார்.

ஊனம் தன்னை ஒருங்குடன் அறுக்கும்
ஆனந் தம்மே ஆறா அருளியும்

பிறவி வினைகளை ஒருசேர அழித்து, ஐயனே, பேரானந்தத்தை என்னுள் ஆறாகப் பெருகச் செய்தனை.

மாதிற் கூறுடை மாப்பெருங் கருணையன்
நாதப் பெரும்பறை நவின்று கறங்கவும்

உன்னில் சரிபாதியாய் உமையை ஏற்றுக் கொண்டதில் உனது பெருங்கருணை உணரப்படுகிறது. நீ நாதமாகிய பெரும்பறை முழக்கி நாத தத்துவத்தை எமக்கு அறிவித்தாய்.

அழுக்கு அடையாமல் ஆண்டுகொண்டு அருள்பவன்
கழுக்கடை தன்னைக் கைக்கொண்டு அருளியும்

அன்பர்களின் மன அழுக்கை நீக்கி அவர்களை உனது இயல் போடு பொருந்தச் செய்ததும், திரிசூலத்தை நீ கைக்கொண்டு அவர் களைப் பக்குவப்படுத்துவதும் உன் அருட் திறனேயாகும்.

மூலம் ஆகிய மும்மலம் அறுக்கும்
தூய மேனிச் சுடர்விடு சோதி
காதலன் ஆகிக் கழுநீர் மாலை
ஏலுடைத் தாக எழில்பெற அணிந்தும்

இறைவா! சுயம் பிரகாசியான உனது முன்னிலையில் அஞ்ஞான இருள் இடம்பெறாது. அஞ்ஞான இருள் விலகும் போது, அதனால் தலையெடுத்திருந்த மும்மலங்களும் நீங்கிப் போயின. அன்பரிடத்து அன்புடையாய்! நீ அணிந்த செங்கழுநீர்ப் பூமாலை உன் அழகை மேலும் அழகாக்குகிறது.

அரியொடு பிரமற்கு அளவு அறியாதவன்
பரிமா வின்மிசைப் பயின்ற வண்ணமும்

திருமாலும் நான்முகனுமே உன்னை முற்றாக அறியாதிருக்கும் போது, மற்றவர்களால் எப்படி அறிந்து கொள்ள முடியும்? அத்தகைய நீ அநேக முறை குதிரையில் வந்து உன்னை விளக்கியருளினாய்.

மீண்டு வாரா வழிஅருள் புரிபவன்
பாண்டி நாடே பழம்பதி ஆகவும்

இன்னொரு முறை பிறவியெடுக்கும் அவசியமில்லாதபடி பெருமானே! நீ முத்தியைக் கொடுத்து அருள்கிறாய். பாண்டி நாட்டை பழைய உறைவிடமாய்க் கொண்ட உனது தன்மை இத்தகையது.

பத்திசெய் அடியரைப் பரம்பரத்து உய்ப்பவன்
உத்தர கோச மங்கைஊர் ஆகவும்

உன்னிடம் மாறாத பக்தி கொண்ட அன்பர்களை முத்தியுலகில் சேர்க்கும் நீ திருவுத்தர கோசமங்கையை உனது ஊராகக் கொண்டாய்.

ஆதி மூர்த்திகட்கு அருள்புரிந் தருளிய
தேவ தேவன் திருப்பெயர் ஆகவும்

மும்மூர்த்திகளுக்கும் தேவையான வல்லமை தந்து அவர்களை முதன்மைப்படுத்தியதால் உனக்கு மகாதேவன் என்னும் காரணப் பெயரும் வந்துற்றது.

இருள்கடிந்து அருளிய இன்ப ஊர்தி
அருளிய பெருமை அருள்மலை ஆகவும்

அருளையே மலையாய்க் கொண்ட இறைவா! அடியார்களின் அறியாமை இருளை நீக்கி ஆனந்த வாகனத்தை அவர்களுக்கு வழங்கினாய்!

எப்பெருந் தன்மையும் எவ்வெவர் திறமும்
அப்பரிசு அதனால் ஆண்டுகொண்டு அருளி

அவரவர் கொண்ட பெருமையும், திறமையும், சிறப்பியல்பும் உன்னிடமிருந்தே அவர்களுக்கு வந்தன.

நாயி னேனை நலமலி தில்லையுள்
கோல மார்தரு பொதுவினில் வருகஎன
ஏல என்னை ஈங்குஒழித் தருளி
அன்றுஉடன் சென்ற அருள்பெறும் அடியவர்
ஒன்ற ஒன்ற உடன்கலந்து அருளியும்

திருப்பெருந்துறையில் என்னை ஆட்கொண்ட ஈசன் தில்லையம் பலத்தில் (சிதம்பரம்) என்னைக் காண வருகவெனக் கட்டளையிட்ட பின் என்னை இங்கேயே விட்டுச் சென்றான். தனது அருளுக்குப் பாத்திரமாக இருந்த, திருக்கூட்டத்தை மட்டும் தன்னோடு அழைத்துச் சென்றான். அவனுடைய திருவுளப் பாங்கு அத்தகையது.

எய்த வந்திலாதார் எரியிற் பாயவும்
மால் அதுவாகி மயக்கம் எய்தியும்
பூதலம் அதனில் புரண்டுவீழ்ந்து அலறியும்
கால்விசைத்து ஓடிக் கடல்புக மண்டி
நாத நாத என்று அழுதுஅரற்றிப்
பாதம் எய்தினர் பாதம் எய்தவும்
பதஞ்சலிக்கு அருளிய பரமநாடக என்று
இதஞ்சலிப்பு எய்தநின்று ஏங்கினர் ஏங்கவும்

இறைவனை அடைய முடியாதவர்கள் தீயில் பாய்ந்து உயிரை விட்டனர். ஆனால், இறைவனை அடையும் ஏக்கம் உள்ளவர்கள் மண்ணில் அழுது புரண்டு 'நாத, நாத' என்று அரற்றினர். அவர்களால் உனது திருவடியை அடைய முடிந்தது. அவர்களைப் போல் அழுதால் உன்னைப் பெறலாம் என்றே நானும் முயல்கிறேன். பதஞ்சலி முனிவர்க்கு அருள்புரிந்த மேலான கூத்தனே என்று உன்னை உருகித் துதித்தவர்கள் மேலும் உருகும்படி நீ அனுக்கிரகம் செய்துள்ளாய். (யோக சாஸ்திரம் இயற்றியவர் பதஞ்சலி முனிவர். இவர் திரிகால ஞானி. ஆதிசேடனே தில்லைக் கூத்தனின் திருநடனம் காண முனிவரானார் என்பர்.)

எழில்பெறும் இமயத்து இயல்புடை அம்பொன்
பொலிதரு புலியூர்ப் பொதுவினில் நடம்நவில்
கனிதரு செவ்வாய் உமையொடு காளிக்கு
அருளிய திருமுகத்து அழகுறு சிறுநகை
இறைவன் ஈண்டிய அடியவரோடும்

பொலிதரு புலியூர் புக்குஇனிது அருளினன்
ஒலிதரு கயிலை உயர்கிழ வோனே

பொன்மலை எனப்படும் கயிலாய மலைபோல் பொன்னாய் பொலியும் தில்லையம்பலத்தில் என் ஈசனே நீ திருநடம்புரிகின்றாய். உனது அருளால் கொவ்வைப்பழம் போன்ற சிவந்த வாயை உடைய உமாதேவியாருக்கும், பயங்கர சொரூபிணியான காளிக்கும் இரண்டுவித இயல்பை நல்கியிருக்கின்றாய். கயிலை மன்னனே! நீ நாதப்பிரம்மம். அத்தகைய நீ சிதம்பரத்தில் எழுந்தருளி, அடியவர்களுடன் இனிதே வீற்றிருக்கின்றாய்.

விளக்கம்: ஓசையும் ஒளியும் ஆனவன் இறைவன். அவனது வடிவங்களில் நாத ரூபமும் ஒன்று. அதனால்தான் 'ஒலிதரு கயிலை உயர் கிழவோனே...' என்றார்.

உமையிடம் சாந்தத்தையும், காளியிடம் பயங்கரத்தையும் நாம் காணும்படி செய்தான் அவன்.

ஞான ஆகாயம் (சிதாகாசம்) என்ற சிறப்புடைய சிதம்பரத்தில் இறைவன் எழுந்தருளி அது கயிலைக்கு நிகரான ஞானபூமி என்பதை உலகிற்கு உணர்த்தினான். சிதம்பரத்தைப் பற்றுக் கோடாகக் கொண்டால் சிவஞான நிலையை எட்டுவது எளிது. 'இறைவன் ஈண்டிய அடியவரோடும் பொலிதரும் புலியூர்ப் புக்குஇன்று அருளினன்' என்று மாணிக்கவாசகர் உரைப்பதும் இது காரணம் பற்றியேயாம்.

3. திருவண்டப் பகுதி

(தில்லையுள் அருளிச் செய்யப்பட்டது)

திருவண்டப் பகுதி

அண்டப் பகுதியின் உண்டைப் பிறக்கம்
அளப்பருந் தன்மை வளப்பெருங் காட்சி
ஒன்றனுக்கு ஒன்று நின்ற எழில் பகரின்
நூற்றொரு கோடியின் மேற்பட விரிந்தன
இல்நுழை கதிரின் துன்அணுப் புரையச்
சிறிய ஆகப் பெரியோன் தெரியின்

விண்ணும் மண்ணும் இன்னபிறவுமாய் ஏழு உலகங்களைக் கொண்டது அண்டம் ஆகும். அண்டத்தில் உள்ள அத்தனை கோளங்களின் ஒவ்வொரு கோளமும் தனியழகு. அவை வியக்கு மளவிற்கு அகண்டாகாரத்தில் (விசாலமான, அளவுபடாத வடிவம்) விரிவு கண்டன. வீட்டில் நுழையும் சூரியக் கிரணத்தின் நெருங்கிய அணுக்களைப் போன்று அந்தக் கோளங்கள் வானில் மிதக்கின்றன. மிகச் சிறியதும் (அணு) மிகப் பெரியதும் (அண்டம்) அமைப்பில் ஒன்று போலத்தான். இறைவனின் வியாபகம் இத்தகையது.

வேதியன் தொகையொடு மால்அவன் மிகுதியும்
தோற்றமும் சிறப்பும் ஈற்றொடு புணரிய
மாப்பேர் ஊழியும் நீக்கமும் நிலையும்
சூக்கமொடு தூலத்துச் சூறை மாருதத்து
எறியது வளியின்
கொட்கப் பெயர்க்கும் குழகன் முழுவதும்

படைத்தளிக்கும் கர்த்தா (பிரம்மா)க்களும் அவர்களுக்கு எல்லாம் நேசனாக இருக்கிற விஷ்ணுவும், படைத்தல், காத்தல், அழித்தல் என்கிற முத்தொழில்களும், மகாப் பிரளயமும் (மிகப் பெரிய ஊழிக்காலமும்) அதன் இருப்பும் முடிவும் இவையாவும் பெருமானே, உமது பிரம்ம சொரூபத்தின் தன்மைகளாம்.

விளக்கம்: சிவபிரான் மாறாத் தன்மை வாய்ந்தவர், அதனால் அவருடைய இளமை நிலைபேறுடையது.

படைப்போன் படைக்கும் பழையோன் படைத்தவை
காப்போன் காக்கும் கடவுள் காப்பவை

கரப்போன் கரப்பவை கருதாக்
கருத்துடைக் கடவுள் திருத்தகும்

அறுவகைச் சமயத்து அறுவகை யோர்க்கும்
வீடுபேறாய் நின்ற விண்ணோர் பகுதி
கீடம் புரையும் கிழவோன் நாள்தொறும்

அருக்கனில் சோதி அமைத்தோன் திருத்தகு
மதியில் தண்மை வைத்தோன் திண்திறல்
தீயில் வெம்மை செய்தோன் பொய்தீர்
வானில் கலப்பு வைத்தோன் மேதகு
காலின் ஊக்கம் கண்டோன் நிழல்திகழ்

நீரில் இன்சுவை நிகழ்ந்தோன் வெளிப்பட
மண்ணில் திண்மை வைத்தோன் என்றுஎன்று
எனைப்பல கோடி எனைப்பல பிறவும்
அனைத்துஅனைத்து அவ்வயின் அடைத்தோன் அஃதான்று

பிரபஞ்சத்தின் படைப்புக் கடவுளான நான்முகன் மிகப் பழைமையானவன். படைக்கப்பட்ட உயிரினங்களைக் காப்பவன் திருமால். காக்கப்பட்டவைகளை அழிப்பவன் உருத்திரன். இம்முத் தொழில்களிலும் கருத்தைச் செலுத்தாது அதீதத்தில் இருப்பவன் பரமசிவன். அவனே ஆறுவகை சமயத்தைக் கடைப்பிடிப்பவர்க்கும் முத்தியைக் கொடுப்பவன். தேவர்கள் முதல் புழுக்கள் வரை அனைத்து உயிர்களுக்கும் சமநோக்குடன் அருள் செய்பவன் அவன்.

ஈசனின் அருள்நோக்கில் சூரியன் ஒளி பெற்றது, சந்திரன் அவனால் குளிர்ச்சியுற்றது. வெந்தீயில் வெப்பத்தைத் தோற்றுவித்தவன் அவன். எப்போதும் நிலைத்திருக்கும் ஆகாயத்தில் பரவி நிற்கும் தன்மையை அவன் வைத்தான். மேன்மை பொருந்திய காற்றுக்கு வேகத்தைக் கொடுத்தான். குளிர்ச்சி பொருந்திய நீரில் இனிய சுவையாக இருப்பதும் அவனால் அன்றோ! அவன் மண்ணிடத்தே வலிமை வைத்தான். அவன் படைத்த உயிர்களும், அவனது பெருமைகளும் கணக்கில் அடங்காது.

முன்னோன் காண்க முழுதோன் காண்க
தன்நேர் இல்லோன் தானே காண்க

ஏனத் தொல்எயிறு அணிந்தோன் காண்க
கானப் புலியுரி அரையோன் காண்க
நீற்றோன் காண்க நினைதொறும் நினைதொறும்
ஆற்றேன் காண்க அந்தோ கெடுவேன்

இன்னிசை வீணையில் இசைந்தோன் காண்க
அன்னதொன்று அவ்வயின் அறிந்தோன் காண்க
பரமன் காண்க பழையோன் காண்க
பிரமன்மால் காணாப் பெரியோன் காண்க
அற்புதன் காண்க அநேகன் காண்க

சொற்பதங் கடந்த தொல்லோன் காண்க
சித்தமும் செல்லாச் சேட்சியன் காண்க
பத்தி வலையில் படுவோன் காண்க
ஒருவன் என்னும் ஒருவன் காண்க
விரிபொழில் முழுதாய் விரிந்தோன் காண்க

அணுத்தரும் தன்மையில் ஐயோன் காண்க
இணைப்பரும் பெருமையில் ஈசன் காண்க
அரியதில் அரிய அரியோன் காண்க
மருவி எப்பொருளும் வளர்ப்போன் காண்க
நூல்உணர்வு உணரா நுண்ணியோன் காண்க

மேலொடு கீழாய் விரிந்தோன் காண்க
அந்தமும் ஆதியும் அகன்றோன் காண்க
பந்தமும் வீடும் படைப்போன் காண்க
நிற்பதும் செல்வதும் ஆனோன் காண்க
கற்பமும் இறுதியும் கண்டோன் காண்க

யாவரும் பெறஉறும் ஈசன் காண்க
தேவரும் அறியாச் சிவனே காண்க
பெண்ஆண் அலியெனும் பெற்றியன் காண்க
கண்ணால் யானும் கண்டேன் காண்க
அருள்நனி சுரக்கும் அமுதே காண்க

கருணையின் பெருமை கண்டேன் காண்க
புவனியிற் சேவடி தீண்டினன் காண்க
சிவன்என யானும் தேறினன் காண்க
அவன்எனை ஆட்கொண்டு அருளினன் காண்க
குவளைக் கண்ணி கூறன் காண்க
அவளும் தானும் உடனே காண்க

எப்பொருளுக்கும் இறைவனான எம்பெருமான் ஆதிமூலன், முழுமையானவன். அவன் ஒப்பாரும் மிக்காரும் இல்லாதவன். காட்டுப் பன்றியின் முதிர்ந்த தந்தத்தை அவன் விருப்புடன் அணிந்திருக்கிறான். வனத்துப்புலியின் தோலை அவன் அரையில் உடுத்தியிருக்கிறான். திருநீறு பூசியிருக்கிறான். அவனைக் கண்டுகொள்க, கண்டு அறிந்து கொள்க. அவனுக்காக என் நெஞ்சுருகும், அவனது நினைவில் நான் இன்புறுவேன். அவனைப் பிரியும் நிலையை என்னால் சகித்துக் கொள்ள முடியாது. அவனை மறக்க நேரிட்டால் நான் கெட்டழிவேன்.

வீணையின் இனிய இசையும் அவனது வடிவமே. அவனே அந்த இசையை இரசிப்பவனாகவும் இருக்கிறான். இதனை அனுபவத்தில்

அறிந்துணர வேண்டும். தான் படைத்த பிரபஞ்ச வெளிக்கும் அப்பால் இருக்கும் அவன் மிகப் பழைமையானவன். பிரம்மாவும் திருமாலும் அவனை முழுமையாய் அறிந்திருக்கவில்லை என்றே சொல்ல வேண்டும்.

ஈசன் வியத்தற்குரிய பெரும் பொருள், அவன் எடுக்கும் வடிவங்கள் மிகப்பல. உரை கடந்த மேலோன் அவன். மனதுக்கும் எட்டாத தொலைவில் இருப்பது போல் அவன் காணப்படுவான். ஆனால், பக்தர்களின் அன்பு வலை அவனை எளிதாக அகப்படுத்திக் கொண்டு விடுகிறது.

அவன் ஏகன், அவனுக்கு மாற்றாகவோ, வேறாகவோ எதுவும் இல்லை. அவனே உலகமாகவும், உலகில் உள்ள எல்லாமாகவும் விரிவு கொண்டிருக்கிறான்.

வடிவில் அணுப் போன்று நுட்பமானவன். பெருமையில் ஒப்பற்றவன்.

அவன் அரிய பொருள் யாதினும் அருமையானவன். அனைத்திலும் ஊடுருவிப் பரவி அனைத்தையும் அவனே காப்பாற்றுகிறான்.

அவன் ஏட்டுக்கல்விக்கு எட்டாத நுட்பம் உடையவன். எங்கும் நிறைந்திருப்பவன். அவனுக்குத் தொடக்கம் என்பதோ முடிவு என்பதோ இல்லை. உயிர்களுக்கு உறவுப் பிணைப்பையும் முத்திப் பேற்றையும் அளிப்பவன் (அவனே தளைகளில் அகப்படுத்தி, தளைகளில் இருந்து விடுவிக்கவும் செய்கிறான்). அவனே அசைவற்ற சடப்பொருளாகவும், அசைகின்ற உயிர்ப்பொருளாகவும் இருக்கிறான். அவன் *கற்பகாலத்தையும் (*கற்பகாலம்: ஆயிரங்கோடி ஆண்டுகள். இதுவே பிரம்மனின் ஆயுள் என்பர்.) அதன் முடிவையும் கண்டவன். தேவர்களேயானாலும் பக்தி இல்லாவிட்டால் ஈசனை அடைய முடியாது.

பெண், ஆண், அலி என்கிற பேதமின்றி எல்லா உயிர்களிடத்தும் விளங்கி நிற்பவன் அவன். அகக் கண்ணின் திறத்தால் (ஞானம்) புறக்கண்ணுக்கும் இந்த உண்மை தெரிகிறது.

அளவின்றி அன்பைப் பொழிகிற அமிர்த சொரூபி ஈசன். அவன் கருணைக் கடல் என்பதையும் நான் கண்டு கொண்டேன்.

அடியேன் பொருட்டு இப்பூமியில் தன் திருவடிகள் படும்படி ஈசன் எழுந்தருளினான். அவனே சிவன் என்பதை நான் அறிந்து தெளிந்தேன். அவனும் என்னை ஆட்கொண்டருளினான். நீலோற்பலம் (கருங்குவளை) என்கிற நீர்க்கொடி மலர் போன்ற கண்களையுடைய உமாதேவியின் பாகன் அவன். உமையும் தானும் பிரிவின்றி இருப்பதன் மூலம் அர்த்தநாரீசுரத் தத்துவத்தை உலகுக்கு அறிவித்தனன்.

பரம ஆனந்தப் பழங்கடல் அதுவே
கருமா முகிலின் தோன்றித்
திருவார் பெருந்துறை வரையில் ஏறித்
திருத்தகு மின்ஒளி திசைதிசை விரிய

ஐம்புலப் பந்தனை வாள்அரவு இரிய
வெந்துயர்க் கோடை மாத்தலை கரப்ப
நீடுஎழில் தோன்றி வாள் ஒளி மிளிர
எந்தம் பிறவியில் கோபம் மிகுத்து
முரசு எறிந்து மாப்பெருங் கருணையின் முழங்கிப்

பூப்புரை அஞ்சலி காந்தள் காட்ட
எஞ்சா இன்அருள் நுண்துளி கொள்ளச்
செஞ்சுடர் வெள்ளம் திசைதிசைதெவிட்ட வரையுறக்
கேதக் குட்டம் கையற ஓங்கி
இருமுச் சமயத்து ஒருபேய்த் தேரினை

நீர்நசை தரவரும் நெடுங்கண் மான்கணம்
தவப்பெரு வாயிடைப் பருகித் தளர்வொடும்
அவப்பெருந் தாபம் நீங்காது அசைந்தன
ஆயிடை வானப் பேரியாற்று அகவயின்
பாய்ந்துஎழுந்து இன்பப் பெருஞ்சுழி கொழித்துச்

சுழித்துஎம் பந்தமாக் கரைபொருது அலைத்துஇடித்து
ஊழ்ஊழ் ஓங்கிய நங்கள்
இருவினை மாமரம் வேர்பறித்து எழுந்து
உருவ அருள்நீர் ஓட்டா அருவரைச்
சந்தின் வான்சிறை கட்டி மட்டுஅவிழ்

வெறிமலர்க் குளவாய் கோலி நிறைஅகில்
மாப்புகைக் கரைசேர் வண்டுடைக் குளத்தின்
மீக்கொள மேல்மேல் மகிழ்தலின் நோக்கி
அருச்சனை வயலுள் அன்புவித்து இட்டுத்
தொண்ட உழவர் ஆரத் தந்த
அண்டத்து அரும்பெறல் மேகன் வாழ்க

சிவசக்தி ஐக்கியத்தில் பெருகிடும் பேரின்பம் பழைய ஆழ்கடல் போன்று அளவிடற்கரியதாகும். நாற்றிசையிலும் கார்மேகம் பரவுவது போல் சிவபிரான் அழகிய திருப்பெருந்துறை மலையின் மீது காட்சி தந்து, தனது ஞானஒளியை எங்கும் பரவிடச் செய்தான். உலகில் தளைப்படுத்துகிற ஐம்பொறிகள் என்னும் ஒளிபொருந்திய பாம்பு அஞ்சி ஓடுகிறது. வெப்பம் மிகுந்த கோடைக்காலம் போன்று இருக்கிற கொடியதுன்பம் (இறைசார்ந்த வாழ்க்கையில்) அழிந்துபட்டுப்

போகிறது. முகம் தெய்வீகப் பொலிவுடன் ஒளிவீசுகிறது. (இறை வழிபாட்டில் தீவிர ஈடுபாடு கொண்டவர்களைக் குறிப்பது). மீண்டும் மீண்டும் பிறப்பதில் எனக்கு அருவருப்பு தோன்றும்படி அவன் அருளிச் செய்தான். உலகம் அறியும் வண்ணம் அவன் பறையடித்து, கருணையுடன் என்னை ஆட்கொண்டான். என் போன்ற அடியார்கள் கூப்பிய கைகள் இன்னும் மலராது கூம்பி யிருந்த காந்தள் மலர்போல் விளங்கின. இறைவனது குறையாத இனிய அருள் துளித்துளியாய் ஆனந்தக் கண்ணீர் சொட்டும்படி செய்தது. இறைவனது ஞானஒளி திக்கெங்கும் வெள்ளமாகப் பிரவாகமெடுத்தது. துன்பமென்னும் சிறுமை செயலற்றுப் போய் அதுவே பேரின்பமாக ஓங்கியது.

பெரிய கண்களையுடைய மான்கள் கானல் நீரைப்பருகி தாகம் தீர்க்க முயன்றன. அது பலனளிக்காமல் தவிப்புற்றன.

அந்த மான்களைப் போலவே பலரும் ஆறு புறச் சமயங்களில் புகுந்து தங்கள் அருட்தாகம் தீராமல் (இறைவனது அருள்கிட்டாமல்) அல்லல் பட்டனர்.

வானத்தைத் தொடுகிற மலையில் இருந்து பெரிய ஆறு பெருக்கெடுத்து வந்தது. ஆனந்தத்தை ஊட்டும் பெரிய சுழிகள் அதில் உருவெடுத்தன. புரண்டோடி வருகிற அந்தப் பேராறு, என்னைப் பிறவியுடன் பிணைக்கிற பற்று என்னும் பெரிய கரையை மோதி இடித்து வீழ்த்தியது.

பிறவிகள் தோறும் நம்மைத் தொடர்ந்து வரும் இருவினை (பாவ, புண்ணியம்)யாகிய பெரிய மரத்தை வேரோடு சாய்த்தது அந்த நீர்ப்பெருக்கு.

திருவருளாகிய நீர் ஆறாக ஓடி, அருமையான மலையிடுக்கில் பெரிய அணைகட்டி நீர்த்தேக்கம் அமைத்து அங்கு தேன்கசியும் நறுமணத்தோடு கூடிய மலர்கள் உண்டாகும்படி செய்தனை. இறைவா! உன் அருட்திறத்தை என்னென்பது.

கரையில் மக்கள் எரித்த அகில் கட்டைப் புகைப்படலத்தால் எங்கும் வாசம் பரவியது. நீர்த் தேக்கத்தில் வண்டுகள் ரீங்காரமிட்டன. இவையெல்லாம் கண்டும், கேட்டும், நுகர்ந்தும் மகிழத்தக்க அனுபவமாயிற்று.

வழிபாடு என்னும் வயலில் அன்பு என்னும் விதை விதைத்து, இறைவனின் ஏகவெளியில் இருந்து வருகிற சிவபோகம் என்னும் அமிர்தத்தை, அடியார்களாகிய உழவர்கள் விளைவித்தார்கள். அவர்களது அருட்பசி தீர அதுவே நல்லுணவு ஆயிற்று.

கரும்பணக் கச்சைக் கடவுள் வாழ்க
அருந்தவர்க்கு அருளும் ஆதி வாழ்க

நற்றிணை பதிப்பகம் ✱ 27

அச்சம் தவிர்த்த சேவகன் வாழ்க
நிச்சலும் ஈர்த்து ஆட்கொள்வோன் வாழ்க

சூழ்இருந் துன்பம் துடைப்போன் வாழ்க
எய்தினர்க்கு ஆரமுது அளிப்போன் வாழ்க
கூர்இருள் கூத்தொடு குனிப்போன் வாழ்க
பேர்அமைத் தோளி காதலன் வாழ்க
ஏதிலர்க்கு ஏதில்எம் இறைவன் வாழ்க

காதலர்க்கு எய்ப்பினில் வைப்பு வாழ்க

கருநிறப்படத்தோடு கூடிய பாம்பை இடுப்பில் கச்சையாகக் கட்டியிருக்கும் கடவுள் வாழ்க. தவத்தின் மிக்கார்க்கு தான் உவந்து அருள்புரியும் முதல்வன் வாழ்க. எமபயம் நீக்கும் வீரன் வாழ்க. எந்நாளும் அடியவரைத் தன்பால் ஈர்த்து ஆட்கொள்ளும் ஈசன் வாழ்க.

எம்மை வளைத்துக் கொள்ளும் பெருந்துன்பத்தை நீக்குவோன் வாழ்க. தன்னை அண்டின பேர்க்கு அரிய அருள் அமுதினை வழங்கும் மேலோன் வாழ்க. அடர்ந்த இருளிலும் திருநடம்புரியும் ஆனந்தக் கூத்தன் வாழ்க. சீர்மிகு தோள்படைத்த உமாதேவியை தன்னில் சரிபாதி தந்தோன் வாழ்க. தன்னைக் கருத்தில் கொள்ளாதவரைக் கருதாதிருக்கும் சிவன் வாழ்க. தன்னை உறவாகக் கொண்டவர்க்கு வறுமையில் உதவும் சேமநிதி போன்றோன் வாழ்க.

நச்சுஅரவு ஆட்டிய நம்பன் போற்றி
பிச்சுஎமை ஏற்றிய பெரியோன் போற்றி
நீற்றொடு தோற்ற வல்லோன் போற்றி நால்திசை
நடப்பன நடாஅய்க் கிடப்பன கிடாஅய்

நிற்பன நிறீஇச்
சொற்பதம் கடந்த தொல்லோன்
உள்ளத்து உணர்ச்சியிற் கொள்ளவும் படாஅன்
கண்முதல் புலனால் காட்சியும் இல்லோன்
விண்முதல் பூதம் வெளிப்பட வகுத்தோன்

பூவில் நாற்றம் போன்று உயர்ந்து எங்கும்
ஒழிவுஅற நிறைந்து மேவிய பெருமை
இன்றுஎனக்கு எளிவந்து அருளி
அழிதரும் ஆக்கை ஒழியச்செய்த ஒண்பொருள்
இன்றுஎனக்கு எளிவந்து இருந்தனன் போற்றி

அளிதரும் ஆக்கை செய்தோன் போற்றி
ஊற்றிருந்து உள்ளம் களிப்போன் போற்றி

ஆற்றா இன்பம் அலர்ந்து அலை செய்ய
போற்றா ஆக்கையைப் பொறுத்தல் புகலேன்

நஞ்சை உடைய பாம்பை ஆட்டிய நம் பெருமானுக்கு வணக்கம். என்னைத் தன்பால் தீவிரபக்தி கொள்ளச் செய்து அருட்பித்தனாக்கிய மேலோனுக்கு வணக்கம். திருநீற்றுப் பூச்சோடு காட்சி கொடுக்கும் வல்லவனுக்கு வணக்கம். நான்கு திக்குகளிலும் நடப்பவற்றை நடப்பித்தும், அசைவற்றுக் கிடப்பவற்றை அந்நிலையிலேயே வைத்தும் செயல்படும் ஈசனுக்கு வணக்கம். அவன் நிற்கின்றவைகளை நிற்கச் செய்கிறான். அவன் தொன்மையானவன், சொல்லில் அடங்காதவன். அவன் எண்ணத்துக்கும் உணர்ச்சிக்கும் எட்டாதவன். அவனைக் கண்கொண்டு கண்டறிவதோ, காதுகளால் கேட்டறிவதோ இயலாத காரியம். ஐம்பொறிகளும் அறிந்துகொள்ளும் படியாய், பூமி உள்ளிட்ட ஐம்பூதங்களை அவன் அமைத்திருக்கிறான். விரிகின்ற மலரின் நறுமணம் போன்று இப்பிரபஞ்ச வெளியில் அவன் எங்கும் நீக்கமற நிறைந்திருக்கின்றான். எங்கு திரும்பி எதை விளங்கப் பண்ணினாலும் அது உண்மையில் ஈசனுடைய குணப் பெருமைகளை உயர்த்திப் பிடிப்பதாகவே இருக்கும் (செல்வத்தைத் தருவதும், பாவ நாசம் செய்வதும், சகல துக்கங்களை நீக்குவதும் இறைவனின் குணப் பெருமைகள்). இக்கணமே வந்தென்னை ஆண்டுகொண்டாய். சரீர நாட்டத்தை (உணர்வையும்) என்னிடமிருந்து நீக்கி வைத்தாய். சிறந்த சொற்களால் உணர்த்தப்படும் உயர்ந்த பொருள் நீ! இந்நேரம் என் பொருட்டு நெஞ்சகத்தே வந்தமர்ந்த பெருமானை வணங்குகிறேன்.

தன்னிடம் பக்தி பெருக்குவதற்காகவே சரீரத்தை எனக்கு அருளியவனுக்கு வணக்கம். அவன் அன்பே வடிவானவன், என்னுள்ளே அன்பை ஊற்றெடுக்கச் செய்து, ஆனந்தத்தை மிகவாக்குகிறான். அவனை வணங்குகிறேன். அவன் என்னைத் தன் வயமாக்குகிற பொழுது, அதை ஏற்றுக் காப்பாற்றிக் கொள்ள என்னால் முடியாது போயின் இந்த ஊனுடலை நான் எதற்காகச் சுமப்பது?

மரகதக் குவாஅல் மாமணிப் பிறக்கம்

மின்ஒளி கொண்ட பொன்னொளி திகழத்
திசைமுகன் சென்று தேடினர்க்கு ஒளித்தும்
முறையுளி ஒற்றி முயன்றவர்க்கு ஒளித்தும்
ஒற்றுமை கொண்டு நோக்கும் உள்ளத்து
உற்றவர் வருந்த உறைப்பவர்க்கு ஒளித்தும்

மறைத்திறம் நோக்கி வருந்தினர்க்கு ஒளித்தும்
இத்தந் திரத்தில் காண்டும்என்று இருந்தோர்க்கு
அத்தந் திரத்தின் அவ்வயின் ஒளித்தும்

முனிவற நோக்கி நனிவரக் கவ்வி
ஆண்எனத் தோன்றி அலியெனப் பெயர்ந்து

வாள்நுதல் பெண்என ஒளித்தும் சேண்வயின்
ஐம்புலன் செலவிடுத்து அருவரைதொறும் போய்த்
துற்றவை துறந்த வெற்றுயிர் ஆக்கை
அருந்தவர் காட்சியுள் திருந்த ஒளித்தும்
ஒன்றுண்டு இல்லை என்றஅறிவு ஒளித்தும்

பண்டே பயில்தொறும் இன்றே பயில்தொறும்
ஒளிக்குஞ் சோரனைக் கண்டனம்
ஆர்மின் ஆர்மின் நாள்மலர்ப் பிணையலில்
தாள் தளை இடுமின்
சுற்றுமின் சூழ்மின்!தொடர்மின்!விடேன்மின்

பற்றுமின் என்றவர் பற்றுமுற்று ஒளித்தும்

மரகதம், மாணிக்கம் என்று நவமணிகளின் பிரகாசமும், மின்னலின் ஒளியும், தங்கத்தின் ஒளியும் ஒருசேரக் கொண்டு விளங்கும் தெய்வமே! உன்னைப் புறவுலகில் (அகவுலகை விடுத்து) தேடுகிறவர்களுக்கு நீ புலப்படாது ஒளிந்திருக்கின்றாய். அறநூல்களைப் பயின்று நெறிவழி நிற்போர்க்கும் காட்சிக்கு எட்டாதவன் அன்றோ நீ! ஈசனே! நீ அன்பும் நட்பும் அக்கறையும் கொண்ட உறவுகள் மனம் வருந்தும்படி கடுந்தவம் புரிவோராலும் காணப்படாதவன்.

மறைஞானத்தை (வேத, வேதாந்த அறிவு) முதன்மையாய்க் கொண்டு உன்னைக் காண முயல்பவர்க்கும் அகப்படுகிறவனல்லவே நீ! (சாதகர்கள் பயன்படுத்துகிற) எந்த உபாயத்திலும் நீ இருக்கிறாய், ஆனால் அவர்கள் கண்டுகொள்ள முடியாதவாறு அந்த உபாயத்திற்கு உள்ளாகவே நீ மறைந்திருக்கிறாய்.

உன்னை முனைப்புடன் இறுகப் பற்றி ஆராய்ந்து பார்ப்பவர்க்கு நீ ஆணாகவும், அலி போலவும், ஒளிபொருந்திய நெற்றியை உடைய பெண்போலவும் காட்சி பேதத்தை நீ உண்டு பண்ணுகிறாய்.

ஐம்பொறிகளின் பிடிக்கு அகப்படாதிருந்து, அரிய மலைகளிடையே சென்று, உணவு, உறக்கம் போன்ற சரீரத் தேவைகளைத் துறந்து, உயிரைப் பிடித்துக்கொண்டு தவம் செய்வோரின் அறிவுக்கும் நீ எட்டாதவன்.

அனைத்துக்கும் ஆதாரமாய் ஒரு முழு முதற்பொருள் உண்டென்பதை உணர முடியாதவர்களின் கண்ணுக்கும் கருத்துக்கும் தன்னைக் காட்சிப்படுத்தாமல் ஈசன் மறைத்துக் கொண்டு விடுகிறான். முன்னே பழகிய காலத்திலும் தற்போது பழகும்காலத்திலும் மறைந்தொழுகும் கள்ளனைக் கண்டுகொண்டு விட்டோம் என்று ஆரவாரம் செய்யுங்கள். புதுமணப் பூக்களால் தொடுத்த மாலைகள்

கொண்டு அவனுடைய திருவடிகளைப் பிணைத்திடுங்கள், சுற்றுங்கள், சூழுங்கள், தொடருங்கள், விடாதேயுங்கள், பற்றிக் கொள்ளுங்கள் என்றெல்லாம் முயல்வோருக்கு ஈசன் அகப்பட மாட்டான்.

தன்நேர் இல்லோன் தானே ஆனதன்மை
என்நேர் அனையோர் கேட்கவந்து இயம்பி
அறை கூவி ஆட்கொண்டு அருளி
மறையோர் கோலம் காட்டி அருளலும்

உளையா அன்பு என்புஉருக ஓலமிட்டு
அலைகடல் திரையின் ஆர்த்துஆர்த்து ஓங்கித்
தலைதடு மாறா வீழ்ந்துபுரண்டு அலறிப்
பித்தரின் மயங்கி மத்தரின் மதித்து
நாட்டவர் மருளவும் கேட்டவர் வியப்பவும்

கடக்களிறு ஏற்றாத் தடப்பெரு மதத்தின்
ஆற்றேன் ஆக அவயவம் சுவைதரு
கோல்தேன் கொண்டு செய்தனன்
ஏற்றார் மூதூர் எழில்நகை எரியின்
வீழ்வித்தாங்கு அன்று

அருட்பெருந் தீயின் அடியோம் அடிக்குடில்
ஒருத்தரும் வழாமை ஒடுக்கினன்
தடக்கையின் நெல்லிக்கனி எனக்கு ஆயினன்

ஈசனே! உனக்குச் சமானமாய்ச் சொல்ல எவரும் இல்லை. தன்னில் தானாகிய நீ என் போன்ற அடியார்கள் ஈடேறும் பொருட்டு, வேதியர் கோலத்தில் வந்து உன் மகிமையை உட்புகுத்தி உணர்த்தினை. என்னை வலிய வந்து ஆட்கொண்ட உன் பேரன்பை எண்ணி உருகிய நான் எலும்பும் உருகிக் கரையும்படி ஓலமிட்டேன். அலைவீசும் கடலில் எழும் ஓசையாகச் சொற்கள் தடுமாறப் புலம்பினேன். அந்த அலைகளைப் போல் தலைகீழாய் வீழ்ந்து புரண்டு அழுகிறேன். பித்தனைப் போல் சித்தம் கலங்கி, வெறிபிடித்தவன் போல் களித்து என் உணர்வை நான் வெளிப்படுத்தினேன். ஊரார் அது கண்டு திகைத்தனர், சொல்லக் கேட்டோர் வியப்புற்றனர். மதம் பிடித்த யானை தன் மீது பாகனை ஏறவிடாமல் எதிர்ப்பதைப் போல் நானும் தடுமாற்றத்திற்கு உள்ளானேன். அன்பில் ஏறித் திளைக்கும் எனது அங்கங்கள் கொம்புத் தேனின் இனிமை கொண்டன. தன்னை மதியாது கர்வித்திருந்த அசுரர்களின் முப்புரங்களையும் தனது புன்னகையால் அவன் எரித்தான். ஆனால், அவனுடைய அடியார் களாகிய எங்கள் பிறவிப் பிணிக்குக் காரணமான மாயையைத் தனது ஞானாக்கினியால் சுட்டெரித்து எங்களைத் தன் வசமாக்கிக்

கொண்டான். உள்ளங்கை நெல்லிக்கனிபோல் இறைவன் எனக்கு நேர்படக் காட்சி தந்தான்.

சொல்லுவது அறியேன் வாழி முறையோ
தரியேன் நாயேன் தான்எனைச் செய்தது

தெரியேன் ஆஆ செத்தேன் அடியேற்கு
அருளியது அறியேன் பருகியும் ஆரேன்
விழுங்கியும் ஒல்ல கில்லேன்
செழுந்தண் பாற்கடல் திரைபுரைவித்து
உவாக்கடல் நள்ளுநீர் உள்அகம் ததும்ப

வாக்கிறந்து அமுதம் மயிர்க்கால் தோறும்
தேக்கிடச் செய்தனன் கொடியேன் ஊன்தழை
குரம்பை தோறும் நாய்உடல் அகத்தே
குரம்பை கொண்டு இன்தேன் பாய்த்தி நிரம்பிய
அற்புத மான அமுத தாரைகள்

எற்புத் துளைதொறும் ஏற்றினன் உருகுவது
உள்ளம் கொண்டு ஓர்உருச் செய்தாங்கு எனக்கு
அள்ளூறு ஆக்கை அமைத்தனன் ஒள்ளிய
கன்னல் கனிதேர் களிறுஎனக் கடைமுறை
என்னையும் இருப்பது ஆக்கினன் என்னில்

கருணை வான்தேன் கலக்க
அருளொடு பராஅமுது ஆக்கினன்
பிரமன் மால் அறியாப் பெற்றியோனே

எனது சுயானுபவத்தில் சிவானந்த இன்பத்தை அடைந்த நான், அதை எப்படி எடுத்துரைப்பது என்று அறிந்திருக்கவில்லை. என்னை நீ ஆட்கொண்ட முறை எத்தன்மையது என நான் அறியேன். உன் அருளின் திறமும் என் அறிவுக்கு எட்டவில்லை. ஆ, ஆ நான் மடிந்தேன். உன் அருட்சுவை எவ்வளவு பருகிடினும் திகட்டாது. இன்னும் வேண்டும் வேண்டும் என்கிற உணர்வே என்னுள் எழுந்தது. இறைவன் வழங்கும் பேரானந்தம் செழுமையாகிய குளிர்ந்த பாற்கடலின் அலைகள் போன்றது. பௌர்ணமி நாளில் கடல்நீரின் மட்டம் உயர்வது போன்று என் உள்ளத்தில் ஆனந்தம் பொங்கி வழிகிறது.

சொல்லில் அடங்காத அமிர்தம் ஒவ்வொரு மயிர்க் காலிலும் ஊறித்ததும்பும்படி செய்தான் அவன். ஊன் செழிப்பன்றி வேறு உகந்ததாய் ஏதுமற்ற என் உடலில் சிவானந்தம் என்னும் தேனை இறைவன் பொழிந்தான். அந்த அமிர்த தாரைகளை எலும்புத் துளைதோறும் அவன் ஏறப் பண்ணினான். அதை முன்னிட்டு

உருகுவதாகிய மனதைக் கொண்டு ஒரு வடிவம் செய்தாற்போல் அன்பு கசிந்தூறும் உடலை இறைவன் அமைத்தான். கரும்பையும் விளாங்கனியையும் விரும்பித்தேடும் யானைபோன்று, கடையேனாகிய என்னையும் அவன் பேரானந்தத்தில் திளைக்கச் செய்தான். என்னுள் சிவானந்தம் என்னும் தேன் பெருகிப் பாயும்படி இறைவன் எழுந்தருளினான். திருமாலும் நான்முகனும் தேடியடைய மாட்டாத பெருமான் எனக்கு எட்டியவன் ஆனான்.

விளக்கம்: பரம்பொருளை அடைகிற அன்பர்கள் அமிர்தத் தன்மை பெற்று விடுகிறார்கள். இறவாப் பெருநிலையை இறைவனின் அருளமுதம் அவர்களுக்கு வழங்கிவிடுகிறது. அதுகுறித்தே சுவாமிகள் 'அருளொடு பரா அமுது ஆக்கினன்' என்றார்.

4. போற்றித் திருஅகவல்

(தில்லையில் அருளியது)

சகத்தின் உற்பத்தி

நான்முகன் முதலா வானவர் தொழுதுஎழ
ஈர் அடியாலே மூவுலகு அளந்து
நால்திசை முனிவரும் ஐம்புலன் மலரப்
போற்றிசெய் கதிர்முடித் திருநெடுமால் அன்று

அடிமுடி அறியும் ஆதரவு அதனில்
கடுமுரண் ஏனம் ஆகிமுன் கலந்து
ஏழ்தலம் உருவ இடந்து பின்எய்த்து
ஊழி முதல்வ சயசய என்று
வழுத்தியும் காணா மலர்அடி இணைகள்
வழுத்துதற்கு எளிதாய் வார்கடல் உலகினில்

நான்கு முகங்களையுடைய பிரம்மா முதலான தேவர்கள் வணங்கிப் போற்றுகையில், மூவுலகையும் ஈரடியால் நாராயணன் அளந்து முடித்தான். அப்பொழுது நான்கு திக்கிலும் உள்ள தவத்தின் மிக்கோர் தங்கள் ஐம்புலன்களும் விழித்தெழும்படி உலகளந்த பெருமானை உவப்புடன் வணங்கினார். பின்பு, அந்தத் திருமாலோ சிவனார் தம் திருவடி முடிவை அறிய விரும்பினான். வேகமும், வலிமையும் உடைய பன்றியாகி, கீழ் ஏழு உலகையும் கிளறி ஊடுருவி தளர்ச்சி கொண்டான். உலகை நடத்தும் முதல்வனே வெல்க வெல்க என்று துதித்தும் சிவனது திருவடிகளை அவனால் காண முடியவில்லை. இப்படி தேவர்கள் முயன்றும் காண முடியாத திருவடிகளை உயிர்கள் கண்டு தொழுதற்கு எளிதாகும்படி சிவன் உருத்தாங்கி வருகிறான்.

யானை முதலா எறும்பு ஈறாய

ஊனம்இல் யோனியின் உள்வினை பிழைத்தும்
மானுடப் பிறப்பினுள் மாதா உதரத்து
ஈனம்இல் கிருமிச் செருவினில் பிழைத்தும்

ஒருமதித் தான்றியில் இருமையில் பிழைத்தும்
இருமதி விளைவில் ஒருமையில் பிழைத்தும்
மும்மதி தன்னுள் அம்மதம் பிழைத்தும்
ஈர்இரு திங்களில் பேர்இருள் பிழைத்தும்
அஞ்சு திங்களில் முஞ்சுதல் பிழைத்தும்

ஆறு திங்களில் ஊறுஅலர் பிழைத்தும்
ஏழு திங்களில் தாழ்புவி பிழைத்தும்
எட்டுத் திங்களில் கட்டமும் பிழைத்தும்
ஒன்பதில் வருதரு துன்பமும் பிழைத்தும்
தக்க தசமதி தாயொடு தான்படும்

துக்க சாகரத் துயரிடைப் பிழைத்தும்
ஆண்டுகள் தோறும் அடைந்த அக்காலை
ஈண்டியும் இருத்தியும் எனைப்பல பிழைத்தும்
காலை மலமொடு கடும்பகல் பசிநிசி
வேலை நித்திரை யாத்திரை பிழைத்தும்

கருங்குழல் செவ்வாய் வெண்நகைக் கார்மயில்
ஒருங்கிய சாயல் நெருங்கிஉள் மதர்த்துக்
கச்சுஅற நிமிர்ந்து கதிர்த்துமுன் பணைத்து
எய்த்துஇடை வருந்த எழுந்துபுடை பரந்து
ஈர்க்குஇடை போகா இளமுலை மாதர்தம்

கூர்த்த நயனக் கொள்ளையிற் பிழைத்தும்
பித்த உலகர் பெருந்துறைப் பரப்பினுள்
மத்தம் களிறுஎனும் அவாவிடைப் பிழைத்தும்
கல்வி என்னும் பல்கடல் பிழைத்தும்
செல்வம் என்னும் அல்லலில் பிழைத்தும்

நல்குரவு என்னும் தொல்விடம் பிழைத்தும்
புல் வரம்புஆய பலதுறை பிழைத்தும்

இறைவனைத் துதிப்பதற்கான பக்குவத்தை அடையவே உயிர்கள் பிறவிக்கு வருகின்றன. தங்கள் வினைக்கு ஏற்பவே உயிர்கள், குறைவற்ற கருப்பைகளில் இடம்பெற்று யானை முதல் எறும்பு ஈறாக பல்வேறு வடிவில் பிறக்கின்றன. நிறைவாக அமைவது மானுட யோனியில் மனித வடிவம். கருப்பையில் உயிரணுக்கள் ஒன்றோடொன்று போட்டியிட்டு வெல்கிற ஒன்று ஓங்கி வளர்கிறது.

ஒரு மாதம் ஆனதும் தனக்கென ஓர் தனிவடிவு கொள்வதில் தேர்ச்சியடைந்து, இரண்டு மாதம் நிறைவடையும் பொழுது உருக் கெடும் விளைவில் இருந்து தப்பிப்பிழைத்தும் – மூன்றாம் மாதத்தில் தாயின் மதநீர்ப் பெருக்கில் சிதைவுறாது உயிரோடிருந்தும், நான்காம் மாதத்தில் அம்மதநீர் அடர்வில் உண்டாகும் இருளுக்குத் தப்பியும், ஐந்தாம் மாதத்தில் எவ்விதக் கேட்டுக்கும் உள்ளாகாமல் தன்னை நிலைப்படுத்திக் கொண்டும், ஆறாம் மாதத்தில் அவயவங்கள்

முறையாய் அமையப் பெற்றும், ஏழு எட்டு ஒன்பதாம் மாதங்களில் முறையே கருப்பைச் சிரமம், வளர்ச்சி நெருக்கம், வெளிப்படுவதில் நேரும் இடர்ப்பாடு போன்றவற்றில் இருந்து ஈடேறியும், பத்தாம் மாதத்தில் தாயும் தானும் பிரசவத்தில் உள்ள வேதனைகளை அனுபவித்தும் இருப்பர்.

பூமியில் பிறந்த பின்பு, வளர்ச்சிக்கட்டத்தில் தாய் தந்தையரால் உண்டாகும் அழுத்தங்களைத் தாங்கிக் கொண்டும், உண்பது உறங்குவது போன்ற வழக்கமுறையான காரியங்களைச் செய்து கொண்டும், கருங்கூந்தல், செவ்விதழ்கள், முத்துப்பற்கள், மயிலின் சாயல், இடையீரற்ற கொங்கைகள் கொண்ட கன்னியர் நடத்தும் நயனக் கொள்ளைக்குத் (கண்களால் கவரும் முயற்சி) தப்பியும், இகலோக வாழ்வில் இச்சை வைத்த மக்களுக்கிடையே வாழ்வதால் வரும் பேராசையெனும் மதயானையிடம் இருந்து தப்பிப் பிழைத்தும், முத்திக்குத் தடையாயிருக்கும் கல்விச் செருக்கில் இருந்து விலகியிருந்தும், செல்வத்தால் உண்டாகும் துன்பத்தில் இருந்து நீங்கியும், வறுமை என்னும் கொடுமையில் இருந்து விடுபட்டும், பழைமையாகிய விடத்தில் (நஞ்சு) இருந்து தப்பித்தும், பொருந்தாத நடத்தை பற்றைத் தவிர்த்தும்

தெய்வம் என்பதோர் சித்தம் உண்டாகி
முனிவு இலாததுஓர் பொருள்அது கருதலும்
ஆறு கோடி மாயா சக்திகள்

வேறு வேறுதம் மாயைகள் தொடங்கின
ஆத்தம் ஆனார் அயலவர் கூடி
நாத்திகம் பேசி நாத்தழும்பு ஏறினர்
சுற்றம் என்னும் தொல்பசுக் குழாங்கள்
பற்றி அழைத்துப் பதறினர் பெருகவும்

விரதமே பரம் ஆக வேதியரும்
சரதம் ஆகவே சாத்திரம் காட்டினர்
சமய வாதிகள் தத்தம் மதங்களே
அமைவது ஆக அரற்றி மலைந்தனர்
மிண்டிய மாயா வாதம் என்னும்

சண்டமாருதம் சுழித்து அடித்து ஆஅர்த்து
உலோகா யதன்எனும் ஒண்திறல் பாம்பின்
கலாபே தத்த கடுவிடம் எய்தி
அதில் பெருமாயை எனைப்பல சூழவும்

ஒரு தெய்வம் உண்டு என்கிற நினைப்பு பிறவிகளில் மேம்பட்ட மனிதப் பிறவியை எடுத்த பின்பே சீவனுக்கு உண்டாகிறது. அந்த அறிவுத் தெளிவுக்கு இடையூறாய் இயற்கையில் எத்தனையோ மாயையின் குறுக்கீடுகள் உள்ளன.

அன்பு செய்யும் உறவோடு அந்நியமான மற்றோரும் கூடி, கலந்து பேசி கடவுள் இல்லை என்னும் நிரீச்சுர வாதம் செய்கின்றனர். உறவினர் கூட்டம் வந்து சூழ்ந்து ஞானமார்க்கத்தில் தீவிரமாகி விட வேண்டாம் என்று வருந்திக் கேட்டுக் கொண்டனர். வேதியர்கள் நோன்பு போன்ற சாதனங்களைப் பரிந்துரைத்து, அவற்றுக்கு சாத்திரச் சான்றுகளும் காட்டினர். ஆன்ம சாதகனை இறைவழிபாட்டில் இருந்து மாற்ற முயன்றனர். சமயவாதிகளோ ஆன்மாக்களைக் கரைசேர்க்கும் தகுதி தம்முடைய மதத்துக்கே இருப்பதாகப் பெருமை பேசினர்.

பொய்யான உலகமிது என்று மாயாவாதிகள் செய்கிற விவாதம் குழப்பத்தை உண்டு பண்ணக் கூடியது. இறைத் தியானத்தில் ஈடுபடுகிறவர்கள் அதில் இருந்து தப்பித்துக்கொள்வது பெரும்பாடு. ஆனாலும் அது அவசியம்.

உலகாயதனோ இவ்வுலகில் வாழ்வதே வாழ்க்கை. அதற்கும் அப்பால் எதுவுமே இல்லை என்று வாதிடுவான். அவன் ஒளிவீசிக் கொண்டிருக்கும் வலிய பாம்பினைப் போன்றவன். அவனுடைய சூழ்ச்சிகள் நஞ்சினும் கொடியவை.

தப்பாமே தாம் பிடித்தது சலியாத்

தழல்அது கண்ட மெழுகுஅது போலத்
தொழுதுஉளம் உருகி அழுதுஉடல் கம்பித்து
ஆடியும் அலறியும் பாடியும் பரவியும்
கொடிறும் பேதையும் கொண்டது விடாதுஎனும்
படியே ஆகிநல் இடையறா அன்பின்

பசுமரத்து ஆணி அறைந்தால் போலக்
கசிவது பெருகிக் கடல்என மறுகி
அகம் குழைந்து அனுகுலமாய் மெய்விதிர்த்துச்
சகம் பேய் என்று தம்மைச் சிரிப்ப
நாண்அது ஒழிந்து நாடவர் பழித்துரை

பூண்அது வாகக் கோணுதல் இன்றிச்
சதுர்இழந்து அறிமால் கொண்டு சாரும்
கதியது பரம அதிசயம் ஆகக்

நற்றிணை பதிப்பகம் ✸ 37

கற்றா மனம்எனக் கதறியும் பதறியும்
மற்றுஓர் தெய்வம் கனவிலும் நினையாது

அருபரத்து ஒருவன் அவனியில் வந்து
குருபரன் ஆகி அருளிய பெருமையைச்
சிறுமைஎன்று இகழாதே திருவடி இணையைப்
பிறிவினை அறியா நிழல்அது போல
முன்பின் ஆகி முனியாது அத்திசை

என்புநைந்து உருகி நெக்குநெக்கு ஏங்கி
அன்புஎனும் ஆறு கரைஅது புரள
நன்புலன் ஒன்றி நாதஎன்று அரற்றி
உரைதடு மாறி உரோமம் சிலிர்ப்ப
கரமலர் மொட்டித்து இருதயம் மலரக்

கண்களி கூர நுண்துளி அரும்பச்
சாயா அன்பினை நாள்தொறும் தழைப்பவர்
தாயே ஆகி வளர்த்தனை போற்றி

ஆன்ம சாதகனோ அநேக மதிமயக்கங்களுக்கு இடையில், நெறி தவறாமல் தனது கொள்கையில் நிலையுறுதியோடு இருக்கும் நற்பேறுடையவன். அவன் அனலில் இட்ட மெழுகினைப்போல் மனம் உருகி இறைவனைத் தொழுகிறான். வணங்கி உடல்நடுக்கம் கொள்கிறான். ஆடவும் அரற்றவும், பாடவும் பணியவும் செய்வது பக்தனின் இயல்பு. தான் கொண்ட நன்னெறியில் இருந்து ஒருபோதும் அவன் தவறுதில்லை. அவன் பக்தி என்னும் தூய அன்பில் திளைக்கிறவன். பச்சை மரத்தில் செலுத்தப்படுகிற ஆணிபோல் கடவுள் பக்தி அவனுள் எளிதாகப் பதிந்தது. கடல் அலைபோல் மனம் அலைவுற்று உடலும் நெகிழ்வுற்றது. உலகோர் அவனைக் கண்டு பித்தன் என்றே நகையொலி எழுப்புவர்.

ஆன்ம சாதகன் தன் செயல்களுக்காக வெட்கப்படுவதில்லை. மற்றவர்கள் குறைத்துப் பேசுவதை எண்ணி மனம் கோணுவதுமில்லை. உலகத்தாரின் நிந்தனைகளை அவன் ஆபரணமாகவே ஏற்கிறான். அவற்றைச் சுயபரிசோதனைக்கானதாக அவன் கொள்கிறான். நான் வல்லவன் என்ற உணர்வு சிவஞானம் பெறுவதில் தடையாகிவிடும். ஞானம் பெறுகிற வேட்கை இருக்கவேண்டும். வீடுபேற்றுக்கு நிகரானது எதுவுமில்லை. அதன் சிறப்பினைக் கருத்தில் கொண்டு செயல்படுவதே நல்ல ஆத்ம சாதனையாக அமையும்.

தான்ஈன்ற கன்றினுக்காக மனம் உருகும் பசுவினைப் போல் பக்தர்களின் உள்ளம் பரமனுக்காகப் பதறவும் கதறவும் செய்யும்.

அவர்கள் ஏக சிந்தையாய் இருப்பதால், வேறு எதையும் கனவிலும் அவர்கள் கருதுதில்லை.

அரிய மேலானவனாகிய இறைவன் தான் படைத்த பிரபஞ்சத்தில், பூமியின் ஒரு மூலையில் இருக்கும் என்னை ஆட்கொள்வதற்காகவே வந்தனன். அவன் குருமார்களுக்கெல்லாம் குரு (பரமகுரு) வாக இருப்பவன். எனக்காக மனம் இரங்கி பூமிக்கு இறங்கி வந்தவனின் பெருமையை என்னென்பது! அந்த அரிய செயலை எளிமையாக எண்ணிவிடக் கூடாது. உருவை விட்டு நீங்காத நிழலைப் போல் பக்தர்கள் இறைவனின் திருவடிகளைப் (மறவாமலும், வெறுக்காமலும்) பொருந்தியிருக்க வேண்டும்.

மெய்யான பக்தன் பாரபட்ச உணர்வற்றவன், எதையும் பேதப் படுத்திப் பார்ப்பதில்லை. அறிவின் துணைகொண்டு ஆராயாமல், தான் ஆட்கொள்ளப்பட்ட திக்கை நோக்கி எலும்பும் உருகும்படி தழதழத்து அன்பு செலுத்துகிறான். இரு கரையும் தொட்டுச் செல்லும் ஆற்றின் நீர்ப் பெருக்காய் அவனுள் பக்தி பெருகுகிறது. அவனுடைய புலன்கள் ஐந்தும் ஒருமுகப்படுகின்றன.

இறைவனது நாமம் அவனது நாவினின்று வருகிறது. சொற்கள் குழறி மயிர்க்கூச்செரிய, கைகள் குவிகின்றன. உள்ளம் பரவசப்படுகிறது, ஆனந்தக் கண்ணீர்த் துளியாக அரும்புகிறது. பக்திப்பயிர் வளர்க்கும் அன்பர்களுக்குத் தானே தாயாகிற இறைவன் அவர்களிடம் பேரன்பை வளர்க்கிறான். அந்த மேலோனுக்கு வணக்கம்.

மெய்தரு வேதியன் ஆகி வினைகெடக்
கைதர வல்ல கடவுள் போற்றி

மெய்ப்பொருளை விளக்கிக் காட்டும் வேதியனாக வந்து, என் பழவினைகளை அறுத்து உதவுகிற இறைவனே உனக்கு வணக்கம்.

ஆடக மதுரை அரசே போற்றி
கூடல் இலங்கு குருமணி போற்றி
தென் தில்லை மன்றினுள் ஆடி போற்றி
இன்று எனக்கு ஆரமுது ஆனாய் போற்றி

பொன்மயமான கூடல் நகரை (மதுரை) ஆடல்புரியும் தலமாய்க் கொண்டவனே உன்னைப் போற்றுகிறேன். என்னைச் சீடனாக்கிக் கொண்ட பரமகுருவே உனக்கு வணக்கம். தெற்கில் உள்ள தில்லைச் சிற்றம்பலத்தில் ஆடுவோனே, வணக்கம். எனக்கு அரிய அமிர்தமானவனே வணக்கம்.

மூவா நான்மறை முதல்வா போற்றி
சேவார் வெல்கொடிச் சிவனே போற்றி

நிலைபேறுடைய வேதங்களின் தலைவனே வணக்கம். இடபத்தின் (காளை) வடிவம் பொறித்த வெற்றிக் கொடியை உடைய சிவனே உனக்கு வணக்கம்.

மின்ஆர் உருவ விகிர்தா போற்றி
கல்நார் உரித்த கனியே போற்றி

பிரபஞ்சத்தில் ஒளிமிக்க பல்வேறு வடிங்களில் பிரகாசிப்பவனே, வணக்கம்! கல்லில் நார் உரிப்பது போல் (கடின முயற்சியில்) கைவரப் பெற்ற அரிய ஞானக் கனியே உன்னை வணங்குகிறேன்.

காவாய் கனகக் குன்றே போற்றி
ஆவா என்தனக்கு அருளாய் போற்றி

பொன்மலை (மேரு) போன்றிருந்து என்னைக் காப்பவனே வணக்கம். ஆஆ என்று அரற்றிடும் எனக்கு அருள்புரிவோனே, வணக்கம்.

படைப்பாய் காப்பாய் துடைப்பாய் போற்றி
இடரைக் களையும் எந்தாய் போற்றி

பிரபஞ்சத்தில் படைத்தல், காத்தல், அழித்தல் என்று முத்தொழில் புரிபவனே உனக்கு வணக்கம்.

பிறவித்துன்பத்தைப் போற்றி, எம்மை ஈடேற்றும் எம் தந்தையே வணக்கம்.

ஈச போற்றி இறைவ போற்றி
தேசப் பளிங்கின் திரளே போற்றி

எப்பொருட்கும் இறைவனான என் தலைவனே வணக்கம். திரண்ட ஆத்ம சோதியே உனக்கு வணக்கம்.

அரைசே போற்றி அமுதே போற்றி
விரைசேர் சரண விகிர்தா போற்றி

உயிர்களை அடிமை கொண்ட அரசனே வணக்கம். இறவாமையைத் தரும் அமிர்தமே வணக்கம். தான் படைத்த உலகத்தை சாட்சி பாவத்தில் பார்த்தபடி, உலகிற்குப் புறம்பாய் இருப்பவனே உன் திருவடிகளுக்கு வணக்கம்.

வேதி போற்றி விமலா போற்றி
ஆதி போற்றி அறிவே போற்றி

வேதங்களால் போற்றப்படுகிறவனே, மாசற்றவனே வணக்கம். முதல்வனே, ஞானமூர்த்தியே உனக்கு வணக்கம்.

கதியே போற்றி கனியே போற்றி
நதிசேர் செஞ்டை நம்பா போற்றி

நற்கதி (முத்தி) அளிப்பவனே வணக்கம். அருட்கனியே வணக்கம். கங்கையைச் சடாமுடியில் தடுத்து வைத்திருக்கும் நம்பிரானே உன்னை வணங்குகிறேன்.

உடையாய் போற்றி உணர்வே போற்றி
கடையேன் அடிமை கண்டாய் போற்றி

(அனைத்திலும் தானேயிருந்து) அனைத்தையும் தனது உரிமைப் பொருளாகக் கொண்டவனே வணக்கம். உயிர்களிடத்து நல்லறிவாய் இருப்பவனே வணக்கம். இழிந்தவனாகிய என்னை ஏற்றுக் கொண்டவனே உன்னை வணங்குகிறேன்.

ஐயா போற்றி அணுவே போற்றி
சைவா போற்றி தலைவா போற்றி

ஐயனே வணக்கம், அணுவின் அணுவாய் அமைந்தவனே வணக்கம். சைவ முதல்வனே, சகலத்துக்கும் ஈசனே வணக்கம்.

குறியே போற்றி குணமே போற்றி
நெறியே போற்றி நினைவே போற்றி

அனற்பிழம்பாகிய இலிங்க வடிவினரே, உம்மைப் போற்று கின்றேன். எண் குணங்களை உடையவரே, நன்னெறியானவரே உம்மை நான் போற்றுகின்றேன். உயிர்களின் நினைவில் கலந்துள்ளவரே! உம்மைப் போற்றி வணங்குகின்றேன்.

விளக்கம்: எண் குணங்களான – தன் வயத்தனாதல், முற்றும் உணர்தல், இயற்கை உணர்வினனாதல், பாசங்களில் இருந்து நீங்குதல், பேரருள் உடைமை, முடிவிலாத ஆற்றல் உடைமை, வரம்பற்ற இன்பம் உடைமை.

வானோர்க்கு அரிய மருந்தே போற்றி
ஏனோர்க்கு எளிய இறைவா போற்றி

தேவர்களுக்கும் அரிதாகிய மருந்தானவரே! வணக்கம். என் போன்றோர்க்கு எளிமையான இறைவனே! வணக்கம்.

மூவேழ் சுற்றம் முரண்உறு நரகிடை
ஆழாமே அருள் அரசே போற்றி

இருபத்தியோரு தலைமுறையில் வருகின்ற சுற்றத்தாரும் நரகத்தில் மூழ்கித் துன்பப்படாமல் காத்தருளும் அரசே, உம்மைப் போற்றுகின்றேன்.

தோழா போற்றி துணைவா போற்றி
வாழ்வே போற்றி என் வைப்பே போற்றி

தோழமை கொண்டவரே வணக்கம். துணைபுரிபவரே வணக்கம். என் வாழ்வே, வாழ்வின் நிதியே வணக்கம்.

முத்தா போற்றி முதல்வா போற்றி
அத்தா போற்றி அரனே போற்றி

இயல்பில் பாசம் இல்லாதவரே வணக்கம். அனைத்துக்கும் ஆதி மூலமே வணக்கம். அனைவர்க்கும் தந்தையே வணக்கம். உயிர்களின் மன அழுக்குகளை அகற்றும் சிவனே உம்மைப் போற்றி வணங்குகிறேன்.

உரைஉணர்வு இறந்த ஒருவ போற்றி
விரிகடல் உலகின் விளைவே போற்றி

சொல்லுக்கும் மனதுக்கும் எட்டாத தனிச்சிறப்புடையவரே! நீர் போற்றுதலுக்குரியவர். கடல் சூழ்ந்த நிலவுலகில் நாங்கள் அடைதற்கரிய பெரும் பேறே! உம்மை வணங்குகின்றோம்.

அருமையில் எளிய அழகே போற்றி
கருமுகில் ஆகிய கண்ணே போற்றி

அருமையாயிருந்தும் பக்தர்களுக்கு எளிதில் அகப்படக் கூடிய அழகன் நீ! உயிர்களின் மேம்பாட்டுக்காகக் கார்மேகம் போன்று அருள்புரியும் கண்ணன் நீ, உன்னைப் போற்றுகின்றேன்.

மன்னிய திருவருள் மலையே போற்றி
என்னையும் ஒருவ னாக்கி இருங்கழல்
சென்னியில் வைத்த சேவக போற்றி

மேரு மலையென அருள் சுரக்கும் மேலோனே உன்னைப் போற்றுகிறேன். தகுதியற்ற என்னையும் ஒரு பொருட்டாய்க் கொண்டு உனது பெருமைக்குரிய திருவடியை எனது சிரசில் வைத்து ஆட்கொண்டவரே வணக்கம்.

தொழுதகை துன்பம் துடைப்பாய் போற்றி
அழிவிலா ஆனந்த வாரி போற்றி

உன்னை வந்தடைந்து வணங்குவோரின் துன்பத்தைத் துடைப்பவனே போற்றி. சாசுவதமான ஆனந்தக் கடலே போற்றி.

அழிவதும் ஆவதும் கடந்தாய் போற்றி
முழுவதும் இறந்த முதல்வா போற்றி

ஒடுக்கமும் தோற்றமும் கடந்தவரே, வணக்கம். எல்லாம் அழிந்த பின்னும் அழியாது நிற்கும் மூலப் பொருளே வணக்கம்.

மான்நேர் நோக்கி மணாளா போற்றி
வானகத்து அமரர் தாயே போற்றி

மான் விழி நோக்குடைய உமாதேவியின் மணாளரே வணக்கம். வானுகத் தேவர்கட்குத் தாயாய் விளங்குகின்றவரே வணக்கம்.

பாரிடை ஐந்தாய்ப் பரந்தாய் போற்றி
நீரிடை நான்காய் நிகழ்ந்தாய் போற்றி
தீயிடை மூன்றாய்த் திகழ்ந்தாய் போற்றி

வளியிடை இரண்டாய் மகிழ்ந்தாய் போற்றி
வெளியிடை ஒன்றாய் விளைந்தாய் போற்றி
அளிபவர் உள்ளத்து அமுதே போற்றி

நிலத்தின்கண் ஐந்து தன்மைகளும், நீரின்கண் நான்கு தன்மைகளுமாய் நிறைந்திருக்கும் உன்னை வணங்குகிறேன்.

(ஓசை, ஊறு, ஒளி, சுவை, நாற்றம் இவை ஐந்தும் ஐம்பூதங்களின் தன்மைகள். நீரில் நாற்றம் தவிர ஏனைய நான்கு தன்மைகளும் அமைந்துள்ளன.)

நெருப்பில் மூன்று தன்மைகளாய் தெரிபவரே வணக்கம்.

(தீயின்கண் சுவையும் நாற்றமும் தவிர்த்து மற்ற மூன்று தன்மைகளும் உள்ளன.)

காற்றில் இரண்டு தன்மைகளாய் மகிழ்ந்திருப்பவரே, வணக்கம்.

(காற்றின்கண் ஓசை, ஊறு என்னும் இரண்டு தன்மைகள் மட்டுமே உள்ளன).

ஆகாயத்தில் ஒரு தன்மையாய் தோன்றியவரே, வணக்கம்.

(ஆகாயத்தில் ஓசை என்கிற ஒரு தன்மை மட்டுமே உள்ளது.)

ஐம்பூதங்களுமாய் பரிணமித்திருப்பவனே, அடியார் தம் உள்ளத்தில் அமிர்தமாய் ஒளிர்பவனே உம்மைப் போற்றுகிறேன்.

கனவிலும் தேவர்க்கு அரியாய் போற்றி
நனவிலும் நாயேற்கு அருளினை போற்றி

தேவர்களுக்குக் கனவிலும் வாய்ப்பதில்லை உன் தரிசனம் அற்பனாகிய எனக்கோ விழிப்பு நிலையிலும் காட்சி அளித்தனை.

இடைமருது உறையும் எந்தாய் போற்றி
சடையிடைக் கங்கை தரித்தாய் போற்றி

 நற்றிணை பதிப்பகம் ✸ 43

ஆரூர் அமர்ந்த அரசே போற்றி
சீரார் திருவை யாறா போற்றி
அண்ணா மலைஎம் அண்ணா போற்றி

கண்ணார் அமுதக் கடலே போற்றி
ஏகம் பத்துஉறை எந்தாய் போற்றி
பாகம் பெண்உரு ஆனாய் போற்றி
பராய்த்துறை மேவிய பரனே போற்றி
சிராப்பள்ளி மேவிய சிவனே போற்றி
மற்றுஓர் பற்றுஇங்கு அறியேன் போற்றி

குற்றாலத்து எம் கூத்தா போற்றி
கோகழி மேவிய கோவே போற்றி
ஈங்கோய் மலைஎம் எந்தாய் போற்றி
பாங்குஆர் பழனத்து அழகா போற்றி

கடம்பூர் மேவிய விடங்கா போற்றி

திருவிடை மருதூரில் எழுந்தருளியுள்ள இறைவா! உன்னைப் போற்றுகிறேன். கங்காதரனாய் இலங்குபவரே உன்னைப் போற்றி வணங்குகிறேன்.

திருவண்ணாமலையிலுள்ள எம் மேலோனே, வணக்கம். கண்ணால் நுகரப்படும் அமுதக் கடலாய் உள்ளவரே வணக்கம்.

திருவேகம்பத்தில் வாழ்கின்ற எந்தையே போற்றி. அங்கு ஒரு பாகம் பெண்ணுருவாகியவரே போற்றி.

திருப்பராய்த் துறையில் வீற்றிருக்கும் பெரியோர் போற்றி, திருச்சிராப்பள்ளியில் திகழும் தலைவா போற்றி.

இவ்வுலகில் எனது பற்றுக் கோடாய் இருப்பவனே. உனக்கு வணக்கம். திருக்குற்றாலத்தில் எழுந்தருளியுள்ள கூத்தரே! வணக்கம்.

திருவாடுதுறையில் தோன்றியுள்ள வேந்தே! போற்றி. திருவீங்கோய் மலையையுடைய எம் தந்தையே போற்றி! வனப்பு நிறைந்த திருப்பழனத்தில் உள்ள அழகரே, போற்றி! திருக்கடம்பூரில் எழுந்தருளியுள்ள சுயம்புவே, போற்றி!

அடைந்தவர்க்கு அருளும் அப்பா போற்றி
இத்தி தன்னின் கீழ்இரு மூவர்க்கு
அத்திக்கு அருளிய அரசே போற்றி
தென்னா டுடைய சிவனே போற்றி
எந்நாட் டவர்க்கும் இறைவா போற்றி

உன்னை வந்து சேர்பவர்க்கு அருள் செய்பவரே, வணக்கம். கல்லால மரத்தின் கீழ்ப் பட்டமங்கையில் இயக்கியர் அறுவர்க்கும்,

கடம்பவனத்தில் வெள்ளானைக்கும் அருள் செய்த அரசரே! வணக்கம். பல நாட்டவரும் வழிபடும் தெய்வமானவரே, உம்மை நான் தென்னாட்டில் சிறப்பாகக் காண்கிறேன், அத்தகைய உம்மை வணங்குகிறேன்.

ஏனக் குருளைக்கு அருளினை போற்றி
மானக் கயிலை மலையாய் போற்றி

பன்றிக்குட்டிகளுக்குக் கருணை காட்டி அருளியவரே வணக்கம். மேன்மை பொருந்திய கயிலை மலையில் உறைபவரே, வணக்கம்.

அருளிட வேண்டும் அம்மான் போற்றி
இருள்கெட அருளும் இறைவா போற்றி

தாயை ஒத்த இறைவா! எனக்கு அருள்புரிவாயாக. அஞ்ஞான இருளை அகற்றும் இறைவனே! உன்னை வணங்குகின்றேன்.

தளர்ந்தேன் அடியேன் தமியேன் போற்றி

அடியேன் பிறவிக்கடலில் தன்னந்தனியனாய் அலைந்து மனம் தளர்ந்து உன்னை அழைக்கிறேன், அருள் புரிவாயாக.

களம்கொளக் கருத அருளாய் போற்றி

எனக்கு நிலையான இருப்பிடத்தைப் பெற எண்ணும்படி அருள்புரிவாய் வணக்கம்.

அஞ்சேல் என்றுஇங்கு அருளாய் போற்றி
நஞ்சே அமுதா நயந்தாய் போற்றி

அஞ்சாதே என்று இப்போது எனக்கு அருள் செய்ய வேண்டும். நஞ்சினை அமுதாய் விரும்பியேற்றவரே, உமக்கு வணக்கம்.

அத்தா போற்றி ஐயா போற்றி
நித்தா போற்றி நிமலா போற்றி
பத்தா போற்றி பவனே போற்றி

அப்பனாய், ஆசிரியனாய் என்றும் உள்ளவரே! வணக்கம். குற்றமற்றவனாய், பேரன்பாய், உயிர்களின் பிறப்பிடமாய் இருப்பவரே வணக்கம்.

பெரியாய் போற்றி பிரானே போற்றி
அரியாய் போற்றி அமலா போற்றி

அனைத்துக்கும் பெரியவரே! உயிர்களைக் காப்பவரே! பஞ்சேந்திரியங்களுக்கும் எட்டாதவரே! குற்றங்கள் அற்றவரே உன்னை வணங்குகிறேன்.

மறையோர் கோல நெறியே போற்றி
முறையோ தரியேன் முதல்வா போற்றி

நேர்மை தவறாதவரே, நீர் வேதியன் வடிவில் வந்துள்ளீர். அனைத்துக்கும் முதல்வரே! இனியும் என்னால் பிறவிப் பிணியைத் தாங்கிட இயலாது. என்னை உடனே நீர் ஆட்கொண்டருள்வீர்.

உறவே போற்றி உயிரே போற்றி
சிறவே போற்றி சிவமே போற்றி

எனது சுற்றமாய் இருக்கிறாய், என் உயிருக்கு உயிராய் இருக்கிறாய். அனைத்து நலன்களும், மங்கலப் பொருள்களும் ஆகிறாய். அத்தகைய உனக்கு வணக்கம்.

மஞ்சா போற்றி மணாளா போற்றி
பஞ்சேர் அடியாள் பங்கா போற்றி

ஆற்றல் உடையவரே! அழகரே! செம்பஞ்சுக்குழம்பு பூசிய திருப்பாதங்களை உடைய உமாதேவி பாகனே! உம்மை வணங்குகிறேன்.

அலந்தேன் நாயேன் அடியேன் போற்றி
இலங்கு சுடர்எம் ஈசா போற்றி

உன்னைச் சார்ந்துள்ள நான் துன்பங்களில் மிக வருந்துகின்றேன். சுயம்பிரகாசியே, இறைவா உன்னை வணங்குகிறேன்.

கவைத்தலை மேவிய கண்ணே போற்றி
குவைப்பதி மலிந்த கோவே போற்றி
மலைநாடு உடைய மன்னே போற்றி
கலையார் அரிகே சரியாய் போற்றி
திருக்கழுக் குன்றில் செல்வா போற்றி
பொருப்புஅமர் பூவணத்து அரனே போற்றி

கவைத்தலை என்னும் ஊரில் எழுந்தருளியுள்ள ஞானடிவினனே போற்றி. குவைப்பதி என்னும் ஊரில் உள்ள இறைவா போற்றி.

மலைநாட்டுத் தலைவனே, உனக்கு வணக்கம். கலைஞானச் சிறப்புடைய அரிகேசரி என்னும் ஊரின் அதிபனே, உனக்கு வணக்கம்.

திருக்கழுக்குன்றத்திலும், மலைகளோடு கூடிய திருப்பூவணத் திலும் எழுந்தருளியுள்ள பெருமானே வணக்கம்.

அருவமும் உருவமும் ஆனாய் போற்றி
மருவிய கருணை மலையே போற்றி

அருவம், உருவம் என்னும் திருமேனிகளை உடையவரே! போற்றி. மலை போன்ற பெருங்கருணை கொண்டவரே போற்றி.

துரியமும் இறந்த சுடரே போற்றி
தெரிவுஅரிது ஆகிய தெளிவே போற்றி

துரியாதீதமாய் இருக்கும் பேரொளியே போற்றி. அறிதற்கு அருமையாகிய தெளிவே, வணக்கம்.

விளக்கம்: சாக்கிரம், சொப்பனம், சுழுத்தி – முறையே நனவு, கனவு, உறக்கம் ஆகும். இவற்றுக்குச் சாட்சியாக இருப்பது எதுவோ அது துரியம். இவற்றைக் கடந்தது துரியாதீதம்.

புறக்கரணங்களாகிய கண், காது, நாசி, செவி, மெய் இவற்றுக்கும் அந்தக் கரணங்களாகிய மனம், புத்தி, சித்தம், அகங்காரம் இவற்றுக்கும் எட்டாது பரம்பொருள் எப்போதும் தன்னையே உணர்ந்து கொண்டிருப்பதால் அது தெளிவு என்று அழைக்கப்படுகிறது.

உலக அறிவு, உயிர் அறிவு கொண்டு இறைவனை அறிய முடியாது. ஆனால் இறையறிவால் (பதிஞானம்) அவரை அறிய முடியும்.

தோளா முத்தச் சுடரே போற்றி
ஆள் ஆனவர்கட்கு அன்பா போற்றி

துளைக்கப்படாத தூய முத்தின் ஒளியே! உன்னைப் போற்றுகிறேன். (உனது அன்பிற்கு) அடிமையானவர்களை அரவணைப்பவனே உனக்கு வணக்கம்.

ஆரா அமுதே அருளே போற்றி
பேர் ஆயிரம் உடைப் பெம்மான் போற்றி

தெவிட்டாத அமுதமே, திருவருளே! ஆயிரம் திருநாமங்களை உடையவரே! உன்னை வணங்கிப் போற்றுகிறேன்.

தாளி அறுகின் தாராய் போற்றி
நீள்ஒளி ஆகிய நிருத்தா போற்றி

தாளிக்கொடி அருகம்புல் இவற்றால் கட்டிய மாலையை அணிந்திருப்பவனே போற்றி. அகண்டாகார சோதியாய் ஞான ஆகாயத்தில் (சிதாகாசம்) ஆடுபவனே போற்றி.

சந்தனச் சாந்தின் சுந்தர போற்றி
சிந்தனைக்கு அரிய சிவமே போற்றி

சந்தனக் குழம்பைப் பூசியுள்ள அழகனே போற்றி. சிந்தனைக் கெட்டாத சிவமே போற்றி.

மந்திர மாமலை மேயாய் போற்றி
எந்தமை உய்யக் கொள்வாய் போற்றி

வேதங்களை விளக்கும் பொருட்டு மகேந்திர மலையில் வீற்றிருப்பவரே, வணக்கம். எங்களை ஈடேற்ற ஆட்கொள்பவனே வணக்கம்.

புலிமுலை புல்வாய்க்கு அருளினை போற்றி
அலைகடல் மீமிசை நடந்தாய் போற்றி

புலியின் பாலை மானுக்கு ஊட்டுமாறு அருளியவரே, உன்னைப் போற்றுகிறேன். அசைகின்ற கடல்மீது நடந்தவரே, உன்னைப் போற்றி வணங்குகிறேன்.

விளக்கம்: பாண்டிநாட்டு வனமொன்றில் தனித்து வாழ்ந்த பெண்மான் ஒன்று, தன் குட்டியை ஒரு புதரில் மறைத்து வைத்து நீர்பருகச் சென்றது. அப்போது வேடனொருவன் அம்பெய்து அதை வீழ்த்தினான். தன்குட்டியை நினைத்தபடி அந்த மான் உயிரை விட்டது. தாயை இழந்த குட்டிக்குப் பெண் புலியொன்று பாலூட்டி வளர்த்தது இறைவனருள்.

கருங்குருவிக்கு அன்று அருளினை போற்றி
இரும்புலன் புலர இசைந்தனை போற்றி

கருங்குருவிக்கு அருள் செய்தவரே, போற்றி. வலிய ஐம்புல இச்சைகளை அற்றுப் போகச் செய்தவரே, போற்றி.

விளக்கம்: கருங்குருவியொன்று காக்கைகளால் துன்புறுத்தப் பட்டு வருந்தியது. அக்குருவி மதுரை ஆலயத்தில் உள்ள பொற்றா மரைக்குளத்தில் நாளும் மூழ்கி ஆலவாய் அண்ணலை வழிபட்டது. இறைவன் கருணையுடன் அக்குருவிக்கு மந்திரோபதேசம் செய்தார். அதனால் குருவியும் அதன் சுற்றமும் துயர் நீங்கப்பெற்றன.

படியுறப் பயின்ற பாவக போற்றி
அடியொடு நடுஈறு ஆனாய் போற்றி

மண்ணுலகத்தவனாகிய என்னை ஆட்கொள்ளும் பொருட்டு இங்கே இறங்கி வந்தும் நீ தூய்மை இழந்து போய்விடவில்லை. உலகின் துக்கம், நடு முடிவாய் இருப்பவரே, உனக்கு வணக்கம்.

நரகொடு சுவர்க்க நானிலம் புகாமல்
பரகதி பாண்டியற்கு அருளினை போற்றி

நரகம், சுவர்க்கம், பூமி ஆகிய பிறப்புக்கு ஏதுவான கீழ்நிலைகளில் புகாதபடி வீடுபேற்றினைப் பாண்டியனுக்குக் கொடுத்தருளிய இறைவா போற்றி.

ஒழிவற நிறைந்த ஒருவ போற்றி
செழுமலர்ச் சிவபுரத்து அரசே போற்றி

  எங்கும் நீக்கமற நிறைந்திருப்பவரே, வணக்கம். செழுமையான பூக்கள் நிறைந்துள்ள சிவபுரத்துக்கு அரசே, வணக்கம்.
  (திருப்பெருந்துறையே சிவபுரம் எனப்பட்டது)

கழுநீர் மாலைக் கடவுள் போற்றி
தொழுவார் மையல் துணிப்பாய் போற்றி

  செங்கழுநீர்மாலை அணிந்திருக்கும் சிவபிரானே வணக்கம். தன்னை வணங்குவாரது அஞ்ஞான இருளை அகற்றுபவனே வணக்கம்.

பிழைப்பு வாய்ப்புஒன்று அறியா நாயேன்
குழைத்த சொல்மாலை கொண்டருள் போற்றி

  எது பிழை எது சரி என்று அறியாத கடையேன் குழைந்து சொன்ன சொல் மாலையைக் கொண்டருளும் ஈசா, உன்னைப் போற்றுகின்றேன்.

புரம்பல எரித்த புராண போற்றி
பரம்பரஞ் சோதிப் பரனே போற்றி

  திரிபுரங்களை எரித்த பழையோனே, வணக்கம். பிரபஞ்சத்துக்கு அப்பால் உள்ள மேலான ஒளிப்பொருளே, வணக்கம்.

போற்றி போற்றி புயங்கப் பெருமான்
போற்றி போற்றி புராண காரண
போற்றி போற்றி சயசய போற்றி

  பாம்பை அணிகலனாய்க் கொண்ட சிவபிரானே, வணக்கம். அனைத்துக்கும் மூலகாரணமானவரே உன்னை வணங்கிப் போற்றுகிறேன். வெற்றியை வடிவமாய்க் கொண்டவரே, உன்னைப் போற்றி வணங்குகிறேன்.

5. திருச்சதகம்

(திருப்பெருந்துறையில் அருளியது)

(1) மெய்யுணர்தல்

***மெய்தான் அரும்பி விதிர்விதிர்த்து உன்விரையார் கழற்கு என்
கைதான் தலைவைத்துக் கண்ணீர் ததும்பி வெதும்பிஉள்ளம்
பொய்தான் தவிர்ந்துஉன்னைப் போற்றி சயசய போற்றிஎன்னும்
கைதான் நெகிழவிடேன் உடையாய் என்னைக் கண்டுகொள்ளே.***

உனது திருவடியை நாடுகிற எனது உடல் மகிழ்ச்சிப் பெருக்கில் சிலிர்த்து நடுங்குகிறது. நான் சிரமீது கைகுவித்து, உன்னை வணங்குகிறேன். என் கண்களில் நீர்ததும்ப, மனமோ பக்திக் கனலால் வெதும்புகிறது. என் நாவும் உன்னை வாழ்த்துகிறது. தலைமேல் குவிக்கப்பட்ட கைகளோ தம்மை மறந்து குவித்த வண்ணமே இருக்கும்.

விளக்கம் : மனம், வாக்கு, உடம்பு இவற்றால் நடத்தும் வழிபாடு முக்கரண வழிபாடு. இப்பாடலில் சுவாமிகள் இதனையே குறித்தார்.

***கொள்ளேன் புரந்தரன் மால்அயன் வாழ்வு குடிகெடினும்
நள்ளேன் நினது அடியாரொடு அல்லால் நரகம் புகினும்
எள்ளேன் திருவருளாலே இருக்கப் பெறின்இறைவா
உள்ளேன் பிறதெய்வம் உன்னை அல்லாது எங்கள் உத்தமனே.***

இறைவா, உன் திருவருள் கிடைத்ததால் எனக்கு அது போதும். இந்திரன், விஷ்ணு, பிரம்மா போன்ற தேவர்களின் உயர்பதவி கிடைத்தாலும் வேண்டேன். என் குடிவழி கெட்டாலும் உன் அடியவர் தவிர்த்து வேறு எவருடைய நட்பையும் விரும்பேன். நரகமே விதிக்கப்பட்டாலும் மறுக்காது ஏற்பேன். உனையன்றி பிறிதொரு தெய்வத்தை நான் நினைக்கவும் மாட்டேன்.

***உத்தமன் அத்தன் உடையான் அடியே நினைந்துஉருகி
மத்த மனத்தொடு மால் இவன் என்ன மனநினைவில்
ஒத்தன ஒத்தன சொல்லிட ஊர்ஊர் திரிந்துஎவரும்
தத்தம் மனத்தன பேச எஞ்ஞான்றுகொல் சாவதுவே.***

இறைவா, உன்னை மேலோன் என்றும், என் தந்தை என்றும் என்னை உடையவர் என்றும் எண்ணி உள்ளம் உருகி நான் புனிதத் தலங்களுக்கெல்லாம் போகவேண்டும். உனது நினைவில் நான் மதிமயக்கம் கொண்டவனானேன். என் நிலை கண்டு ஊரார்

தமக்குத் தோன்றியவாறு பேசுவார்கள். பேசட்டும். நான் சடம் போல் அதையெல்லாம் உணராமல் சிவானுபத்தில் திளைத்திருப்பேனாக.

சாவ முன்நாள்தக்கன் வேள்வித் தகர்தின்று நஞ்சம்அஞ்சி
ஆவ எந்தாய்என்று அவிதா இடும் நம்மவர் அவரே
மூவர் என்றே எம்பிரானொடும் எண்ணி விண்ஆண்டு மண்மேல்
தேவர் என்றே இறுமாந்து என்ன பாவம் திரிதவரே.

தக்கன் நடத்திய வேள்வியின்போது மும்மூர்த்திகளும் விருந்தில் ஆட்டின் ஊனைத் தின்று மகிழ்ந்தனர். அதனால் வீரபத்ரனால் தாக்கப்பட்ட அவர்கள் இறைவனிடம் முறையிட்டனர். பாற்கடல் அமுதை இறைவன் பகிர்ந்தளித்தபொழுது பரவசப்பட்டவர்கள், நஞ்செனும் தீங்குவந்ததும், அந்தோ, எமக்குத் தந்தையே என்று அவரிடம் குறைப்பட்டனர். மனிதர்களைப் போலவே உலகியலில் தாக்குண்ட இவர்கள் இரங்கத்தக்கவர்கள்தாம்.

தவமே புரிந்திலன் தண்மலர் இட்டு முட்டாது இறைஞ்சேன்
அவமே பிறந்த அருவினையேன் உனக்கு அன்பருள்ளாம்
சிவமே பெறுந்திரு எய்திற்றிலேன் நின் திருவடிக்காம்
பவமே அருளு கண்டாய் அடியேற்கு எம்பரம்பரனே.

இறைவா! நான் உன்னை எண்ணித் தவம்புரிந்ததில்லை. உனக்காகக் குளிர்ச்சி பொருந்திய மலர்கள் தூவி உன்னை வணங்கியதுமில்லை. எடுத்த பிறவியை வீணடித்த பாதகன் நான். உனது அடியார்களைப்போல் சிவஞானம் என்னும் செல்வத்தையும் நான் பெற்றிருக்கவில்லை. உன்னை அடைவதற்கான தகுதியுடன் நான் பிறக்க அருள்புரிவாய்?

பரந்துபல் ஆய்மலர் இட்டு முட்டாது அடியே இறைஞ்சி
இரந்த எல்லாம் எமக்கே பெறலாம் என்னும் அன்பருள்ளம்
கரந்து நில்லாக் கள்வனே நின்தன் வார்கழற்கு அன்புஎனக்கும்
நிரந்தரமாய் அருளாய் நின்னை ஏத்த முழுவதுமே.

உனது அன்பர்கள் வண்ணமலர்களை வாசமலர்களை வகை வகையாய் ஆய்ந்தெடுத்து உன்னை விரிவாகவும் முறையாகவும் வணங்குகின்றனர். தங்கள் வழிபாட்டின் மூலம் தாங்கள் விரும்பியதை யெல்லாம் அவர்கள் அடைகின்றனர். அவர்களுடைய உள்ளத்தில் ஒளியும் தெளிவும் உன்னால் உண்டானது. அவர்களுக்கு வெளிப்படை யாகக் காட்சியளிக்கிற நீ ஏனோ மற்றவர்கள் உள்ளத்தில் கள்ளமாய் மறைந்திருக்கின்றாய். என்றும் உன்னையே போற்றியிருக்கும் நிலையை எனக்கு அருள்வாய்.

நற்றிணை பதிப்பகம் ∗ 51

**முழுவதும் கண்டவனைப் படைத்தான் முடிசாய்த்து முன்னாள்
செழுமலர் கொண்டு எங்கும்தேட அப்பாலன்இப்பால் எம்பிரான்
கழுதொடு காட்டிடை நாடகம் ஆடிக் கதிஇலியாய்
உழுவையின் தோல்உடுத்து உன்மத்தம் மேல்கொண்டு உழிதருமே.**

உலக உயிர்களைப் படைத்தார் பிரம்மன். அந்தப் பிரம்மனைப் படைத்தவர் திருமால். அவர்கள் மண்ணுக்குக் கீழும், வானுக்கு மேலுமாய் உன்னைத் தேடியடைய முயன்றும் முடியவில்லை. அத்தகைய நீ எம் பொருட்டன்றோ சுடுகாட்டில் பேய்களுடன் சம்ஹார தாண்டவம் ஆடித் திருப்பாதம் காட்டியருளினாய், புலித் தோலை ஆடையாய்க் கொண்டு பித்துப் பிடித்தவன் போல் திரிந்தாய். (உன் செயல்கள் எமக்கு வியப்பூட்டுகிறது).

**உழிதரு காலும் கனலும் புனலொடு மண்ணும்விண்ணும்
இழிதரு காலம்எக் காலம் வருவது வந்ததன்பின்
உழிதரு காலத்தஉன் அடியேன் செய்த வல்வினையைக்
கழிதரு காலமு மாய்அவை காத்து எம்மைக் காப்பவனே.**

காற்றும், நெருப்பும், நீரும், நிலமும், ஆகாயமும் யுகமுடிவில் பிரளயத்தில் ஒடுங்கும். ஆக்கல், அழித்தல் இவற்றை உண்டு பண்ண வல்ல காலத்தை இறைவா நீ ஆளுகின்றாய். படைப்புத் தலைவரே, எம்மை ஆட்கொள்க. எமது வல்வினை அழிக்கும் காலன் நீரன்றோ. வினையும், காலமும் எம்மைப் பாதிக்காதபடி காத்திடும் நீரே எமக்குப் புகலிடம்.

**பவன் எம்பிரான்பனி மாமதிக் கண்ணிவிண்ணோர் பெருமான்
சிவன் எம்பிரான்என்னை ஆண்டு கொண்டான் என் சிறுமைகண்டும்
அவன் எம்பிரான் என்னநான் அடியேன்என்ன இப்பரிசே
புவன் எம்பிரான்தெரியும் பரிசாவது இயம்புகவே.**

எம்பிரான் உலகங்களைப் படைத்தாள்பவன். அவன் சந்திர சேகரன், தேவர்களுக்கெல்லாம் தலைவன். நற்பேறுகளையே உண்டுபண்ணுகிறவன். ஞானவொளியாய் இருக்குமவன் என்னையும் தன்னுடையவனாக்கிக் கொண்டான். நான் அவனுடைய அடிமை நிலையில் இருக்க முடிவது அவனுடைய பெருந்தன்மையாலன்றோ!

**புகவே தகேன்உனக்கு அன்பருள் யான்என் பொல்லாமணியே
தகவே எனைஉனக்கு ஆட்கொண்ட தன்மைஎப் புன்மையரை
மிகவே உயர்த்தி விண்ணோரைப் பணித்திஅண்ணா அமுதே
நகவே தகும் எம்பிரான் என்னை நீசெய்த நாடகமே.**

பூரணனே! உனது அன்பர் கூட்டத்தில் இடம்பெறும் தகுதி எனக்கில்லை. ஆயினும் என்னை நீ ஆட்கொண்டது உன் இயல்பின் படியே ஆகும். என் போல் கடைப்பட்டவர்கள் மேனிலை பெறுவது

உன்னாலன்றோ. உலகம் சிவஞானத்தால் உயர்கிறது. அப்பனே, அமிர்தமே, உனது இத்தகைய திருவிளையாடல் எமக்கு வியப்பூட்டு கிறது.

விளக்கம்: பொல்லாமணி – பொள்ளாமணி (துளைக்க முடியாத மணி என்பதால்) பூரணப் பொருளான இறைவனை இவ்வாறு குறித்தார்.

சிவஞானத்தால் சீவர்கள் தேவர்களைக் காட்டிலும் மேலான நிலையை அடைய முடியும் என்கிற கருத்தில் இப்பாடல் அமைந்தது.

2. அறிவுறுத்தல்
(விவேகம் பெறுதல்)

நாடகத்தால் உன்அடியார் போல் நடித்து நான்நடுவே
வீடகத்தே புகுந்திடுவான் மிகப்பெரிதும் விரைகின்றேன்
ஆடகச்சீர் மணிக்குன்றே இடையறா அன்புஉனக்கு என்
ஊடகத்தே நின்றுஉருகத் தந்தருள் எம்உடையானே.

என்னுடைய பக்தி இயல்பானதாக இல்லாமல், நாடக பாவனை யைக் கொண்டதாக இருக்கிறது. ஆனாலும் நான் முத்தி பெறுவதில் முனைப்பு காட்டுகிறேன். என் உள்ளம் தூய அன்புள்ளதாக இருந் திருப்பின் உனது ஒளிவடிவை நான் கண்டிருப்பேன். எப்போதும் உன்னையே நினைந்து உருகும்படியான பக்குவத்தை, என் எசமானே! எனக்குத் தந்து அருள்வாயாக.

யான்ஏதும் பிறப்புஅஞ்சேன் இறப்பதனுக்கு என்கடவேன்
வானேயும் பெறில் வேண்டேன் மண்ணாள்வான் மதித்தும்இரேன்
தேன்ஏயும் மலர்க்கொன்றைச் சிவனே எம்பெருமான்எம்
மானே உன்அருள் பெறுநாள் என்றுஎன்றே வருந்துவனே.

பிறப்பு, இறப்பு குறித்த அச்சம் எனக்கில்லை. விண்ணுலகின் உயர்ந்த பதவி கிடைப்பதாயினும் நான் வேண்டேன். மண்ணுலகப் பெருமைகளையும் நான் விரும்ப மாட்டேன். தேனூறும் கொன்றை மலர் சூடும் சிவனே எங்கள் தலைவனே, நான் வேண்டுவதெல்லாம் உன்னருள் ஒன்றேதான்.

வருந்துவன்நின் மலர்ப்பாதம் அவைகாண்பான் நாய்அடியேன்
இருந்துநல மலர்புனையேன் ஏத்தேன் நாத்தழும்பு ஏறப்
பொருந்திய பொற்சிலை குனித்தாய் அருளமுதம் புரியாயேல்
வருந்துவன்நல் தமியேன்மற்று என்னேநான் ஆமாறே.

மேருமலையை வில்லாய் வளைத்தவனே! உனது திருவடியை எண்ணி மனம் உருகவில்லை. அன்பால் நெகிழவில்லை. மலர் மாலை தொடுத்து உன்னை வழிபடவில்லை. ஆனால், உனது அருளாகிய அமுதம் கிடைக்காதெனில் நான் பெரிதும் வருந்துவேன். என்னால் செய்யக்கூடியது வேறு எதுவும் இல்லை.

ஆமாறுஉன் திருவடிக்கே அகம் குழையேன் அன்புஉருகேன்
பூமாலை புனைந்து ஏத்தேன் புகழ்ந்துஉரையேன் புத்தேளிர்
கோமான்நின் திருக்கோயில்தூகேன் மெழுகேன் கூத்தாடேன்
சாமாறே விரைகின்றேன் சதுராலே சார்வானே.

பெருமானே! யோக சாதனத்தால் அடையக் கூடியவனே! நான் விமோசனம் தேடி உன் திருவடி நினைத்து மனம் கனியவில்லை. பூமாலை தொடுத்து உன் திருமேனியை அணி செய்யவில்லை. உன் திருக்கோயில்களை மெழுகிச் சுத்தப்படுத்தியதில்லை. உன்னைப் போற்றியுரைக்கவில்லை. தேவாதி தேவனே, நான் சாவூரை நோக்கி விரைகின்றேன்.

வானாகி மண்ணாகி வளியாகி ஒளியாகி
ஊனாகி உயிராகி உண்மையுமாய் இன்மையுமாய்க்
கோனாகி யான்எனது என்று அவரவரைக் கூத்தாட்டு
வானாகி நின்றாயை என்சொல்லி வாழ்த்துவனே.

ஆகாயம், பூமி, காற்று, நெருப்பு, நீர் என ஐம்பூதங்களால் ஆன உலகை அமைத்தது நீயே, உடம்பாகியும் உடம்பில் உள்ள உயிராகியும், அன்பர்க்கு மெய்ப் பொருளாகியும், அல்லாதவர்க்கு பொய்ப் பொருளாகியும், எல்லாவற்றுக்கும் முதல்வனாய் இருப்பது நீயே, நான், எனது என்று தன்னை வியக்கும் நிலையில் உயிர்களை வைத்திருப்பதும் நீயே. அனைத்துக்கும் மூலதாரமாய் விளங்கும் உன் மகிமைகளை நான் என்ன சொல்லி வாழ்த்துவேன், எப்படி விளக்குவேன்?

வாழ்த்துவதும் வானவர்கள் தாம்வாழ்வான் மனம்நின்பால்
தாழ்த்துவதும் தாம்உயர்ந்து தம்மைஎல்லாம் தொழவேண்டிச்
சூழ்த்து மதுகரம் முரலும் தாரோயை நாய்அடியேன்
பாழ்த்த பிறப்பு அறுத்திடுவான் யானும் உன்னைப் பரவுவனே.

வண்டுகள் மொய்க்கும்படியான வாசமலர்களைச் சூடிய பெருமானே! தேவர்கள் உன்னை வணங்கி வாழ்த்துவது தாம் நெடுங்காலம் வாழ்ந்திருக்க வேண்டும் என்பதற்காகவே. மற்றவர்களும் உன்னைத் தொழுவதன் மூலம் மேன்மையடையவே விரும்புகின்றனர். சிறியேனாகிய நானோ பிறவித் தளையில் இருந்து விடுபடும் பொருட்டே உன்னைத் துதிக்கிறேன்.

பரவுவார் இமையோர்கள் பாடுவன நால்வேதம்
குரவுவார் குழல்மடவாள் கூறுடையாள் ஒருபாகம்
விரவுவார் மெய்யன்பின் அடியார்கள் மேன்மேல்உன்
அரவுவார் கழல்இணைகள் காண்பாரோ அரியானே.

அறிதற்கும் அடைதற்கும் அரிதானவனே! தேவர்கள் உன்னைத் தங்கள் முதல்வனாகக் கொண்டனர். வேதங்கள் உன்னை மறைமுக மாகத் துதிக்கின்றன. குராமலரைச் சூடிய உமாதேவி உனது திருமேனியின் இடப்பாகத்தில் இருக்கின்றாள். உன் அடியார்கள் உன்னோடு வந்து கலப்பதில் நிறைவு காண்கின்றனர். ஆனால், வீரக்கழல்கள் ஒலிக்கின்ற உனது திருவடிகளை இவர்களில் யார் தான் கண்டிருக்கிறார்கள்? யாருமில்லை.

அரியானே யாவர்க்கும் அம்பரவா அம்பலத்துஎம்
பெரியானே சிறியேனை ஆட்கொண்ட பெய்கழற்கீழ்
விரைஆர்ந்த மலர்தூவேன் வியந்துஅலறேன் நயந்துஉருகேன்
தரியேன்நான் ஆமாறுஎன் சாவேன்நான் சாவேனே.

அருமையானவனே! சித்தாகாசம் என்னும் சிதம்பர ரகசியமாக நீயிருப்பது யாருக்கும் விளங்காது. பொன்னம்பலத்தை ஆளும் மேலோனே! அற்பனாகிய என்னை நீ ஆட்கொண்டாய். ஆனால், நானோ அந்த உயர்நிலையைக் கருத்தில் கொள்ளாமல், உன் திருவடிகளில் மலர்தூவ மறந்தேன். உன் அருட்செயலை நான் வியந்து கொண்டாடவில்லை. அன்பால் என்னுள்ளம் உருகவில்லை. பொருந்தாத இவ்வாழ்வில் (உலகியல் சார்ந்தது) நான் எப்படிப் பொருந்திக் கொள்வேன். நான் சாகத்தான் வேண்டும், சாவதன்றி வேறு வழியில்லை.

வேனில்வேள் மலர்க்கணைக்கும் வெண்நகைச் செவ்வாய்க்கரிய
பானல்ஆர் கண்ணியர்க்கும் பதைத்துஉருகும் பாழ்நெஞ்சே
ஊன்எலாம் நின்றுஉருகப் புகுந்துஆண்டான் இன்றுபோய்
வான்உளான் காணாய்நீ மாளா வாழ்கின்றாயே.

மனமே! வசந்தகாலத் தலைவனாகிய மன்மதனின் பாணத் துக்கும், பெண்மோகத்துக்கும் ஏன் வசப்படுகிறாய்? பெண்களைப் போகப் பொருளாகக் கருதி அவர்களை அடைவதற்காக அலைந்து, திரிகின்றாயே. உன்னைப் பாழ்படுத்தும் அந்த இழிவான செயலை விட்டுவிடு. தன் அடியார்களை ஈடேற்றும் பொருட்டு மனித உருவெடுத்து இந்நிலவுலகிற்கு வந்த ஈசன் இப்போதோ அருவமாய் வானுலகில் இருக்கப் பெறுகிறான். அவனைக் கண்டு அவனருள் பெற நீ உருகுவாயேல் நாம் ஈடேறலாம்.

வாழ்கின்றாய் வாழாத நெஞ்சமே வல்வினைப்பட்டு
ஆழ்கின்றாய் ஆழாமல் காப்பானை ஏத்தாதே
சூழ்கின்றாய் கேடுஉனக்குச் சொல்கின்றேன் பல்காலும்
வீழ்கின்றாய் நீஅவலக் கடலாய வெள்ளத்தே.

    பேரின்ப வாழ்வு பெற்று வாழத்தெரியாத நெஞ்சமே! அறமில்லாத இவ்வாழ்வு அவலம். நீ தீவினை பல புரிந்து துன்பக் கடலில் ஆழ்ந்திருக்கின்றாய். உன்னை மீட்டெடுக்கக் கூடிய இறைவனை வணங்காது உனக்கு நீயே கேட்டைத் தேடிக் கொள்ள எண்ணுகிறாய். நான் திரும்பத் திரும்ப அறிவுறுத்தியும் அதை நீ கருத்தில் கொள்ளவில்லை. மேலும் மேலும் தீமைகள் செய்து நீ துன்புறும் நிலையைத் தொடர்கின்றாய்.

3. சுட்டறுத்தல்
(வைராக்கியம் பெறுதல்)

வெள்ளந்தாழ் விரிசடையாய் விடையாய் விண்ணோர்
பெருமானே எனக்கேட்டு வேட்ட நெஞ்சாய்ப்
பள்ளந்தாழ் உறுபுனலில் கீழ் மேலாகப்
பதைத்துஉருகும் அவர்நிற்க என்னைஆண்டாய்க்கு
உள்ளந்தாள் நின்று உச்சிஅளவு நெஞ்சாய்
உருகாதால் உடம்பெல்லாம் கண்ணாய் அண்ணா
வெள்ளந்தான் பாயாதால் நெஞ்சம் கல்லாம்
கண்இணையும் மரமாம்தீ வினையி னேற்கே.

    கங்கை நீர்ப் பெருக்கை சடையில் தாங்கியதால் கங்காதரா என்றும், எருதினை ஊர்தியாய் உடையதால் ரிஷபாரூடன் என்றும், தேவர்களின் தலைவன் என்பதால் மகாதேவ என்றும் அன்பர்கள் உன்னை அழைப்பார்கள். பள்ளத்தில் பாயும் வெள்ளம்போல் அடியார்கள் உனது அருள்பெறும் ஆர்வத்தில் உள்ளம் துடிப்பார்கள். ஆனால் நீயோ அவர்களை விட்டு விட்டு என்னை வந்து ஆட்கொண்டாய். அவர்களைப்போல் நெஞ்சத்துடிப்பு எனக்கேது? எனக்கு உள்ளங்கால் முதல் உச்சந்தலைவரை நெஞ்சாகி உருக வேண்டும். அவர்களைப் போல் அன்புக் கண்ணீர் மல்கிட இரண்டு கண்கள் எனக்குப் போதாதே. உடம்பெல்லாம் கண்ணாகிக் கண்ணீர் வெள்ளம் பெருக வேண்டும். என் தந்தையே, தீ வினையேனாகிய எனது நெஞ்சம் கல்லானது, கண்கள் மரமானது.

வினையிலே கிடந்தேனைப் புகுந்து நின்று
போதுநான் வினைக்கேடன் என்பாய் போல
இனையன்நான் என்றுஉன்னை அறிவித்து என்னை

ஆட்கொண்டு எம்பிரான் ஆனாய்க்கு இரும்பின்பாவை
அனையநான் பாடேன் நின்றுஆடேன் அந்தோ
அலறிடேன் உலறிடேன் ஆவி சோரேன்
முனைவனே முறையோ நான் ஆனவாறு
முடிவு அறியேன் முதல்அந்தம் ஆயினானே

இறைவா! உயிர்களின் தோற்றத்துக்கும் முடிவுக்கும் காரணமாக இருப்பவனே! தளைப்பட்டுக் கிடக்கும் என்முன் தலைவனே நீ வந்து, 'உன்னை விடுவிக்கும் இறைவன் நான்' என்று வலியக் கூறி என்னை ஆட்படுத்தினாய். எங்கள் தலைவனே, இரும்புப் பதுமைபோல் உணர்ச்சியற்ற சடமான நான், உன் பொருட்டு பாடவுமில்லை, ஆடவுமில்லை. பரவசத்தில் சோரவுமில்லை, மூர்ச்சையடையவும் இல்லை. இது முறையாகுமா என்பதை நான் அறியேன். இதன் முடிவென்ன என்பதும் எனக்குத் தெரியாது.

ஆயநான் மறையவனும் நீயே ஆதல்
அறிந்துயான் யாவரினும் கடையனாய
நாயினேன் ஆதலையும் நோக்கிக் கண்டு
நாதனே நான்உனக்குஓர் அன்பன் என்பேன்
ஆயினேன் ஆதலால் ஆண்டு கொண்டாய்
அடியார்தாம் இல்லையே அன்றி மற்றுஓர்
பேயனேன் இதுதான் நின்பெருமை அன்றே
எம்பெருமான் என்சொல்லிப் பேசுகேனே.

ஆராய்ந்து பார்க்குமிடத்து, நீ வேதங்களின் தலைவன் என்பதும், நான் அற்பமனிதன் என்பதும் தெளிவாகிறது. ஆயினும், உனக்குப் புறம்பானவனல்ல நான். கடைப்பட்டவனான என்னையும் ஈடேற்ற நீ உறுதிகொண்டாய். உனக்கு வேறு அடியார்கள் இல்லாமலில்லை. எனினும், பேய்த்தன்மை கொண்ட என்னை ஆட்கொண்டது உனது பெருந்தன்மையல்லவா. இறைவா உன் சிறப்புகளைப் பேசுந்திறன் எனக்கேது?

பேசிற்றாம் ஈசனே எந்தாய் எந்தை
பெருமானே என்றுஎன்றே பேசிப் பேசிப்
பூசிற்றாம் திருநீறே நிறையப் பூசிப்
போற்றி எம்பெருமானே என்று பின்றா
நேசத்தாற் பிறப்புஇறப்பைக் கடந்தார் தம்மை
ஆண்டானே அவாவெள்ளக் கள்வ னேனை
மாசற்ற மணிக்குன்றே எந்தாய் அந்தோ
என்னைநீ ஆட்கொண்ட வண்ணம் தானே.

மாணிக்கமலை போன்ற என் தந்தையே! 'எங்கள் தலைவனே, தந்தையே, தாயே என்று உனதன்பர்கள் உன்னைப்பற்றி ஓயாது

பேசுவார்கள். அவர்கள் நிறைவுடன் திருநீற்றைப் பூசுகிறார்கள். உன்னிடம் வைத்த பேரன்பால் அவர்கள் இருவினை (பிறப்பு, இறப்பு) கடந்தனர். நீயும் அவர்களைச் சுயாதீனப்படுத்திக் கொண்டாய். ஆசையென்னும் வெள்ளத்தில் அடித்துச் செல்லப்படவிருந்த என்னையும் நீ ஆட்கொண்ட அதிசயத்தை என்னென்பது!

வண்ணம்தான் சேயது அன்று வெளிதே அன்று
அநேகன்ஏகன் அணுஅணுவில் இறந்தாய் என்றங்கு
எண்ணம்தான் தடுமாறி இமையோர் கூட்டம்
எய்துமாறு அறியாத எந்தாய் உன்தன்
வண்ணம்தான் அதுகாட்டி வடிவு காட்டி
மலர்க்கழல்கள் அவைகாட்டி வழி அற்றேனைத்
திண்ணம்தான் பிறவாமல் காத்து ஆட்கொண்டாய்
எம்பெருமான் என்சொல்லிச் சிந்திக் கேனே.

இறைவா! உனது மேனிவண்ணம் சிவப்பா, வெளுப்பா நீ ஏகனா அநேகனா, அணுவாய் இருப்பவனா அல்லது பரமாணுவா? என்று தீர்மானிக்க முடியாமல் தேவர்கள் சிந்தை தடுமாறினர். உன்னை அடையும் வழியை அறியாதிருந்த எனக்கு அதைக் காட்டியருளி, இயல்பில் உன் சொரூபம் அனைத்துக்கும் அப்பாற்பட்டது என்பதையும் அனுபவத்தில் விளக்கினாய். என் ஐயங்கள் நீங்கிற்று. உன்னைப் போற்றுமுகத்தான் எப்படிச் சிந்திப்பேன். அதை எந்த வார்த்தையில் எடுத்துரைப்பேன்?

சிந்தனை நின்தனக்கு ஆக்கி நாயினேன்தன்
கண்இணை நின்திருப்பாதப் போதுக்கு ஆக்கி
வந்தனையும் அம்மலர்க்கே ஆக்கி வாக்குஉன்
மணிவார்த்தைக்கு ஆக்கிஐம் புலன்கள் ஆர
வந்தனை ஆட்கொண்டு உள்ளே புகுந்தவிச்சை
மால்அமுதப் பெரும்கடலே மலையே உன்னைத்
தந்தனை செந்தாமரைக் காடுஅனைய மேனித்
தனிச்சுடரே இரண்டுமால்இத் தனியனேற்கே.

யாவரும் விரும்புகின்ற அமிர்தப் பெருங்கடலே, அருள் மலையே, தாமரைப் பூவனம் போன்ற சிவந்த திருமேனியே. சுயமாய் விளைந்த சோதியே! இந்த அற்பனின் கண்களை உன் திருவடிகளில் பதியச் செய்தாய். இவனது வார்த்தைகள் உனது மகிமையைப் பேசுவதாக்கினாய். ஐம்பொறியறிவுகளும் உன்னை அனுபவிக்கும்படி எழுந்தருளினாய். கரணங்களை ஒடுக்குதல், கரணங்களை வழிபாட்டுக்குப் பயன்படுத்துதல் ஆகிய இரு நெறிகளையும் அறியாத என்னை ஆட்கொண்டாய்?

விளக்கம்: இறைவன் மனம், மொழி, மெய் ஆகிய கரணங்களைத் தன்வயப்படுத்தி, தன்னை அவற்றில் விளங்கச் செய்கிறான் என்பது கூறப்பட்டது. முக்கரணங்களும் தெளிவுற்றிருந்தால் ஆன்ம ஒளியைக் காணலாம்.

தனியனேன் பெரும்பிறவிப் பௌவத்து எவ்வத்
தடம்திரையால் எற்றுண்டு பற்று ஒன்றுஇன்றிக்
கனியைநேர் துவர்வாயார் என்னும் காலால்
கலக்குண்டு காமவான் கறவின் வாய்ப்பட்டு
இனிஎன்னே உய்யுமாறு என்றுஎன்று எண்ணி
அஞ்செழுத்தின் புணைபிடித்துக் கிடக்கின்றேனை
முனைவனே முதல்அந்தம் இல்லா மல்லல்
கரைகாட்டி ஆட்கொண்டாய் மூர்க்க னேற்கே.

நான் பிறவியாகிய பெருங்கடலில் தனியனாய்க் கிடந்து தத்தளிக்கின்றேன். துன்பம் என்கிற பேரலைகளால் அலைக்கழிக்கப் படுகிறேன். செங்கனிவாய் மங்கையர் தம் மயக்கத்தில் என் மனம் கலக்கமடைகிறது. ஆசையென்னும் சுறாமீன் என்னை விழுங்கப் பார்க்கிறது. எப்படிக் கரைசேருவது என்று பலவாறு எண்ணுகிறேன். இந்த நெருக்கடியில் திருவைந்தெழுத்து (நமசிவாய) என்னும் மரக்கலம் உனது அருளால் கிடைக்கிறது. நீ நற்கதி என்னும் கரையில் என்னைப் பாதுகாப்பாகக் கொண்டு சேர்க்கிறாய்.

கேட்டாரும் அறியாதான் கேடுஒன்று இல்லான்
கிளைஇலான் கேளாதே எல்லாம் கேட்டான்
நாட்டார்கள் விழித்திருப்ப ஞாலத்து உள்ளே
நாயினுக்கு தவிசு இட்டு நாயினேற்கே
காட்டாதன எல்லாம் காட்டிப் பின்னுங்
கேளாதன எல்லாம் கேட்பித்து என்னை
மீட்டேயும் பிறவாமல் காத்து ஆட்கொண்டான்
எம்பெருமான் செய்திட்ட விச்சை தானே.

இறைவனைப் பற்றி யாரும் செவிப்புலன் கொண்டு கேட்டறிய முடியாது. அவன் குறைகளோ மாறுபாடுகளோ இல்லாதவன். பூரணன். செவிப் புலனின்றியே அவன் கேட்கிறான். உலகியல் வாழ்வில் சிந்தை வைத்துக் கிடப்பவர் மத்தியில் எனக்கு ஆசன மளித்து, மேலான அனுபவத்தை ஊட்டியருளினான். கரணங்கள் துணையில்லாமலே சிவானுபவத்தை நான் பெறலானேன். (அவனரு ளால் நான் காணாதவற்றைக் கண்டேன், கேளாதவற்றைக் கேட்டேன்). மீண்டும் பிறவாதபடி என்னை அவன் தடுத்து ஆட்கொண்டான்.

**விச்சைதான் இதுஒப்பது உண்டோ கேட்கின்
மிகுகாதல் அடியார்தம் அடியன் ஆக்கி
அச்சம்தீர்த்து ஆட்கொண்டான் அமுதம் ஊறி
அகம்நெகவே புகுந்துஆண்டான் அன்பு கூர
அச்சன்ஆண் பெண்அலி ஆகாசம் ஆகி
ஆர்அழலாய் அந்தமாய் அப்பால் நின்ற
செச்சைமா மலர்புரையும் மேனி எங்கள்
சிவபெருமான் எம்பெருமான் தேவர் கோவே.**

எமது தந்தையாய், ஆணாய், பெண்ணாய், அலியாய், ஆகாய தத்துவங்களாக இருப்பவன் சிவன். அவற்றுக்கு அப்பாலும் இருப்பான் அவன். அழகிய வெட்சிப் பூ போன்று சிவந்த மேனியையுடைய பெருமான் அன்பே வடிவெடுத்தத் தம் அடியார் கூட்டத்தில் என்னையும் சேர்த்துக் கொண்டான். அவர்களோடு சேர்ந்திருப்பதால் உலகப்பற்று வந்துவிடுமோ என்கிற அச்சம் எனக்கில்லை. அமிர்தமாய் வடிவெடுத்து என் நெஞ்சில் இடம்பிடித்தான். வியத்தற்குரியது அவனுடைய வித்தைகள்.

**தேவர்கோ அறியாத தேவ தேவன்
செழும்பொழில்கள் பயந்துகாத்து அழிக்கும் மற்றை
மூவர்கோனாய் நின்ற முதல்வன் மூர்த்தி
மூதாதை மாதுஆளும் பாகத்து எந்தை
யாவர்கோன் என்னையும்வந்து ஆண்டு கொண்டான்
யாம்ஆர்க்கும் குடிஅல்லோம் யாதும் அஞ்சோம்
மேவினோம் அவன்அடியார் அடியா ரோடும்
மேன்மேலுங் குடைந்துஆடி ஆடு வோமே.**

தேவர்களின் தலைவனாகிய இந்திரனும் மகாதேவனை அறியமாட்டான். அயன், அரி, அரன் என்னும் மூவர்க்கும் முதல்வன் சிவபெருமான்.

அனைத்துக்கும் அவன்தான் மூலாதாரம், அனைவர்க்கும் அவனே பற்றுக்கோடு. உமையொரு பாகனான என் ஐயன் வலியவே என்னை வந்து ஆட்கொண்டான். அவனன்றி வேறு எவர்க்கும் நாங்கள் அடிமையில்லை. எது குறித்தும் எங்களுக்கு அச்சமில்லை. அவனது அடியார்கள் எல்லாரும் ஆனந்தக் கடலில் ஆடிக் களிப்போம்.

4. ஆத்தும சுத்தி

(மனத்தூய்மை குறித்தது)

ஆடு கின்றிலை கூத்துஉடையான்கழற்கு அன்பிலை என்புஉருகிப்
பாடு கின்றிலை பதைப்பதும் செய்கிலை பணிகிலை பாதமலர்
சூடு கின்றிலை சூட்டுகின்றதும் இலை துணைஇலி பிணநெஞ்சே
தேடு கின்றிலை தெருவுதோறு அலறிலை செய்வதுஒன்று அறியேனே.

செயலற்ற சடலம் போல் உணர்வற்றுக் கிடக்கிற நெஞ்சே! உனக்குத் தில்லைக் கூத்தன் திருவடிமீது ஒரு சிறிதும் அன்பில்லை. அன்பில்லாத காரணத்தால் நீ உவகைகொண்டு ஆடுவதுமில்லை, என்புருகப் (எலும்புருக) பாடுவதுமில்லை. உணர்ச்சி மேலீட்டில் பதைபதைப்பு அடைவதுமில்லை. இறைவனைப் பணிவதில்லை, அவனது தாமரைத் திருப்பாதங்களைச் சிரமீது தரிப்பதில்லை. அவற்றை மலர்தூவி அலங்கரிப்பதுமில்லை. நீ இறைநாட்டம் கொண்டிருக்கவில்லை. அப்படியிருக்க வீதிகளில் போய் எப்படி நாமசங்கீர்த்தனம் செய்வாய்? உன்னை வைத்துக் கொண்டு நான் எவ்வாறு ஈடேறுவேன்.

அறிவு இலாத எனைப்புகுந்து ஆண்டு கொண்டு அறிவதை அருளிமேல்
நெறிஎலாம் புலம் ஆக்கிய எந்தையைப் பந்தனை அறுப்பானைப்
பிறிவு இலாத இன்அருள்கள் பெற்றிருந்தும் மாறாடுதி பிணநெஞ்சே
கிறிஎலாம் மிகக் கீழ்ப்படுத்தாய் கெடுத்தாய் என்னைக் கெடுமாறே.

மனமே! நான் அறியத்தக்கவைகளை அறியாதிருந்தேன். என் தந்தையாகிய சிவபெருமான், உள்ளில் எழுந்தருளி மெய்யான ஞானத்தை எனக்கு வழங்கினார். மேலான வீட்டு நெறியைத் தெளிவாக்கினார், பாசத் தளையை அகற்றினார். அப்பெருமானை விட்டுப்பிரியாத இனிய விபூதிகள் பல உண்டு. இவை உனக்குச் சொந்தமாக இருந்தும் அற்ப மனமே நீ தடுமாற்றம் அடைவது உன் கீழ்மையாலன்றோ. உன்னிடம் பொய்யொழுக்கம் மிகவாயிற்று. கெடுவதற்கான உபாயங்களால் என்னைக் கெடுத்து இழிவு செய்கிறாய்?

விளக்கம்: விழிப்புடன் இருந்து, சிவன்பால் மனதைச் செலுத்தி அதைத் தூய்மை செய்து கொள்ள வேண்டும்.

மாறி நின்று எனைக்கெடக் கிடந்தனையை எம்மதிஇலி மடநெஞ்சே
தேறு கின்றிலம் இனிஉனைச் சிக்கெனச் சிவனவன் திரள்தோள்மேல்
நீறு நின்றது கண்டனை ஆயினும் நெக்கிலை இக்காயம்
கீறு கின்றிலை கெடுவதுஉன் பரிசுஇது கேட்கவுங் கில்லேனே.

அறிவில்லாத பேதை மனமே! நீ என்னுள் இருந்து கொண்டே என்னைக் கெடுக்கிறாய். உன்னை நான் எப்படி நம்புவது? திருநீறணிந்த சிவனார் தோள் கண்டும் நீ கனிவடைந்து உருகவில்லை. உடற்பற்று நீங்கவில்லை. அழிவை நோக்கிச் செல்வது உன் போக்கு. இதனை ஒருபோதும் நான் சகிக்க மாட்டேன்.

கிற்றவா மனமே கெடுவாய் உடையான் அடி நாயேனை
விற்று எலாம்மிக ஆள்வதற்கு உரியவன் விரைமலர்த் திருப்பாதம்
முற்றிலா இளந்தளிர் பிரிந்திருந்து நீ உண்டன எல்லாமுன்
அற்றவா றும் நின் அறிவும் நின்பெருமையும் அளவறுக் கில்லேனே.

ஏ மனமே! உலகியல் சார்ந்த சுகபோகங்களை அனுபவிப்ப திலேயே நீ நாட்டம் கொண்டிருக்கிறாய். அதனால் நீ கெட்டொழிவாய். நான் இறைவனது திருவடிக்கே ஆளானவன். என்னை அவன் யாது செய்யினும் எனக்கதில் உடன்பாடே. சிற்றறிவுடைய மனமே, நீ அந்த இறைவனைப் புறக்கணித்துவிட்டு, சிற்றின்பத்தில் திளைக்கிறாய். உனது இழிவான போக்கால் உன் பெருமைகளை நீ இழந்து நிற்கிறாய்.

அளவு அறுப்பதற்கு அரியவன் இமையவர்க்கு அடியவர்க்கு எளியான்நம்
களவு அறுத்துநின்று ஆண்டமை கருத்தினுள் கசிந்து உணர்ந்திருந்தேயும்
உளகு அறுத்து உனைநினைந்து உளம் பெருங்களன் செய்ததும் இலைநெஞ்சே
பளகு அறுத்து உடையான் கழல் பணிந்திலை பரகதி புகுவானே.

மனமே! 'இவர் இத்தன்மையர்' என்று ஈசனைத் தேவர்களாலும் அளவிட்டறிய முடியவில்லை. ஆனால் இறைவன் தனது அன்பர் களுக்கு எளியவன். அவன் நமது வஞ்சனையை அகற்றி நம்மை ஆட்கொள்ள உறுதிகொண்டான். அவனது பரிவு அத்தகையது. அந்த அன்பிரக்கத்தை எண்ணி நீ கசிந்துருகியிருக்க வேண்டும். உனக்கு நற்கதியில் நாட்டமிருப்பின் நீ புலனிச்சைகளை விலக்கியிருக்க வேண்டும். உனக்குள் இறைவன் உவப்புடன் வந்தமர ஒரு இல்லம் அமைத்திடு. மாசுகளை நீக்கிக் கொண்டு இறைவனின் திருவடி பணிவாய்.

விளக்கம்: காமம், குரோதம், உலோபம், மோகம், மதம், மாற்சரியம் இவை மனதின் மாசுகள்.

புகுவது ஆவதும் போதரவு இல்லதும் பொன்னகர் புகப்போதற்கு
உகுவது ஆவதும் எந்தை எம்பிரான்என்னை ஆண்டவன் கழற்குஅன்பு
நெகுவது ஆவதும் நித்தலும் அமுதொடு தேனொடு பால்கட்டி
மிகுவது ஆவதும் இன்றுஎனின் மற்றுஇதற்கு என்செய்கேன் வினையேனே.

சிவனுடன் ஐக்கியமாகும் பெருநிலை அன்பர்களால் அடையப் பெறுகிறது. பின்பு ஒருபோதும் அதைவிட்டு அவர்கள் விலகுவதில்லை. அந்த உன்னத நிலையை அடைவதற்கு

உலகப்பற்றுகளை விடவேண்டும். என் தந்தையும், என் தலைவனும், என்னை ஆட்கொள்பவனும் ஆகிய இறைவன் திருவடியில் மனம் அன்பாய் உருக வேண்டும். இன்னமுது, தேன், பால், கற்கண்டு இவற்றின் ஒருமித்த சுவையும் ஈடாகாது சிவானந்த போகத்திற்கு. அத்தகைய அருட் பேறுகள் எனக்கு அமையவில்லை என்றால் அது என் வினையின் விளைவேயாம்.

வினைஎன் போல்உடையார் பிறராருடையான் அடி நாயேனைத்
தினையின் பாகமும் பிரிவது திருக்குறிப் பன்றுமற்று அதனாலே
முனைவன் பாதநன் மலர்பிரிந்திருந்துநான் முட்டிலேன் தலைகீறேன்
இனையன் பாவனை இரும்பு கல்மனஞ்செவி இன்னதென்று அறியேனே.

என்னைப்போல் தீவினைக்கு ஆளானவர் வேறு எவருமில்லை. ஆயினும், அதைக் காரணம் காட்டி இறைவன் என்னை விலக்கி வைத்து விடவில்லை. என் வினையின் விளைவாக நானே அவனிடம் இருந்து விலகி நின்றேன். அதற்காக நான் எங்கும் எதிலும் முட்டி மோதிக் கொள்ளவில்லை. என் மனம் சிறிதும் உணர்ச்சியற்றது. அதை, இரும்பு என்றாலும் கல் என்றாலும் தகும். என் செவிகள் எத்தன்மை உடையதென்று எனக்குத் தெரியாது.

ஏனை யாவரும் எய்திடல் உற்றுமற்று இன்னது என்று அறியாத
தேனை ஆன்நெயைக் கரும்பின் இன்தேறலைச் சிவனைஎன் சிவலோகக்
கோனை மான்அன நோக்கிதன் கூறனைக் குறுகிலேன் நெடுங்காலம்
ஊனை யான்இருந்து ஓம்புகின்றேன் கெடுவேன்உயிர் ஓயாதே.

'சிவனது சொரூபம் (அழகு, வடிவு, மேன்மை) இத்தகையது' என்று அவனது பக்தர்களுக்கின்றி மற்றையோர்க்கு தெரியாது. அவனிடம் ஈடுபட்டவர்கள் தேன், பசுநெய், கருப்பஞ்சாறு போல் இன்சுவைமிக்க சிவானந்தத்தை அனுபவிக்கிறார்கள். சிவலோகத்துக்கு அதிபதியான சிவபெருமான் நன்மைகளை உண்டுபண்ணுகிறவன். மாதொரு பாகனை நான் பக்தியுடன் அணுகவில்லை. மாறாக, உடலை ஓம்புவதிலேயே கண்ணும் கருத்துமாய் இருக்கிறேன். இப்படி என்னை மேம்படுத்திக் கொள்ளாமல் வாழ்வதை விடவும் மாய்வது நன்று.

ஓய்வு இலாதன உவமனில் இறந்தன ஒண்மலர்த் தாள்தந்து
நாயில் ஆகிய குலத்தினும் கடைப்படும் என்னை நன்னெறி காட்டித்
தாயில் ஆகிய இன்அருள் புரிந்தஎன் தலைவனை நனிகாணேன்
தீயில் வீழ்கிலேன் திண்வரை உருள்கிலேன் செழுங்கடல் புகுவேனே.

இறைவனின் திருவடிகள் நிலைபேறுடையது. ஒப்புவமை இல்லாதது. அந்த ஞானவொளி வீசும் தனது தாமரைப் பாதங்களை எனக்கவன் வழங்கியருளினான். கடையேனாகிய எனக்கு முத்தி நெறியைக் காட்டித் தந்தான். அவனது ஆளுகையில் தாயுள்ளத்தை

நான் காண்கிறேன். அவனை நேர்படக் காண இயலவில்லை என்பதற்காக நான் அனலில் விழுந்தோ, மலையில் இருந்து உருண்டோ ஆழ்கடலில் மூழ்கியோ நான், உயிரை மாய்த்துக் கொள்ளாது இருக்கின்றேனே.

வேனில் வேள்கணை கிழித்திட மதிசுடும் அதுதனை நினையாதே
மான் நிலாவிய நோக்கியர் படிறுஇடை மத்துஇடு தயிராகித்
தேன் நிலாவிய திருவருள் புரிந்தஎன் சிவன்நகர் புகப்போகேன்
ஊனில் ஆவியை ஓம்புதற் பொருட்டினும் உண்டுஉடுத்து இருந்தேனே.

நினைத்தாலே இனிக்கும் சிவபுரத்தை நான் நாடிச் செல்ல வில்லை. அறுசுவை உணவுண்டு, அழகிய ஆடை தரித்து சரீர சுகங்களில் களித்திருக்கின்றேன். வசந்த காலத்து மன்மதனின் கணைகளில் தாக்குண்டு, காமாக்கினியில் நான் தகிப்புற்றேன். மான்விழி மாதரார் வஞ்சகமான ஒழுக்கத்தில், மத்தில் அலைப்புண்ட தயிராய் என் அறிவு கலங்கியது.

5. கைம்மாறு கொடுத்தல்

இருகை யானையை ஒத்திருந்து என்உளக்
கருவை யான்கண்டிலேன் கண்டது எவ்வமே
வருக என்று பணித்தனை வான் உளோர்க்கு
ஒருவனே கிற்றிலேன் கிற்பன் உண்ணவே.

(கரு–மூலப் பொருள். எவ்வம் – துன்பம். கிற்றிலேன் – சிவபோகத்தை அனுபவிக்கும் ஆற்றல் இல்லாதவனானேன். உண்ணவே கிற்பன் – இந்திரிய சுகங்களை அனுபவிக்க வல்லவன்.)

யானையைப் போல் கம்பீரமான தோற்றம் மட்டுமே ஞானத்துக் கான தகுதியாகிவிடாது. என் அறிவுக்கு அறிவான மூலப் பொருளை நான் கண்டுணரவில்லை. சிற்றின்பத்தில் அழுந்திக் கிடக்கிறவன் எப்படிப் பேரின்பத்துக்குத் தகுதியாயிருக்க முடியும்? இந்திரிய சுகத்தின் விளைவாகத் துன்பத்தை அனுபவிக்கிறவன் இறைவன் வழங்கும் பேரானந்தத்தை அனுபவிக்கக் கூடுமோ?

உண்டுஓர் ஒண்பொருள் என்று உணர்வார்க்கு எலாம்
பெண்டிர் ஆண்அலி என்றுஅறி ஒண்கிலை
தொண்டனேற்கு உள்ளவா வந்து தோன்றினாய்
கண்டும் கண்டிலேன் என்னகண் மாயமே.

பரம்பொருள் ஒன்று உண்டு என்று ஒருவாறு உன்னை ஊகித்தவர்களும், நீ பெண்ணோ, ஆணோ, அலியோ என்று உறுதியாய் அறியக் கூடாமல் இருக்கின்றனர். ஆனால் உன் அடிய

வனான எனக்கு உன்னை உள்ளவாறு நீ காட்டியருளினாய். ஆயினும் இறைக் காட்சி எனக்கேனோ இறையனுபவமாய் அமையவில்லை. உன்னைக் கண்ட உணர்வின்றியே நான் இருக்கிறேன்.

மேலை வானவரும் அறியாதது ஓர்
கோலமே எனை ஆட்கொண்ட கூத்தனே
ஞாலமே விசும்பே இவை வந்துபோம்
காலமே உனை என்றுகொல் காண்பதே.

மேலோராகிய வானுலக தேவர்களும் உன்னைக் காணஇயலாது இருக்க, நடராஜப் பெருமானே, என்னை நீ ஆட்கொண்டாய். மண்ணும் விண்ணும் தோன்றி ஒடுங்குதற்குரிய காலதத்துவமாய் இருப்பவனே, உன்னை நான் எப்போது காண்பேன்?

காணலாம் பரமேகட்கு இறந்தது ஓர்
வாண்நிலாப் பொருளே இங்குஓர் பார்ப்புஎனப்
பாணனேன் படிற்றுஆக்கையை விட்டுஉனைப்
பூணுமாறு அறியேன் புலன் போற்றியே.

கட்கு இறந்தது – ஊனக் கண்ணுக்கு எட்டாதது.

பாணனேன் – பாழ்பட்ட நான்

அருட்சோதியான இறைவனே! உன்னைக் காண்பதற்கு ஊனக்கண்கள் உதவாது, ஞானக் கண் வேண்டும். கூட்டை விட்டுப் பறக்க இயலாத பறவைக் குஞ்சுபோல் நிலையற்ற இந்தச் சரீரத்தை விட்டு நீங்கி, உன்னோடு பொருந்திக் கொள்ளும் வகையை அறியாதிருக்கிறேன். புலன்களின் மீது எனக்கிருக்கும் பற்றுதலே என்னைப் பாழ்படுத்துகிறது.

போற்றி என்றும் புரண்டும் புகழ்ந்தும்நின்று
ஆற்றல் மிக்க அன்பால் அழைக் கின்றிலேன்
ஏற்று வந்துஎதிர் தாமரைத் தாள்உறும்
கூற்றம் அன்னதுஓர் கொள்கைஎன் கொள்கையே.

இறைவா உன்னை வேத மொழிகளால் துதித்தும், உடம்பால் உருள்வலம் வந்தும், பலவாறு புகழ்ந்தும் உன்னை அழைக்கின்றே னில்லை. நான் பக்தி நெறியில் நிலைப்படவில்லை. அதற்கான (மன) வலிமையும் என்னிடம் இல்லை. உன் பக்தனைப் பற்றிக்கொண்டு போக வந்த கூற்றுவன் உனது திருவடி பணிந்தான். என்னுடைய அறிவும், குணமும், செய்கையும் அத்தகையதே.

விளக்கம்: சிறந்த சிவபக்தனான பதினாறு வயது மார்க்கண்டேயனின் விதி முடிந்ததென்று அவனைக் கொண்டு போக எமன் வந்தான். இறைவனிடம் அடைக்கலமான பாலன்மீது

எமன் பாசக்கயிறை வீச, அது இறைவன் மீதும் பட்டது. இறைவன் சினத்துடன் எமனை உதைத்தான். மார்க்கண்டேயன் இறைவனை வழிபட்டு அருள் பெற்றான், எமனோ எதிர்த்து வந்தும் இறைவனின் திருவடி பட்டமையால் அருள் பெற்றான்.

கொள்ளும் கில்எனை அன்பரின் கூய்ப்பணி
கள்ளும் வண்டும் அறாமலர்க் கொன்றையான்
நள்ளும் கீழுளும் மேலுளும் யாவுளும்
எள்ளும் எண்ணெயும் போல்நின்ற எந்தையே.

தேனும், அதை நுகரும் வண்டும் நீங்காத கொன்றைமலர் மாலையைச் சூடியிருக்கும் சிவன் அனைத்திலும் நடுவாய், கீழாய், மேலாய் வியாபித்துள்ளான். எள்ளினுள் எங்கும் பரவியிருக்கும் எண்ணெய் போல் அவன் எல்லாவற்றிலும் கலந்திருக்கிறான். தனது அன்பர்களைத் தானே அழைத்து ஆட்கொள்வது போன்று, என்னையும் அவன் அழைத்து ஆட்கொள்ளக் கூடும்.

எந்தையாய் எம்பிரான் மற்றும் யாவர்க்குந்
தந்தை தாய் தம்பிரான்தனக்கு அஃதிலான்
முந்தி என்னுள் புகுந்தனன் யாவரும்
சிந்தை யாலும் அறிவுஅருஞ் செல்வனே.

எனக்குத் தந்தையும், தாயும், தலைவனுமாய் விளங்கி நிற்கும் இறைவன், உலக உயிர்கள் அனைத்துக்கும் அவ்வாறே ஆவான். அந்த ஞானச் செல்வனை தங்கள் வாக்காலோ மனத்தாலோ எவரும் அறிதற்கில்லை. அவனை நான் அறிய முற்படும் முன்பே அவன் எனது உள்ளத்தில் குடிகொண்டுள்ளான்.

செல்வம் நல்குரவு இன்றி விண்ணோர்புழுப்
புல்வரம்பு இன்றி யார்க்கும் அரும்பொருள்
எல்லை இல்கழல் கண்டும் பிரிந்தனன்
கல்வகை மனத்தேன் பட்ட கட்டமே.

செல்வம் வறுமை என்கிற நிலை வேறுபாடுகளின்றி தேவர், புழு, புல் என்கிற பிறப்பின் பாற்பட்ட வரையறை ஏதுமில்லாமல் சிவதத்துவம் எங்கும், எதிலும் நிறைந்து இருக்கிறது. சிவனது எல்லையற்ற சொரூபத்தைக் கண்டபின்பும், அந்த உன்னத நிலையில் இருந்து நழுவிப் போனவன் நான். என்னிடம் போதிய மனப்பக்குவம் இல்லாததே அதற்குக் காரணம்.

கட்டு அறுத்து எனைஆண்டு கண்ணார நீறு
இட்ட அன்பரொடு யாவரும் காணவே

பட்டி மண்டபம் ஏற்றினை ஏற்றினை
எட்டி னோடு இரண்டும் அறியேனையே.

தத்துவங்கள் ஏதும் அறிந்திராத என்னைப் பாசத்தளைகள் அகற்றி உன்னுடையவனாக்கிக் கொண்டாய். திருநீறணிந்த உன் மெய்யன்பர் கூட்டத்தில் இருக்க நான் தகுதியானவன் என்று அவர்களோடு என்னையும் சேர்த்துக் கொண்டாய்.

விளக்கம்: இங்கே சடப் பொருள்களான நிலம், நீர், நெருப்பு, ஆகாயம், வாயு இவற்றுடன் மனம் புத்தி அகங்காரம் என இவை எட்டும் ஈசனுடைய சொரூபங்களாய் அறியப்படுகிறது. அவையே அஷ்டமூர்த்தி தத்துவங்கள்.

சக்தி, சிவம் இரண்டு தத்துவங்களின் கூட்டுறவைக் குறிப்பது அர்த்த நாரீஸ்வர தத்துவம். உடல் அம்பிகை சொரூபம், உயிர் சிவ சொரூபம். இவற்றின் இணைவில் நடைபெறுகிறது வாழ்க்கை. இதனையே 'எட்டினோடு இரண்டும்...' என்றார் சுவாமிகள்.

அறிவனே அமுதே அடி நாயினேன்
அறிவனாகக் கொண்டோ எனை ஆண்டது
அறிவிலாமை அன்றே கண்டது ஆண்டநாள்
அறிவனோ அல்லனோ அருள் ஈசனே.

'பேரறிவு உனது தோற்றம். அமிர்தம் உனது சொரூபம். என்னை நீ ஆட்கொண்டதால் நான் ஞானியாகக் கூடும். அதற்கு முன் நான் அறிவிலியாக இருந்தேன் என்பது வெளிப்படை. இன்று நான் ஞானியோ அறிவிலியோ (மூடன்) எனக்குத் தெரியாது. என் நிலை இன்னதென்று அருள்கூர்ந்து நீதான் தெளிவுபடுத்த வேண்டும்.

6. அநுபோக சுத்தி

ஈசனே என் எம்மானே எந்தை பெருமான் என்பிறவி
நாசனே நான் யாதும்ஒன்று அல்லாப் பொல்லா நாயான
நீசனேனை ஆண்டாய்க்கு நினைக்க மாட்டேன் கண்டாயே
தேசனே அம்பலவனே செய்வது ஒன்றும் அறியேனே.

எப்பொருட்கும் இறைவனானவனே! எம் தலைவனே! பிறவி வினைதீர்க்கும் என் தந்தையே! திருவம்பலத்தில் ஒளிநடம்புரிவோனே. உடல் சுகமே பெரிதென்று எண்ணியிருந்த என்னை மெய்ஞ்ஞானம் பெறச் செய்தாய். ஒரு பொழுதும் உன்னைச் சிந்தித்திராதவனை ஏற்று நீ பதிஞானத்தை வழங்கினாய். உன்னைவிட்டு விலகத் தெரிந்த எனக்கு, இனி என்ன செய்வதென்று தெரியவில்லை.

செய்வது அறியாச் சிறுநாயேன் செம்பொன் பாதமலர் காணாப்
பொய்யர் பெறும்பேறு அத்தனையும் பெறுதற்கு உரியேன் பொய்இலா
மெய்யர் வெறியார் மலர்ப்பாதம் மேவக் கண்டும் கேட்டிருந்தும்
பொய்யனேன் நான் உண்டு உடுத்துஇங்கு இருப்பது ஆனேன் போரேறே.

    இறைவா, இந்த மனதின் மாயையை நீக்கிக் கொள்ளும் வழிவகையை நான் அறியேன். சிறுமை புரிவதில் நான் நாயினும் கடைப்பட்டவனாக இருக்கிறேன். ஞான சொரூபனாகிய உன்னை வணங்காது, உடலைப் போற்றி, அதில் விளையும் அற்ப சுகத்தை நாடினேன். பொய்யான உடல்பற்றை ஒழித்துவிட்டு மெய்ப் பொருளாகிய உன்னைச் சான்றோர்கள் சேவிக்கிறார்கள். நானோ வயிறார உண்டு உடுத்தி உன்னைப் போற்றாது, உடலைப் போற்றுவதிலேயே கண்ணும் கருத்துமாக இருக்கிறேன். நன்னெறி சாராத என் செயல் இழி செயலாகும்.

போரேறே நின் பொன்நகர்வாய் நீ போந்து அருளி இருள் நீக்கி
வாரேறு இளமென் முலையாளோடு உடன் வந்தருள அருள்பெற்ற
சீரேறு அடியார் நின்பாதம் சேரக் கண்டும் கண்கெட்ட
ஊர்ஏறாய் இங்கு உழல்வேனோ கொடியேன் உயிர்தான் உலவாதே.

    வீரம்மிக்க ஆண் சிங்கமே! எமக்கு அருள் புரிவதற்காகவே உனது தெய்வீக நிலையில் இருந்து உலகப் பொது நிலைக்கு என்றும் மாறா அருளாற்றலோடு நீ இறங்கி வருகிறாய். தவத்தால் பரிபக்குவமடைந்த உன் பக்தர்கள் உன்னை அடைந்து அருள் பெற்றதைக் காண்கிறேன். ஆயினும், நான் கண்பார்வையற்ற ஊர்க்காளை போல் இவ்வுலகில் திரிகின்றேன். இங்கு கீழ்மையில் உழல்வதைவிட நான் உயிரை விட்டிருக்கலாம்.

உலவாக் காலம் தவம்எய்தி உறுப்பும் வெறுத்து இங்கு உனைக்காண்பான்
பலமா முனிவர் நனிவாடப் பாவி யேனைப் பணிகொண்டாய்
மலமாக் குரம்பை இதுமாய்க்க மாட்டேன் மணியே உனைக்காண்பான்
அலவா நிற்கும் அன்புஇலேன் என்கொண்டு எழுகேன் எம்மானே.

    தவத்தின் மிக்கார் பலரும் தங்கள் பொறிபுலன்களை வசப்படுத்திக் கொண்டு, சித்தத்தை உன்னிடத்தில் நிறுத்தி நெடுநாள் தவமிருந்தனர். நீயோ அப்படி எந்த முயற்சியும் செய்யாத என்னை ஆட்கொண்டாய். நான் அழுக்கு சுமந்த இவ்வுடலை இன்னமும் வெறுத்தபாடில்லை. உன்மீது அன்பு கொள்ளவுமில்லை. அருட் சோதியே! உன்னைக் காணும் முனைப்பில்லாத நான் ஈடேறுவது எவ்வாறோ?

மான்நேர் நோக்கி உமையாள் பங்கா வந்து இங்கு ஆட்கொண்ட
தேனே அமுதே கரும்பின் தெளிவே சிவனே தென்தில்லைக்

கோனே உன்தன் திருக்குறிப்புக் கூடுவார்நின் கழல்கூட
ஊன்ஆர் புழுக்கூடு இதுகாத்துஇங்கு இருப்பதானேன் உடையானே.

மானொத்த விழிபடைத்த உமாதேவியை இடப்பாகத்தில் கொண்டவரே! தில்லை நடனத்தரசே! உன் அடியவர்களை ஆட்கொண்டு அவர்களுக்கு அமிர்தமாய் இருக்கிறாய். உன்னை அடைவதே வாழ்வின் பயன் என்று அவர்கள் உன்னை நினைந்துருகி உன்னை அடைந்தனர். ஆனால் நானோ புழுக்கூடாகிய இவ்வுடலைக் காத்து உலக நடைமுறைக்கு உள்ளானேன்.

உடையானே நின்தனை உள்கி உள்ளம் உருகும் பெருங்காதல்
உடையார் உடையாய் நின்பாதம் சேரக் கண்டு இங்கு ஊர்நாயிற்
கடையானேன் நெஞ்சு உருகாதேன் கல்லா மனத்தேன் கசியாதேன்
முடையார் புழுக்கூடு இதுகாத்துஇங்கு இருப்பதாக முடித்தாயே.

இறைவா! உயிர்களனைத்தும் உனது உடைமைப் பொருள்கள் ஆகும். ஆனால் எல்லா உயிர்களும் உள்ளொளி கொண்டிருக்கும் என்று சொல்வதற்கில்லை. உன்னை நினைந்துருகி உன்பால் பேரன்பு கொண்ட அடியார்களிடத்தே உன் திருவருள் பிரகாசிக்கிறது. உன்னை அடைந்ததால் அவர்கள் இன்புறுகின்றனர். நானோ உன்னிடம் அன்பு கொண்டு நெகிழ்ந்துருகவில்லை. காரணம் நான் கண்டுணரும் திறனும் பகுத்தறியும் பண்பும் இல்லாதவன். புலால் நாற்றம் பொருந்திய இவ்வுடலைக் கருதியிருந்து ஊர்நாயினும் கீழ்ப்பட்டவனாய் இங்கே வாழ்கிறேன்.

முடித்த ஆறும் என்றனக்கே தக்கதே முன் அடியாரைப்
பிடித்த ஆறுஞ் சோராமற் சோரனேன் இங்கு ஒருத்தி வாய்
துடித்த ஆறும் துகில்இறையே சோர்ந்த ஆறும் முகம்குறுவேர்
பொடித்த ஆறும் இவைஉணர்ந்து கேடு என்றனக்கே சூழ்ந்தேனே.

உன்னைத் தொழுது வாழ இவ்வுலகில் என்னை நீ தோற்றுவித்தது பொருத்தம். கொஞ்சமும் மனத்தளர்ச்சி கொள்ளாது உன் அடியாரோடு நான் கூடியிருந்ததும் பொருத்தமே. ஆனால், கள்ளனாகிய நான் யோகத்துக்குரிய இவ்வுடம்பை போகத்திற்கு உட்படுத்தியது பொருத்தமற்ற செயலாகும். பெண்ணின் செவ்விதழ்த் துடிப்பும், நழுவிய துகிலும், அவள் முகத்தில் சிறிதே துளிர்த்த வியர்வையும் என் சிந்தையைத் தடுமாறச் செய்ததில், நான் எனக்கே கேடு சூழ்ந்து கொண்டேன்.

தேனைப் பாலைக் கன்னலின் தெளிவை ஒளியைத் தெளிந்தார்தம்
ஊனை உருக்கும் உடையானை உம்ப ரானை வம்பனேன்
நான்நின் அடியேன் நீஎன்னை ஆண்டாய் என்றால் அடியேற்குத்
தானும் சிரித்தே அருளலாம் தன்மையாம்என் தன்மையே.

தெளிந்த மனத்தோர்க்கு தெவிட்டாத பேரின்பத்தை ஊட்டுகிற ஞானப் பிரகாசன் நீ, மேலோனாகிய உன்னிடம் 'நான் உனது அடிமை, நீ எனது எசமான்' என்று நான் சொந்தம் பாராட்டினால், ஒரு புன்சிரிப்பின் மூலம் நீயதை மறுப்பாய். தகுதியற்ற எனது சொல் நகைப்பிற்குரியது.

தன்மை பிறரால் அறியாத தலைவா பொல்லா நாயான
புன்மை யேனை ஆண்டுஐயா புறமே போக விடுவாயோ
என்னை நோக்குவார் யாரே என்நான் செய்கேன் எம்பெருமான்
பொன்னே திகழும் திருமேனி எந்தாய் எங்குப் புகுவேனே.

இறைவா, உனது இயல்பு இன்னதென்று உள்ளபடியே அறிந்தவர் யார்? (நீ தான் உன்னை அறிந்திருக்க முடியும்). அற்பனாகிய என்னையும் உன் அடியவர்களில் ஒருவனாக்கிக் கொண்டாய். இனி என்னைக் கைவிட்டால் எனக்கு வேறு புகலிடம் ஏது? பொன்னாய்ப் பொலியும் மேனியனே, என்னை நீயே காத்தருள்வாய்.

புகுவேன் எனதே நின்பாதம் போற்றும் அடியாருள் நின்று
நகுவேன் பண்டு தோள்நோக்கி நாணம் இல்லா நாயினேன்
நெகும்அன்பு இல்லை நினைக்காண நீஆண்டருள அடியேனும்
தகுவனே என் தன்மையே எந்தாய் அந்தோ தரியேனே.

எந்தையே! உன்னைப் போற்றும் அடியார் கூட்டத்தில் நானும் இருந்தேன். ஆனால் என் வலிமை, பொலிவு கண்டு என்னை நானே வியந்து கொண்டேன்.

உன் திருத்தோள் அழகு, வலிமை கண்டு மகிழவில்லை. என்னை நீ ஆட்கொள்ளவும், நான் உன்னுடைய அடியவனாக இருக்கவும் எனக்குத் தகுதியுண்டோ? என் இயல்பு நான் சகித்துக் கொள்ள முடியாத அளவிற்குக் கீழ்மையுற்றது. ஆயினும் உன் திருவடியை நான் உரிமையோடு அடைவேன்.

7. காருணியத்து இரங்கல்

(இறைவனின் கருணை வேண்டி இரங்குதல்)

தரிக்கிலேன் காய வாழ்க்கை சங்கரா போற்றி வான
விருத்தனே போற்றி எங்கள் விடலையே போற்றி ஒப்பில்
ஒருத்தனே போற்றி உம்பர் தம்பிரான் போற்றி தில்லை
நிருத்தனே போற்றி எங்கள் நின்மலா போற்றி போற்றி.

சங்கரா! ஞான ஆகாயத்தில் (சிதாகாசம்) உறையும் பழை யோனே! இந்த உடலின் உலகியல் வாழ்க்கை போதும், போதும்.

தில்லையம்பலத்தில் திருநடம்புரியும் ஆனந்தக் கூத்தனே, தூயவனே உன்னை வணங்குகிறேன்.

போற்றிஓ நமசி வாய புயங்கனே மயங்கு கின்றேன்
போற்றிஓ நமசி வாய புகலிடம் பிறிது ஒன்றுஇல்லை
போற்றிஓ நமசி வாய புறம்எனைப் போக்கல் கண்டாய்
போற்றிஓ நமசி வாய சயசய போற்றி போற்றி.

'ஓம் நமசிவாய' என்னும் மந்திர சொரூபியே. நீயே எனது புகலிடம். இவ்வுலக வாழ்வில் இருந்து நீதான் என்னை விடுவிக்க வேண்டும். என்னைப் புறக்கணித்து விடாதே. என்னை வெற்றிகரமாய் மீட்டெடுக்க ஆயிரம் முறை வாழ்த்தி வணங்குகிறேன்.

போற்றிஎன் போலும் பொய்யர் தம்மை ஆட்கொள்ளும் வள்ளல்
போற்றிநின் பாதம் போற்றி நாதனே போற்றி போற்றி
போற்றிநின் கருணை வெள்ளப் புதுமதுப் புவனம் நீர் தீக்
காற்று இயமானன் வானம் இருசுடர்க் கடவுளானே.

அஷ்டமூர்த்தியே வணக்கம்! பொய்மை நிறைந்த என் போன் றார்க்கும் அருள்வதால் நீ வள்ளலாகின்றாய். உனது அன்பிரக்கம் இதமளிக்கிறது. தலைவா, உனது திருவடிகளுக்கு வணக்கம்.

விளக்கம்: நிலம், நீர், நெருப்பு, வாயு, ஆகாயம், உயிர், சூரியன் சந்திரன் இவற்றின் கூட்டிணைப்பு அஷ்டமூர்த்தம்.

கடவுளே போற்றி என்னைக் கண்டுகொண்டு அருளு போற்றி
விடவுளே உருக்கி என்னை ஆண்டிட வேண்டும் போற்றி
உடல்இது களைந்திட்டு ஒல்லை உம்பர்தந்து அருளு போற்றி
சடையுளே கங்கை வைத்த சங்கரா போற்றி போற்றி.

நான் தகுதியற்றவன் என்பதை அறிந்து என்னை நீ ஆட்கொள் வாய். என் பற்றுகளில் இருந்தும், நற்குணமற்ற செய்கைகளில் இருந்தும் என்னை விடுவிப்பாய். இவ்வுடலினை நீக்கி மேலுலகமாகிய முத்தியைக் கொடுத்தருள்வாய். கங்காதரா! உன்னை ஆயிரம் முறை நான் வணங்குகிறேன்.

சங்கரா போற்றி மற்றுஓர் சரண்இலேன் போற்றி கோலப்
பொங்கரா அல்குற் செவ்வாய் வெண்நகைக் கரிய வாள்கண்
மங்கைஓர் பங்க போற்றி மால்விடை ஊர்தி போற்றி
இங்குஇவ்வாழ்வு ஆற்றகில்லேன் எம்பிரான் இழித்திட்டேனே.

மாதொரு பாகனே! இடப வாகனனே, சங்கரா! உன்னையன்றி வேறு புகலிடம் எனக்கில்லை. இந்தப் பொய்யான வாழ்க்கையை என்னால் பொறுக்க முடியவில்லை. இதனை நான் இகழ்ந்து, ஒதுக்குகிறேன்.

இழித்தனன் என்னை யானே எம்பிரான் போற்றி போற்றி
பழித்திலேன் உன்னை என்னை ஆளுடைப் பாதம் போற்றி
பிழைத்தவை பொறுக்கை எல்லாம் பெரியவர் கடமை போற்றி
ஒழித்திடு இவ்வாழ்வு போற்றி உம்பர்நாட்டு எம்பிரானே.

என்னை நானே கீழ்மைப்படுத்திக் கொண்டேன். ஆதலால் உன்மீது குறை சொல்ல மாட்டேன். நான் அனுபவிக்கும் துன்பங்கள் விதிவசமானவை. எனது தவறுகளை மேலோனாகிய நீ பொறுத்தருள வேண்டும். நற்கதியளிக்கும் நாயகனே, இவ்வுலக வாழ்வில் இருந்து என்னை விடுவிப்பாயாக. உன்னை நான் இடையறாது வணங்கு கிறேன்.

எம்பிரான் போற்றி வானத்து அவர்அவர் ஏறு போற்றி
கொம்பரார் மருங்குல் மங்கை கூறவெண்ணீற போற்றி
செம்பிரான் போற்றி தில்லைத் திருச்சிற்றம் பலவ போற்றி
உம்பரா போற்றி என்னை ஆளுடை ஒருவ போற்றி.

எப்பொருட்கும் இறைவனானவனே! பல்வேறு படிநிலைகளில் இருக்கும் தேவர்களின் தலைவனே! உமையின் வலப்பாகனே திருநீற்றுச் செல்வனே! சிதாகாச (ஞான ஆகாயம்) வடிவினனே! மேலாகிய முத்தியை வழங்குபவனே! உன்னையன்றி எனக்கு வேறு கதியில்லை. ஒப்பற்றவரே, உன்னை வணங்குகின்றேன்.

ஒருவனே போற்றி ஒப்புஇல் அப்பனே போற்றி வானோர்
குருவனே போற்றி எங்கள் கோமளக் கொழுந்து போற்றி
வருகஎன்று என்னை நின்பால் வாங்கிட வேண்டும் போற்றி
தருகநின் பாதம் போற்றி தமியனேன் தனிமை தீர்த்தே.

பலவாகத் தோன்றிடினும் நீ ஏகன் அல்லவோ. எமது தந்தையே தேவர்களுக்கெல்லாம் முதன்மையானவனே! எங்கள் உள்ளத்தில் என்றும் மாறா இளமைப் பொலிவுடன் நீ இருக்கிறாய். என்னை உன்னுடையவனாக்கி, என் தனிமை நீக்கு. கதியற்ற என்னைக் காத்திடு.

தீர்ந்த அன்பாய அன்பர்க்கு அவரினும் அன்ப போற்றி
பேர்ந்துஎன் பொய்ம்மை ஆட்கொண்டு அருளிடும் பெருமை போற்றி
வார்ந்தநஞ்சு அயின்று வானோர்க்கு அமுதம்ஈவள்ளல் போற்றி
ஆர்ந்தநின் பாதம் நாயேற்கு அருளிட வேண்டும் போற்றி.

உன்மீது அடியவர் வைத்திருக்கும் அன்பை விடவும் அதிக அன்பை அவர்கள் மீது நீ வைத்திருக்கிறாய். எனது பொய்மை நீக்கி, என்னை அடிமையாகக் கொண்டு அருள் செய்யும் பெருந்தன்மை உன்னிடம் உள்ளது. தேவர்களுக்கு அமுதினை அளித்து, நஞ்சினை

நீ ஏற்றாய். கொடையில் சிறந்தவனே! உனது நீக்கமற நிறைந்த சொரூபத்தில் என்னையும் ஏற்றுக் கொள்வாயாக.

போற்றி இப்புவனம் நீர் தீக் காலொடு வானமானாய்
போற்றி எவ்வுயிர்க்கும் தோற்றம் ஆகிநீ தோற்றம் இல்லாய்
போற்றி எல்லா உயிர்க்கும் ஈறாய் ஈறின்மை ஆனாய்
போற்றி ஐம்புலன்கள் நின்னைப் புணர்கிலாப் புணர்க்கை யானே.

இறைவா! படைப்பின் மூலமான பஞ்சபூதங்களை நீ தோற்றுவித்தாய். உயிர்களின் பிறப்புக்குக் காரணமாயினும் நீ பிறத்தல் இல்லாதவன். யுகப் பிரளயத்தின் போது உலகங்கள் உன்னிடமே ஒடுங்குகின்றன. ஆனால், பூரணனான நீ எதிலும் ஒடுங்குவதில்லை. ஐம்பொறிகளும் உன்னை அறியாதிருக்கலாம். ஆனால், அவற்றின் தன்மைகள் உன்னிடம் இருந்தே வருகின்றன. அத்தகைய உன்னதப் பொருளே, உன்னைப் போற்றுகின்றேன்.

8. ஆனந்தத்து அழுந்தல்

புணர்ப்பது ஒக்க எந்தை என்னை ஆண்டு பூண நோக்கினாய்
புணர்ப்பது அன்றுஇது என்றபோது நின்னொடு என்னொடு என்னிதாம்
புணர்ப்பது ஆக அன்று இதுஆக அன்பு நின்கழல்கணே
புணர்ப்பது ஆக அங்கணாள புங்கம் ஆன போகமே.

எந்தையே! அடியேன் உனது அன்பிரக்கம் கண்டு, என்னை உன்னோடு ஐக்கியப்படுத்திக் கொள்வாய் என்றே எண்ணிவிட்டேன். ஆனால், நீயோ அதற்குரிய காலம் இதுவல்ல எனத் திருவுள்ளம் கொண்டாய் போலும். நான் உன்மீது வைத்த பேரன்பால் உடல் வாழ்க்கையைக் கருத்தில் கொள்ளாது சிவானந்த போகத்தில் திளைத்திருப்பேன்.

போகம் வேண்டி வேண்டிலேன் புரந்தராதி இன்பமும்
ஏக நின்கழல் இணையலாது இலேன்என் எம்பிரான்
ஆகம் விண்டு கம்பம் வந்து குஞ்சி அஞ்சலிக் கணே
ஆகஎன் கை கண்கள் தாரை ஆற தாக ஐயனே.

ஏகனே, எம்பிரானே என் ஐயனே! தேவலோகத்து இந்திரன் முதலிய இறையவர் பதவி சுகங்களை நான் விரும்பவில்லை. உன் திருவடிகளே எனக்கு ஆதாரம். என் சரீரம் நெகிழ்ந்து நடுங்கிக் கொண்டிருக்க, சிரமீது கரங்குவித்து உன்னை வணங்குகிறேன். என் கண்களில் உற்பத்தியாகிற நீர் கண்ணீர் ஆறாகப் பெருகியோடுகிறது.

ஐய நின்னது அல்லது இல்லை மற்றுஓர் பற்று வஞ்சனேன்
பொய் கலந்து அல்லது இல்லை பொய்மையேன் என் எம்பிரான்
மை கலந்த கண்ணி பங்க வந்து நின் கழற்கணே
மெய்கலந்த அன்பர் அன்பு எனக்கும் ஆகவேண்டுமே.

எம் தலைவனே! மை விழிக் கண்ணியான உமாதேவியை இடப்பாகத்தில் கொண்டவனே. பொய்யான உடல் வாழ்க்கையில் பற்று வைத்த வஞ்சகன் நான். பொய்யன்றி வேறெதுவும் என்னிடம் இல்லை. அடியார்களின் பேரன்பைப் பெற்ற மெய்ப் பொருளை, அந்தப் பேரன்பை என்னுள்ளும் விளையச் செய்வாய்.

வேண்டும் நின் கழற்கண் அன்பு பொய்ம்மை தீர்த்து மெய்ம்மையே
ஆண்டு கொண்டு நாயினேனை ஆவ என்று அருளு நீ
பூண்டு கொண்டு அடியனேனும் போற்றி போற்றி என்றும் என்றும்
மாண்டு மாண்டு வந்து வந்து மன்ன நின் வணங்கவே.

இறைவா! எனது சீவ போதத்தை (உணர்வை) அகற்றி சிவபோதத்தை உறுதி செய்க. என்மீது கருணை கொண்டு பேரன்பை வழங்கியருள்க. உன்னைப் போற்றும் வாய்ப்புக் கிடைக்குமெனில் மீண்டும் பிறவியெடுப்பேன்.

வணங்கும் நின்னை மண்ணும் விண்ணும் வேதம் நான்கும் ஓலம்இட்டு
உணங்கும் நின்னை எய்தல் உற்று மற்றோர் உண்மை இன்மையின்
வணங்கியாம் விடேங்கள் என்ன வந்து நின்று அருளுதற்கு
இணங்கு கொங்கை மங்கை பங்க என் கொலோ நினைப்பதே.

'உறுபொருள் ஒன்று, அது நீ என்பதால் உலகங்கள் உன்னை அடைய விரும்பி வழிபடும். வேதங்கள் தங்கள் உரை மூலம் உன்னை அடைய முடியாமல் தளர்ச்சி கொள்ளும். பக்தர்களாகிய நாங்கள் விடாமல் உனது திருவடிகளைப் பற்றியிருந்தும், பார்வதி மணாளனே, உன் பார்வை எங்கள் மீது விழாமல் இருப்பதும் தகுமோ?

நினைப்பது ஆக சிந்தை செல்லும் எல்லை ஏய வாக்கினால்
திணைத் தனையும் ஆவது இல்லை சொல்லல் ஆவ கேட்பவே
அனைத்துலகும் ஆய நின்னை ஐம்புலன்கள் காண்கிலா
எனைத்து எனைத்தது எப்புறத்தது எந்தை பாதம் எய்தவே.

ஐயனே எண்ணத்துக்கும், சொல்லுக்கும் எட்டாதவனன்றோ நீ! உன்னை நுகர்வதற்கு ஐம்பொறிகளும் உதவமாட்டா.

எய்தல் ஆவது என்று நின்னை எம்பிரான் இவ்வஞ்சனேற்கு
உய்தல் ஆவது உன்கண் அன்றி மற்றுஓர் உண்மை இன்மையிற்
பைதல் ஆவது என்றுபாதுகாத்து இரங்கு பாவியேற்கு
ஈது அலாது நின்கண் ஒன்றும் வண்ணம் இல்லை ஈசனே.

எம்பெருமானே! உன்னை நான் அடைவது எப்போது? ஊழ்வினைகளில் சிக்கிய நான் ஈடேறுவதற்கு உன்னையன்றி வேறு மார்க்கமில்லை. துன்பத்தில் உழலும் என்னைக் கருணை கூர்ந்து காப்பாற்று. பாவியேனாகிய எனக்கு உன்னை வந்தடைவதைக் காட்டிலும் சிறந்த உபாயம் ஏது?

ஈசனே நீ அல்லது இல்லை இங்கும் அங்கும் என்பதும்
பேசினேன் ஓர் பேதம் இன்மை பேதையேன் என் எம்பிரான்
நீசனேனை ஆண்டுகொண்ட நின்மலா ஓர் நின்னலால்
தேசனே ஓர் தேவர் உண்மை சிந்தியாது சிந்தையே.

ஈசா, உன்னையன்றி உலகங்கள் ஏது, உனக்கு வேறாய் உள்ளதெது? (எதுவும் இல்லை). உன்னிடம் இருந்து என்னை நான் விலக்கிப் பார்த்தால் என்னைவிடவும் இழிவானவன் யார்? உனக்குப் புறம்பாய் ஒன்றும் இருப்பதற்கில்லை. நீ மாசற்றவன். உன்னுடைய பேரொளியே உலகினை ஒளிமயமாக்கியிருக்கிறது. வேறொரு ஒளியும் உண்டோ, எண்ணி நான் வியப்பதற்கு?

சிந்தை செய்கை கேள்வி வாக்குச் சீர்இல் ஐம்புலன்களால்
முந்தை ஆன காலம் நின்னை எய்திடாத மூர்க்கனேன்
வெந்து ஐயா விழுந்திலேன் என் உள்ளம் வெள்கி விண்டிலேன்
எந்தை ஆய நின்னை இன்னம் எய்தல் உற்று இருப்பனே.

உலகியல் சார்ந்த நினைவு, சொல், செயல், அறிவு இவற்றை இறைவழிபாட்டுக்கு நான் பயன்படுத்தியிருக்கலாம். சீரற்றவை ஐம்புலன்கள் என்றாலும் அவற்றைக் கொண்டு எப்போதோ உன்னை அடைந்திருக்கக் கூடும். அப்படிச் செய்யாதது என்னுடைய குற்றமே. உன்னை அடையத் தவறிய பாவியாகிய நான் தீயில் விழுந்து மடியவில்லை. ஆயினும், எம் தந்தையாகிய உன்னை அடையும் விருப்பம் இருப்பதால் இன்னும் வீணில் பேசி காலம் கழிக்கிறேன்.

இருப்பு நெஞ்ச வஞ்சனேனை ஆண்டு கொண்ட நின்னதாள்
கருப்பு மட்டு வாய் மடுத்து எனைக் கலந்து போகவும்
நெருப்பும் உண்டு யானும் உண்டு இருந்தது உண்டது ஆயினும்
விருப்பும் உண்டு நின்கண் என்கண் என்பது என்ன விச்சையே.

இரும்பு போன்ற வலிய நெஞ்சினையுடைய வஞ்சகன் நான். என்னை ஆட்கொண்டருளிய உனது திருவடிகள் கரும்புச்சாறு போல் எனக்கு ஆனந்தமளிப்பதாகும். அதைப் புறக்கணித்துச் சென்ற நான் இன்னமும் நெருப்புக்கு இரையாகாமல் இருப்பது வெட்கக்கேடு. உண்டு களித்து வாழ்வதே வாழ்க்கையாய்க் கொண்ட நான் உன்னிடம் அன்பு வைத்திருப்பதாகச் சொல்வது விந்தைதான்.

9. ஆனந்தப் பரவசம்

விச்சுக் கேடு பொய்க்கு ஆகாது என்று இங்கு எனை வைத்தாய்
இச்சைக்கு ஆனார் எல்லாரும் வந்து உன்தாள் சேர்ந்தார்
அச்சத்தாலே ஆழ்ந்திடுகின்றேன் ஆரூர் எம்
பிச்சைத் தேவா என்நான் செய்கேன் பேசாயே.

     திருவாரூரில் பிட்சாடனராய் எழுந்தருளியிருக்கும் பெருமானே! இந்த உலகம் மாயையில் உழலும்படி என்னை அறியாமையோடு வாழவிட்டிருக்கிறாய். ஆனால், பக்குவப் பட்டவர்கள் எல்லாரும் உன் திருவடியை வந்தடைந்தனர். நானோ பிறவி பற்றிய அச்சத்திலேயே சீரழிந்து கொண்டிருக்கிறேன். நான் ஈடேற வழியொன்றை நீ காட்டியருள வேண்டும்.

பேசப்பட்டேன் நின் அடி யாரில் திருநீறே
பூசப்பட்டேன் பூதலரால் உன் அடியான் என்று
ஏசப்பட்டேன் இனிப்படுகின்றது அமையாதால்
ஆசைப்பட்டேன் ஆட்பட்டேன் உன் அடியேனே.

     நான் உனது அன்பர் கூட்டத்தில் ஒருவனாய் நல்லோர்களால் பாராட்டிப் பேசப்பட்டேன். ஞானகுருவினால் திருநீறு பூசப் பெற்றேன். உலகம் என்னை உனது அடியவன் என்பதற்காக இகழ்ந்தது. போற்றலும், தூற்றலும் போதும் போதும். இந்த உலகியல் எனக்கு ஒவ்வாது. உன்னை அடைந்து, உனக்கே ஆளாக இருக்கவேண்டும்.

அடியேன் அல்லேன் கொல்லோ தான் எனை ஆட் கொண்டிலை கொல்லோ
அடியார் ஆனார் எல்லாரும் வந்து உன்தாள் சேர்ந்தார்
செடிசேர் உடலம் இது நீக்கமாட்டேன் எங்கள் சிவலோகா
கடியேன் உன்னைக் கண்ணாரக் காணுமாறு காணேனே.

     சிவலோக நாதனே! அடியார்கள் அனைவரும் தங்கள் அன்பால் உன் திருவடி அடையப் பெற்றனர். ஆனால், நானோ கடின சித்தம் உடையவனாய் இந்த உடலைப் பிரியாதிருக்கிறேன். உன்னை அடைவதற்கான வழியைப் பின்பற்றவுமில்லை. நான் உன் அடியவன் தானா? உன்னால் ஆட்கொள்ளப்பட்டேனா?

காணுமாறு காணேன் உன்னை அந்நாள் கண்டேனும்
பாணே பேசி என் தன்னைப் படுத்தது என்ன பரஞ்சோதி
ஆணே பெண்ணே ஆர் அமுதே அத்தா செத்தே போயினேன்
ஏண் நாண் இல்லா நாயினேன் என்கொண்டு எழுகேன் எம்மானே.

ஆணாய் பெண்ணாய் அமுதாய் தந்தையாய் மேலான ஒளியாய் (பரஞ்சுடர்) திகழும் பெருமானே! உன்னை அடையும் வழியை நான் அறிந்திருக்கவில்லை. குருந்த மரத்தடியில் குருவாக அமர்ந்த நீ இனிய சொற்களால் என்னை வசப்படுத்தினாய். வீண்பேச்சில் காலம் கழித்து நடைப் பிணம்போல் நான் இருக்கிறேன். எனது கீழ்மை குறித்து நான் வெட்கப்படவில்லை. மேல்நிலை அடைதற்கான ஆற்றலும், என்னிடம் இருக்கவில்லை. நான் எப்படி ஈடேறுவேன்.

மான்நேர் நோக்கி உமையாள் பங்கா மறைஈறு அறியா மறையோனே
தேனேஅமுதே சிந்தைக்கு அரியாய் சிறியேன் பிழை பொறுக்கும்
கோனே சிறிதே கொடுமை பறைந்தேன் சிவமாநகர் குறுகப்
போனார் அடியார் யானும் பொய்யும் புறமே போந்தோமே.

மானின் மருட்சியைக் கண்களில் தேக்கிய உமாதேவியின் வலப்பாகனே! வேதங்களால் விரித்துரைக்க முடியாத மறைபொருளே! மனத்திறனை மட்டும் கொண்டு அறிய முடியாதவனே. சிறியேனுடைய குறைபாட்டைப் பொறுத்திடும் அரசே. உன் அடியார்கள் சிவபுரம் அடைந்தனர். பொய்யான உலகியலில் சிக்கிய நானோ உனக்குப் புறம்பானேன்.

புறமே போந்தோம் பொய்யும் யானும் மெய் அன்பு
பெறவே வல்லேன் அல்லா வண்ணம் பெற்றேன் யான்
அறவே நின்னைச் சேர்ந்த அடியார் மற்று ஒன்று அறியாதார்
சிறவே செய்து வழிவந்து சிவனே நின்தாள் சேர்ந்தாரே.

மாயாசக்தியின் வயப்பட்ட உலகத்தைப் போலவே சீவனாகிய நானும் உனக்கு வேறானோம். உறுதியான பக்தி என்னிடம் இருந்திருக்கவில்லை. உனது அடியார்கள் உன்னையன்றி வேறெதையும் அறியாதவர்கள். தங்கள் பக்குவநிலையால் அவர்கள் உன்னோடு ஐக்கியப்பட்டனர்.

தாராய் உடையாய் அடியேற்கு உன்தாள் இணை அன்பு
போரா உலகம் புக்கார் அடியார் புறமே போந்தேன் யான்
ஊரா மிலைக்கக் குருட்டா மிலைத்து இங்குஉன் தாள்இணை அன்புக்கு
ஆரா அடியேன் அயலே மயல் கொண்டு அழுகேனே.

இறைவா, உன்னை முறையாக நாடிய அன்பர்கள் நற்கதி (முத்தி) பெற்றனர். நானோ அயலானாகி விட்டேன். காளைமாட்டைப் பார்த்து ஊர்ப்பசு கனைக்கிறது. அது கேட்டு குருட்டுப் பசுவும் கனைப்பது போல், உன் அன்புக்காக நான் ஓலமிடுகிறேன்.

அழுகேன் நின்பால் அன்பாம் மனமாய் அழல் சேர்ந்த
மெழுகே அன்னார் மின்னார் பொன்னார் கழல் கண்டு

தொழுதே உன்னைத் தொடர்ந்தாரோடும் தொடராதே
பழுதே பிறந்தேன் என் கொண்டு உன்னைப் பணிகேனே.

அனலில் இட்ட மெழுகென தங்கள் அன்பால் உருகும் உனது அடியவர்கள் உன்னைத் தொழுது பின்பற்றுவர். நானோ அவர்களைப் பின்பற்றாமல் வெற்றாகக் கண்ணீர் விடுகிறேன். உன்னை வணங்குதற்கு உரிய முறை எதுவென்று எனக்குத் தெரியவில்லை.

பணிவார் பிணி தீர்த்துஅருளிப் பழைய அடியார்க்கு உன்
அணியார் பாதம் கொடுத்தி அதுவும் அரிது என்றால்
திணியார் மூங்கில் அனையேன் வினையைப் பொடி ஆக்கித்
தணியார் பாதம் வந்து ஒல்லை தாராய் பொய்தீர் மெய்யானே.

மேலானவனே! பொய்ப் பற்றுகளை ஒழிக்கின்ற மெய்ப் பொருளே! பழைமை மிக்க உனது அடியார்களைப் பிறவிப் பிணி நீக்கி உன்னோடு சேர்த்துக் கொண்டாய். வலிமை மிக்க மூங்கிலைப் போன்ற எனது வல்வினையைச் சாம்பலாக்கி என்னையும் உனக்கு உரியவனாக்கிக் கொள்.

யானே பொய் என்நெஞ்சும் பொய்என் அன்பும் பொய்
ஆனால் வினையேன் அழுதால் உன்னைப் பெறலாமே
தேனே அமுதே கரும்பின் தெளிவே தித்திக்கும்
மானே அருளாய் அடியேன் உனை வந்து உறுமாறே.

தேனாய், அமுதாய், கரும்பின் சாராய் அடியார்களுக்கு இனிக்கின்ற பெரியோனே! நெஞ்செல்லாம் வஞ்சத்தை நிரப்பி யிருக்கும் இழிபிறவி நான். என்னுடைய அன்பு வெறும் பாவனையே. ஆனால், அழுதால் உன்னைப் பெறலாம். (என் மன அழுக்குகள் அதில் கரையும்) என்று நம்புகிறேன். உன்னை உறுதியாக அடையப் பெறுவதற்கான உபாயத்தை எனக்குக் காட்டியருள்க.

10. ஆனந்தாதீதம்

மாறு இலாத மாக்கருணை வெள்ளமே
வந்து முந்திநின் மலர்கொள் தாள்இணை
வேறு இலாப் பதப்பரிசு பெற்றநின்
மெய்ம்மை அன்பர்உன் மெய்ம்மை மேவினார்
ஈறு இலாதநீ எளியை ஆகிவந்து
ஒளிசெய் மானுடம் ஆக நோக்கியும்
கீறு இலாத நெஞ்சுஉடைய நாயினேன்
கடையன் ஆயினேன் பட்ட கீழ்மையே.

மாற்றமில்லாத பேரருள் பெருக்கே! மனமுதிர்ச்சி பெற்ற பெரியோர்கள் உன்னருளால் உன்னோடு இரண்டறக் கலந்தனர். கால வரம்புகளுக்கு உட்படாத நீ என் பொருட்டு குருவடிவில் எழுந் தருளினாய். என்னை உனது அருள் நோக்கால் செம்மைப்படுத்தினாய். அதற்கு முன் உலகியலில் தாழ்ந்து கடைப்பட்டவனாக இருந்த நான் சீவபோதம் கடந்து சிவபோதம் பெற்றது உன்னால் அன்றோ!

மைஇலங்கு நல் கண்ணி பங்கனே
வந்து எனைப் பணிகொண்ட பின்மழக்
கைஇலங்கு பொற் கிண்ணம் என்று அலால்
அரியை என்றுஉனைக் கருது கின்றிலேன்
மெய்இலங்கு வெண் நீற்று மேனியாய்
மெய்ம்மை அன்பர்உன் மெய்ம்மை மேவினார்
பொய்யில்அங்கு எனைப் புகுதவிட்டு நீ
போவதோ சொலாய் பொருத்தம் ஆவதே.

உமையொரு பாகனே! தன் கையிலுள்ள பொற் கிண்ணத்தின் மதிப்பை அறிந்திராத குழந்தை போல் உன் மதிப்பை அறியாதவனாக நான் இருக்கிறேன். நீ பூசியிருக்கும் திருநீறு மெய்ப்பொருள் என்பதன் சின்னம். உண்மையான அன்பர்கள் அழிவில்லாத உனது திருவடியின் இன்பத்தைப் பெற்றனர். பொய்ம்மை மிகுந்தவனாய் என்னைப் புறந்தள்ளி விட்டு நீ ஏதுமறியாதவன்போல் இருக்கலாமா? இது உனக்குப் பொருத்தமான செயல்தானோ?

பொருத்தம் இன்மையேன் பொய்ம்மை உண்மையேன்
போத என்றுஎனைப் புரிந்து நோக்கவும்
வருத்தம் இன்மையேன் வஞ்சம் உண்மையேன்
மாண்டிலேன் மலர்க் கமல பாதனே
அரத்த மேனியாய் அருள்செய் அன்பரும்
நீயும் அங்கு எழுந்தருளி இங்குஎனை
இருத்தினாய் முறையோ என் எம்பிரான்
வம்பனேன் வினைக்கு இறுதி இல்லையே.

செந்தாமரை போன்ற திருவடிகளை உடையவனே! சிவந்த திருமேனியனே! உலகாயதப் பொருள்களில் பற்று வைத்த நான், உன் திருவருளைப் பெறும் தகுதி இல்லாதவன். உலகப் பற்றை அழிக்க முயலாத நான் உன் அருள் நோக்கில் எப்படி அக்கறை கொள்வேன்? அங்கே நீயும், உனது அருள் பெற்ற அன்பர்களும் சாசுவத நிலையில் ஒன்றுபட்டிருக்கிறீர்கள். என்னை மட்டும் இங்கே விட்டு வைத்தது என்ன நியாயமோ. எனது தீவினைக்கு முடிவு இல்லையோ?

இல்லை நின்கழற்கு அன்புஅது என்கணே
ஏலம் ஏலும் நற்குழலி பங்கனே
கல்லை மென்கனி ஆக்கும் விச்சைகொண்டு

என்னை நின்கழற்கு அன்பன் ஆக்கினாய்
எல்லை இல்லை நின்கருணை எம்பிரான்
ஏதுகொண்டு நான் ஏது செய்யினும்
வல்லையே எனக்கு இன்னும் உன்கழல்
காட்டி மீட்கவும் மறுவுஇல் வானனே.

எம்பெருமானே! உன் திருவடிக்குரிய அன்பு என்னிடம் இல்லை. நீ கல்லைக் கனியாக்கும் வித்தையைக் கொண்டு எனக்குள் அன்பு ஊற்றெடுக்கச் செய்தாய். உனது திருவருளுக்கு ஏது எல்லை? நான் கைக்கொண்ட சாதனம் எத்தன்மையது என்று கருதாமல் அதை உனக்கான ஆராதனையாக நீ ஏற்றது உன்னுடைய அருட்திறம். ஆயினும், உன் ஞான ஆகாய வடிவில் (சிதாகாசம்) என்னை இன்னமும் ஐக்கியப்படுத்திக் கொள்ளவில்லையே.

வான நாடரும் அறியொணாதநீ
மறையில் ஈறும்முன் தொடரொணாதநீ
ஏனை நாடரும் தெரியொணாதநீ
என்னை இன்னிதாய் ஆண்டு கொண்டவா
ஊனை நாடகம் ஆடுவித்தவா
உருகி நான்உனைப் பருக வைத்தவா
ஞான நாடகம் ஆடு வித்தவா
நைய வையகத்து உடைய விச்சையே.

விண்ணுலக தேவர்களோ, வேதங்களோ, மண்ணுலக மாந்தர்களோ உன்னைத் தெளிவாக அறிந்திருக்கவில்லை. உன்னை முழுமையாக விளக்குவதும் அவர்களுக்கு இயலாத காரியம். உன்னை நான் அறிய வேண்டும் என்பதற்காகவே என்னை நீ ஆட்கொண்டாய். எனது உள்ளம் உனது சொரூபத்தில் ஈடுபட்டுப் பரவசமடைகிறது. எனது உலக நாட்டத்தை ஒழித்து, என்னுள் ஞான நாட்டத்தை ஓங்கிடச் செய்தாய்.

விச்சுஅது இன்றியே விளைவு செய்குவாய்
விண்ணும் மண்ணகம் முழுதும் யாவையும்
வைச்சு வாங்குவாய் வஞ்சகப் பெரும்
புலையனேனை உன்கோயில் வாயிலிற்
பிச்சன் ஆக்கினாய் பெரிய அன்பருக்கு
உரியன் ஆக்கினாய் தாம் வளர்த்ததோர்
நச்சு மாமரம் ஆயினும் கொலார்
நானும் அங்ஙனே உடைய நாதனே.

நீ உலகங்கள் பலவற்றை வித்தேதுமின்றி விளைத்திட்டாய். ஒன்றை நிலைக்கவும், மறைக்கவும் செய்ய உன்னால் ஆகும். உன் சேவையில் இருக்க வேண்டிய நான், இந்த உலகிற்கு உரியவனாய்

என்னைப் பாவித்துக் கொண்டேன். வஞ்சகனான நான், என் உடல் மீது எனக்கிருந்த பற்று காரணமாக உன்னோடு கலக்க முடியாதவனானேன். என்னைப் பக்குவப்படுத்த வேண்டித்தானோ, உன் திருக்கோயில் வாசலில் என்னைப் பக்தனாய் திரிய விட்டது. எவ்வாறோ உன் அடியனாய் என்னை அமைத்துக் கொண்டாய். தாங்கள் வளர்த்த மரம் பலன் அளிக்கவில்லை என்பதற்காக எவரும் அதை வெட்டி வீழ்த்திவிடுவதில்லை. நான் அவ்விதமானவன். என்னைப் புறக்கணித்துவிடாதே.

உடைய நாதனே போற்றி நின் அலால்
பற்று மற்றுஎனக்கு ஆவது ஒன்றுஇனி
உடையனோ பணி போற்றி உம்பரார்
தம்பரா பரா போற்றி யாரினும்
கடையன் ஆயினேன் போற்றி என்பெருங்
கருணையாளனே போற்றி என்னைநின்
அடியன் ஆக்கினாய் போற்றி ஆதியும்
அந்தம் ஆயினாய் போற்றி அப்பனே.

என்னை ஆளுகின்ற தலைவனே! நான் உன்னுடையவன். ஆதலால் எனக்கு நீயே ஆதாரம். தேவர்களுக்கெல்லாம் மேலானவரே, உன்னை வணங்குகின்றேன். நான் யாவரிலும் இழிந்தவன். என்மீது உனக்கிருந்த கருணையால் அன்றோ என்னை உனது பணியில் வைத்தாய். முதலும் முடிவும் ஆனவனே, உன்னைப் போற்றுகிறேன்.

அப்பனே எனக்கு அமுதனே ஆனந்தனே
அகம்நெக அள்ளூறு தேன்
ஒப்பனே உனக்கு உரிய அன்பரில்
உரியனாய் உனைப் பருக நின்றதோர்
துப்பனே சுடர்முடியனே துணை
யாளனே தொழும்பாளர் எய்ப்பினில்
வைப்பனே எனை வைப்பதோ சொலாய்
நைய வையகத்து எங்கள் மன்னனே.

எனக்குத் தந்தையே! அமிர்தமே, ஆனந்தமே. உள்ளம் உருக, உடலினுள் ஊறும் தேன் போன்றவனே. உனக்கு உரிமையுடைய அன்பரைப்போல் நானும் உன்னை நுகரும்படி மாறாத்துணையாக இருப்பவனே. சுடர்விடும் திருமுடி உடையவனே. இளைத்த காலத்தில் தொண்டர்க்கு உதவும் செல்வமே (சேமநிதி). என்னை உலகியல் சார்ந்த வாழ்வில் துன்புற வைப்பது என்ன நியாயமோ?

மன்ன எம்பிரான் வருக என்எனை
மாலும் நான்முகத்து ஒருவன் யாரினும்

முன்ன எம்பிரான் வருக என்எனை
முழுதும் யாவையும் இறுதி உற்றநாள்
பின்ன எம்பிரான் வருக என்எனைப்
பெய் கழற்கண் அன்பாய்என் நாவினால்
பன்ன எம்பிரான் வருக என்எனைப்
பாவ நாச நின்சீர்கள் பாடவே.

நிலைபேறுடைய எம் தலைவனே! அடியேனை வருக என்று ஆணையிடுக. திருமாலுக்கும் நான்முகனுக்கும் முதல்வனே, என்னை வருகவென்று ஏற்றுக்கொள்வாயாக. ஊழிக்காலத்திலும், எல்லாம் ஒடுங்கியிருக்கும் போதும் எஞ்சித் தன் இயல்பில் இருக்கும் பெருமானே, என்னை வருகவென்று அழைப்பாயாக. பாவத்தைப் போக்குபவனே! உன் பெருமைகளை நான் போற்றிப் பாடும் வண்ணம் என்னை உன்னோடு இணைத்துக் கொள்வாயாக.

பாடவேண்டும் நான் போற்றி நின்னையே
பாடி நைந்துநைந்து உருகி நெக்குநெக்கு
ஆடவேண்டும் நான் போற்றி அம்பலத்து
ஆடும்நின் கழற்போது நாயினேன்
கூடவேண்டும் நான் போற்றி இப்புழுக்
கூடு நீக்குஎனைப் போற்றி பொய்எலாம்
வீடவேண்டும் நான் போற்றி வீடுதந்து
அருளு போற்றிநின் மெய்யர் மெய்யனே.

பரம்பொருளே! உன்னை நான் பாடித் துதிக்க வேண்டும். மனம் நெகிழ்ந்து கரையும்படி மெய் மறந்து கூத்தாடவேண்டும். நீ சிதாகாசத்தில் தாண்டவமாடும்போது உன் சொரூபத்தில் நான் ஒன்றுபட வேண்டும். உடலை நான் வென்று, உணர்வு நிலைக்கு அப்பால் செல்வேனாகி, வீடுபேற்றை நான் அடைவேனாக.

6. நீத்தல் விண்ணப்பம்
(உத்தரகோசமங்கையில் அருளியது)
பிரபஞ்ச வைராக்கியம்

கடையவ னேனைக் கருணையினால் கலந்து ஆண்டுகொண்ட
விடையவனே விட்டிடுதி கண்டாய் விறல் வேங்கையின் தோல்
உடையவனே மன்னும் உத்தர கோசமங்கைக்கு அரசே
சடையவனே தளர்ந்தேன் எம்பிரான் என்னைத் தாங்கிக் கொள்ளே.

திருஉத்தரகோச மங்கைத் தலைவனே! கடைப்பட்டவனாகிய என்னை உனது கருணையினால் ஆண்டுகொண்டாய். மீண்டும் இந்த உலகியல் சார்ந்த வாழ்வில் வீழாதிருக்கும்படி என்னைக் காத்தருள்க.

கொள்ளேர் பிளவுஅகலாத் தடங்கொங்கையர் கொவ்வைச் செவ்வாய்
விள்ளேன் எனினும் விடுதிகண்டாய் நின் விழுத்தொழும்பின்
உள்ளேன் புறம்அல்லேன் உத்தர கோசமங்கைக்கு அரசே
கள்ளேன் ஒழியவும் கண்டுகொண்டு ஆண்டது எக்காரணமே.

பாவையர் தம் பருத்த தனங்களும் கோவைச் செவ்விதழும் காமநோயை உண்டுபண்ணி என்னை வாட்டும். கீழான இச்சைகளுக்கு என்னை ஒப்படைத்துக் கொண்டவன் நான். ஆயினும் நீ என்னை ஆட்கொண்டாய். உன் சேவையில் நான் ஈடுபட்டுள்ளேன். உன்னுடைய திருக்கூட்டத்துக்கு என்னை அயலானவனாய் கருதவேண்டாம். எனவே இங்கே என்னை விட்டுவிடாதே.

கார்உறு கண்ணியர் ஐம்புலன் ஆற்றங் கரைமரமாய்
வேர்உறுவேனை விடுதிகண்டாய் விளங்கும் திருவா
ரூர்உறைவாய் மன்னும் உத்தர கோசமங்கைக்கு அரசே
வார்உறு பூண்முலையாள் பங்க என்னை வளர்ப்பவனே.

பெருகிவரும் வெள்ளம் ஆற்றின் கரையோர மரத்தைச் சாய்த்து அழித்துவிடும். அழகிய பெண்களைத் தொடரும் என் ஐம்புலன்களும் காமநோயில் என்னை அழித்துவிடும். உமையொரு பாகனே! என்னை நல் வழியில் செலுத்திடுக.

வளர்கின்ற நின் கருணைக்கையில் வாங்கவும் நீங்கி இப்பால்
மிளிர்கின்ற என்னை விடுதிகண்டாய் வெண்மதிக் கொழுந்து ஒன்று
ஒளிர்கின்ற நீண்முடி உத்தர கோசமங்கைக்கு அரசே
தெளிகின்ற பொன்னும் மின்னும்அன்ன தோற்றச் செழுஞ்சுடரே.

பொன்னையும் மின்னலையும் விஞ்சிய ஒளி படைத்தோனே! நீ அன்பிரக்கத்துடன், உன் திருக்கரத்தால் என்னைப் பற்றிப் பிடித்தால் போதும். நான் ஈடேறுவேன். இதனை நன்குணர்ந்து உலகியல்

நாட்டம் கொண்டு உன்னிடம் இருந்து நழுவுகிறேன். ஆயினும் என்னை நீ விட்டு விடாதே.

செழிகின்ற தீப்புகு விட்டிலின் சின் மொழியாரில் பன்னாள்
விழுகின்ற என்னை விடுதிகண்டாய் வெறி வாய்அறுகால்
உழுகின்ற பூமுடி உத்தர கோசமங்கைக்கு அரசே
வழிநின்று நின் அருளார் அமுது ஊட்ட மறுத்தனனே.

சுவாலை விட்டெரியும் தீயில் சுழன்று வீழ்ந்து மடியும் விட்டில் போன்று காமக்கனலில் நான் அல்லாடுகின்றேன். இறையின்பத்தையும் மறக்கச் செய்யும் கொடுமை உடையது மகளிர் இன்பம். என் தீவினை காரணமாக எனக்கு நீ வழங்கவிருந்த அருளமுதை ஏற்க மறுத்தேன். ஆயினும், என்னை நீ கைவிட்டு விடாதே.

மறுத்தனன் யான்உன் அருள்அறியாமையின்என் மணியே
வெறுத்துஎனைநீ விட்டிடுதி கண்டாய் வினையின் தொகுதி
ஒறுத்துஎனை ஆண்டுகொள் உத்தர கோசமங்கைக்கு அரசே
பொறுப்பர் அன்றே பெரியோர் சிறுநாய்கள்தம் பொய்யினையே.

பெருமானே! உன் அருளை நான் புறக்கணிக்க என் அறியாமை யன்றோ காரணம். அதற்காக என்னை விட்டு விடாதே. எனது கர்மவினைகளைப் போக்கி என்னை நீ ஆண்டுகொள். மாய உலகில் மயங்கித்திரியும் மூடர்கள் செயலைப் பொறுத்தருள்வதுதானே பெரியோர் இயல்பு.

பொய்யவனேனைப் பொருள் என ஆண்டுஒன்று பொத்திக்கொண்ட
மெய்யவனே விட்டிடுதி கண்டாய் விடம் உண்மிடற்று
மையவனே மன்னும் உத்தர கோசமங்கைக்கு அரசே
செய்யவனே சிவனே சிறியேன் பவம் தீர்ப்பவனே.

நஞ்சுண்ட நீலகண்டனே! பொய்யனாகிய என்னையும் ஒரு பொருளாகக் கருதி, என் சிறுமையை ஒதுக்கி என்னை ஆண்டருளிய மெய்ப்பொருளே! என்னை விட்டுவிட வேண்டாம்.

தீர்க்கின்றவாறு என் பிழையை நின்சீர் அருள் என்கொல் என்று
வேர்க்கின்ற என்னை விடுதிகண்டாய் விரவார் வெருவ
ஆர்க்கின்ற தார்விடை உத்தர கோசமங்கைக்கு அரசே
ஈர்க்கின்ற அஞ்சொடு அச்சம் வினையேனை இருதலையே.

இடப வாகனனே! உன் காளையின் கழுத்துமணி ஓசை பகைவர்களை விரட்டியடிக்கிறது. புலன்கள் என்னைப் பொருந்தாத வழியில் செலுத்துகின்றன. அச்சம் ஒருபக்கம் என்னைத் தடுத்து அலைக்கழிக்கிறது. என் பிழைகளை எண்ணி மனம் புழுங்கும் என்னை நீ கைவிட்டு விடாதே.

இருதலைக் கொள்ளியினுள் எறும்பு ஒத்து நினைப்பிரிந்த
விரிதலையேனை விடுதி கண்டாய் வியன் மூஉலகுக்கு
ஒருதலைவா மன்னும் உத்தர கோசமங்கைக்கு அரசே
பொருதலை மூஇலைவேல் வலன் ஏந்திப் பொலிபவனே.

மூவுலகின் தலைவனே! வெற்றி தரும் திரிசூலத்தைத் தாங்கி நிற்பவனே! இருபக்கமும் பற்றியெரியும் தீயினிடையே அகப்பட்டுக் கொண்ட எறும்பின் நிலையில் நான் உள்ளேன். நிலைகுலைந்து நிற்கும் என்னை விட்டுவிடாதே.

பொலிகின்ற நின்தாள் புகுதப் பெற்று ஆக்கையைப் போக்கப் பெற்று
மெலிகின்ற என்னை விடுதி கண்டாய் அளிதேர் விளரி
ஒலிநின்ற பூம்பொழில் உத்தர கோசமங்கைக்கு அரசே
வலிநின்ற திண் சிலையால் எரித்தாய் புரம் மாறுபட்டே.

ஐயனே! உனது உறைவிடமான உத்தரகோசமங்கையில் பூவனங்களில் வண்டுகள் விளரியென்னும் இசையை விரும்பிப்பாடும். மேருமலையை வில்லாக்கிப் போரிட்டுத் திரிபுரங்களை எரித்தவனே! உனது ஞானவடிவில் திளைத்திருக்க வேண்டிய நான், சரீர இச்சையில் சிறுமையுற்றுக் கிடக்கின்றேன். ஆயினும் நீ என்னைக் கைவிட்டு விடாதே.

மாறுபட்டு அஞ்சு என்னை வஞ்சிப்ப யான்உன் மணிமலர்த்தாள்
வேறுபட்டேனை விடுதி கண்டாய் வினையேன் மனத்தே
ஊறும் மட்டே மன்னும் உத்தர கோசமங்கைக்கு அரசே
நீறுபட்டே ஒளி காட்டும் பொன்மேனி நெடுந்தகையே.

திருநீற்று மேனியனே! மனதில் ஊற்றெடுக்கும் தேனே! உனது ஒளிவடிவைக் கண்டுணர இயலாமல் நான் வேறுபட்டிருக்கிறேன். என்னுடைய புலன்களில் கட்டுண்டு கிடக்கிறேன். அதற்காக என்னைப் புறக்கணிப்பது தகுமோ?

நெடுந்தகை நீஎன்னை ஆட்கொள்ள யான் ஐம்புலன்கள் கொண்டு
விடுந்தகையேனை விடுதி கண்டாய் விரவார் வெருவ
அடுந்தகை வேல்வல்ல உத்தர கோசமங்கைக்கு அரசே
கடுந்தகையேன் உண்ணுந் தெண்ணீர் அமுதப் பெருங்கடலே.

ஐயனே! நீ என்னை ஆட்கொண்டாய் எனினும் நான் ஐம்புலன்களின் வழியே இழுபடுகிறவனானேன். அஞ்ஞானத்தை அழிக்கும் வேலாயுதனே! நான் அள்ளிப்பருகத் துடிக்கும் அமுதக் கடலே! தளர்வுற்றுக் கிடக்கும் என்னைத் தள்ளி விடாதே.

கடலினுள் நாய் நக்கி ஆங்கு உன் கருணைக் கடலின் உள்ளம்
விடல் அரியேனை விடுதி கண்டாய் விடல் இல் அடியார்

உடல் இலமே மன்னும் உத்தர கோசமங்கைக்கு அரசே
மடலின் மட்டே மணியே அமுதே என்மது வெள்ளமே.

உன்னை அண்டி நிற்கும் அடியார்தம் உடலை ஆலயமாக்கிக் கொண்டவனே! பெருங்கடலில் நக்கியே பருகும் நாயினைப் போன்று உனது எல்லையற்ற பேரருளை இம்மியும் பயன்படுத்தத் தெரியாதவன் நான். அதற்காக என்னைக் கைவிட்டு விடாதே.

வெள்ளத்துள் நாவற்றி ஆங்குஉன் அருள்பெற்றுத் துன்பத்தினின்றும்
விள்ளக்கிலேனை விடுதி கண்டாய் விரும்பும் அடியார்
உள்ளத்து உள்ளாய் மன்னும் உத்தர கோசமங்கைக்கு அரசே
கள்ளத்து உளேற்கு அருளாய் களியாத களி எனக்கே.

தண்ணீர் அருகிருந்தும் தாகம் தணிக்காது நா உலர்ந்து போகிறவனைப் போல், உன் அருளைப் பெற்றிருந்தும் நான் துன்பத்தில் இருந்து விடுபடாதவனாக இருக்கிறேன். ஆயினும் என்னை ஒதுக்கி விடாதே. புலன்களில் அழுந்திக் கிடக்கிற எனக்கும் உன் பேரானந்தத்தைக் கொடுத்து அருள்வாயாக.

களிவந்த சிந்தையொடு உன்கழல் கண்டும் கலந்தருள
வெளிவந்திலேனை விடுதி கண்டாய் மெய்ச் சுடருக்கு எல்லாம்
ஒளிவந்த பூங்கழல் உத்தர கோசமங்கைக்கு அரசே
எளிவந்த எந்தைபிரான் என்னை ஆளுடை என் அப்பனே.

அனைத்து ஒளிகளுக்கும் மூல ஒளியே! என்றும் என்னைக் காத்தருளும் என் தந்தையே! நான் உலகப் பற்றை விடாமலும், உன்னில் கலந்து கொள்ளும் முனைப்பில்லாமலும் இருக்கிறேன். உன் திருவடி காணப்பெற்றும் தெளிவு பெறாதவன் நான்.

என்னை அப்பா அஞ்சல் என்பவரின்றி நின்று எய்த்து அலைந்தேன்
மின்னை ஒப்பாய் விட்டிடுதி கண்டாய் உவமிக்கின் மெய்யே
உன்னை ஒப்பாய் மன்னும் உத்தர கோசமங்கைக்கு அரசே
அன்னை ஒப்பாய் எனக்கு அத்தன் ஒப்பாய் என் அரும் பொருளே.

மெய்ப்பொருளே! உனக்கு இணை நீயேதான். என் தாயும் தந்தையுமாய் எனக்கு அமைந்தவனே! என்னைத் தேற்றித் திடமளிப்பார் இல்லாமல் நான் ஏங்கி இளைப்புற்றேன். இரங்கத்தக்க நிலையில் இருக்கும் என்னை நீ விட்டு விடாதே.

பொருளே தமியேன் புகல் இடமே நின்புகழ் இகழ்வார்
வெருளே எனை விட்டிடுதி கண்டாய் மெய்ம்மையார் விழுங்கும்
அருளே அணிபொழில் உத்தர கோசமங்கைக்கு அரசே
இருளே வெளியே இகபரம் ஆகி இருந்தவனே.

நிலைபேறுடைய மெய்ப்பொருளே, தனித்து விடப்பட்ட எனக்குப் பெருந்துணையே! உன்னைத் தூற்றுவோர் நெஞ்சம் துணுக்குறச் செய்பவனே. உண்மையான அன்பர்கள் சுவைக்கும் அருட்கனியே. இருளும் ஒளியும் ஆனவனே இம்மை மறுமைகளாக இருந்தவனே! என்னை விட்டு விடாதே.

**இருந்து என்னை ஆண்டுகொள் விற்றுக்கொள் ஒற்றிவை என்னின் அல்லால்
விருந்தினனேனை விடுதி கண்டாய் மிக்க நஞ்சு அமுதா
அருந்தினனே மன்னும் உத்தர கோசமங்கைக்கு அரசே
மருந்தினனே பிறவிப் பிணிப் பட்டு மடங்கினர்க்கே.**

கொடிய நஞ்சினையும் அமுதாய் ஏற்றவனே! பிறவிப்பிணி தீர்க்கும் அருமருந்தே! என்னை நீ அடிமையாக்கிக் கொள், விற்றிடு அடகு வைத்திடு. எதுவாயினும் சரியே. உன்னிடம் வெகுதாமதமாக வந்திருக்கிறேன் என்றாலும் என்னை நீ விட்டுவிடாதே.

**மடங்களன் வல்வினைக் காட்டை நின்மன் அருள் தீக்கொளுவும்
விடங்க என்தன்னை விடுதிகண்டாய் என் பிறவியை
வேரொடும் களைந்து ஆண்டுகொள் உத்தர கோசமங்கைக்கு அரசே
கொடுங்கரிக்குன்று உரித்து அஞ்சுவித்தாய் வஞ்சிக் கொம்பினையே.**

என் தீவினைக் காட்டை ஞானத் தீயிட்டுப் பொசுக்கி விடு. என் பிறவி நோயை முற்றாக அழித்துவிடு.

**கொம்பர் இல்லாக் கொடிபோல் அலமந்தனன் கோமளமே
வெம்புகின்றேனை விடுதிகண்டாய் விண்ணர் நண்ணுகில்லா
உம்பர் உள்ளாய் மன்னும் உத்தர கோசமங்கைக்கு அரசே
அம்பரமே நிலனே அனல் காலொடு அப்பு ஆனவனே.**

கொம்பில்லாத கொடி பிடிப்பற்றுச் சுழல்வது போல் என் மனம் அலைப்புண்டு போகிறது. தவித்திடும் என்னைத் தாங்கிக்கொள்.

**ஆனைவெம் போரில் குறுந்தூறு எனப்புலனால் அலைப்புண்
டேனை எந்தாய் விட்டிடுதி கண்டாய் வினையேன் மனத்துத்
தேனையும் பாலையும் கன்னலையும் அமுதத்தையும் ஒத்து
ஊனையும் என்பினையும் உருக் காநின்ற ஒண்மையனே.**

போரிடும் யானையின் காலில் சிறு செடிகள் மிதியுண்டு அழிவதுபோல், கொடிய புலன்களின் பிடியில் சிக்கி நானும் அலைக் கழிக்கப்படுகிறேன். ஒளிமயமானவனே! என் உள்ளத்தில் தேனாய் பாலாய் கரும்புச் சாறாய் ஆனந்தம் பெருகச் செய். எலும்பும் சதையும் கரைந்துருக என்னை உன் வயமாக்கிக் கொள்.

 நற்றிணை பதிப்பகம் ✸ 87

ஒண்மையனே திருநீற்றை உத் தூளித்து ஒளிமிளிரும்
வெண்மையனே விட்டிடுதி கண்டாய் மெய் அடியவர்கட்கு
அண்மையனே என்றும் சேயாய் பிறர்க்கு அறிதற்கு அரிதாம்
பெண்மையனே தொன்மை ஆண்மையனே அலிப் பெற்றியனே.

ஒளிமயமானவனே. திருவெண்ணீற்றில் ஒளிரும் மேனியனே! அன்பர்க்கு வெகு அருகிலும், அன்பரல்லாத பிறர்க்கு எட்டாத தொலைவிலும் இருப்பவனே! அறிதற்கரியவனன்றோ நீ! ஆண்மை, பெண்மை, அலித்தன்மை கொண்டவனே, என்னைத் தகாதவன் என்று நீ தள்ளி விடாதே.

பெற்றது கொண்டு பிழையே பெருக்கிச் சுருக்கும் அன்பின்
வெற்று அடியேனை விடுதி கண்டாய் விடிலோ கெடுவேன்
மற்று அடியேன் தன்னைத் தாங்குநர் இல்லை என்வாழ்முதலே
உற்று அடியேன் மிகத் தேறி நின்றேன் எனக்கு உள்ளவனே.

சரீர தத்துவத்தைச் சரிவர உணர்ந்து கொள்ளாமல் இவ்வுலக வாழ்க்கையில் ஈடுபாடு கொண்ட, இறை உணர்வற்ற போலி பக்தன் நான். அதற்காக என்னை நீ கைவிட்டால் நான் அழிந்து போவேன். உன்னை விட்டால் எனக்கு வேறு ஆதாரப்பொருள் இல்லை. உன்னில் ஐக்கியப்படுவதற்கான தெளிவை இப்போது பெற்று விட்டேன். என்னுள் எப்போதும் இருப்பாய் நீ.

உள்ளனவே நிற்க இல்லன செய்யும்மையல் துழனி
வெள்ளன லேனை விடுதி கண்டாய் வியன் மாத்தடக்கைப்
பொள்ளனல் வேழத்து உரியாய் புலன் நின்கண் போதல் ஒட்டா
மெள்ளனவே மொய்க்கும் நெய்க்குடம் தன்னை எறும்பு எனவே.

நெய்க்குடத்தை மொய்க்கும் எறும்புகள் போல், எனது ஐம்புலன்களும் என்னைச் சூழ்ந்து, உன்னிடம் வரவொட்டாது மறித்து, என்னைத் தீய வழியில் செலுத்துகின்றன. நான் வாய்மையின் வழி நில்லாமல் மாயைக்கு ஆட்பட்டவனானேன். இழிந்தவனான என்னை நீதான் காப்பாற்ற வேண்டும்.

எறும்பிடை நாங்கூழ் எனப்புலனால் அரிப்புண்டு அலந்த
வெறும் தமியேனைவிடுதி கண்டாய் வெய்ய கூற்று ஒடுங்க
உறும் கடிப்போது அவையே உணர்வு உற்றவர் உம்பர் உம்பர்
பெறும் பதமே அடியார் பெயராத பெருமையனே.

இறைவா! எறும்புகளிடையே சிக்கிய புழுவைப் போன்று ஐம்புலன்களின் பிடியில் சிக்கி நான் அல்லல் படுகிறேன். எமனையும் செயலற்றவனாக்கும் உனது திருவடிகள். அத்திருவடிகளைச் (சிரத்தில் தாங்கி) சிந்தையில் பதித்த உன் அடியார்கள் தேவர்களுக்கும்

கிட்டாத மோட்சத்தை எளிதாகப் பெற்று விடுகிறார்கள். உன்னை அடைந்தாரை நழுவ விடாமல் காக்கும் அரும்பொருளே, என்னையும் காக்க வேண்டுகிறேன்.

பெறுநீர் அறச் சிறுமீன் துவண்டு ஆங்கு நினைப்பிரிந்த
வெருநீர் மையேனை விடுதி கண்டாய் வியன்கங்கை பொங்கி
வருநீர் மடுவுள் மலைச்சிறு தோணி வடிவின் வெள்ளைக்
குருநீர் மதிபொதியும் சடை வானக் கொழுமணியே.

ஐயனே! ஓடும் பெருநதியின் வேகத்துக்கு ஈடுகொடுக்க முடியாமல் திகைக்கும் சிறுபடகாகத் தென்படுகிறது உன் செஞ் சடையில் தங்கியிருக்கும் இளம்பிறை. வற்றிப் போகிற நீர் நிலையில் துடிக்கின்ற சிறுமீன்களின் அச்சம் என்னுள் இருக்கிறது. எனது இக்கட்டான நிலை கண்டும் நீ என்னைக் காப்பாற்றாமல் விட்டுவிடுவாயோ?

கொழுமணி ஏர்நகையார் கொங்கைக் குன்றிடைச் சென்றுகுன்றி
விழும் அடியேனை விடுதிகண்டாய் மெய்ம் முழுதுங்கம்பித்து
அழும் அடியாரிடை யார்த்துவைத்து ஆட்கொண்டருளியென்னைக்
கழுமணியே இன்னும் காட்டுகண்டாய் நின் புலன்கழலே.

ஒளிமுத்தாய் புன்னகைக்கும் இளமாதரின் எழுச்சிமிக்க கொங்கைகளிடையே மயங்கி அறிவிழக்கிறவன் நான். மாமணியே! உன் திருவடிக் காட்சியில் என் மாசுகள் நீங்கட்டும். அன்பில் மெய் சிலிர்த்து கண்ணீர் பெருக்கும் உன் அன்பர் கூட்டத்தில் என்னையும் சேர்த்துக் கொள்.

புலன்கள் திகைப்பிக்க யானும் திகைத்து இங்குஓர் பொய்ந்நெறிக்கே
விலங்குகின்றேனை விடுதிகண்டாய் விண்ணும் மண்ணும்எல்லாம்
கலங்க முந்நீர் நஞ்சமுது செய்தாய் கருணாகரனே
துலங்குகின்றேன் அடியேன் உடையாய் என் தொழுகுலமே.

பாற்கடலில் தீப்பற்றியது போல் எழுந்த நஞ்சைக் கண்டு வானுலகும், பூவுலகும் அஞ்சி நடுங்கியது. உலக உயிர்களைக் காப்பதற்காகவே அந்த நஞ்சினை அமுதமாய் நீ பருகினாய். உனக்கே உரிய நான் உன்னைச் சாராமல், புலன்வழி சென்று பொய்ந்நெறி கண்டேன். நிலை கலங்கிய என்னை நீதான் காத்தருள வேண்டும்.

குலம் களைந்தாய் களைந்தாய் என்னைக் குற்றம்கொற்றச் சிலையாம்
விலங்கல் எந்தாய் விட்டிடுதிகண்டாய் பொன்னின் மின்னுகொன்றை
அலங்கல் அம்தாமரை மேனி அப்பா ஒப்பு இலாதவனே
மலங்கள் ஐந்தால் சுழல்வன் தயிரில் பொரு மத்து உறவே.

கடைகின்ற மத்தின் சுழற்சியில் அலைப்புறும் தயிர்போல் பாசங்களில் நான் அலைக்கழிக்கப்படுகிறேன். என் உபாதைகளை ஒழித்திடு. மேருமலையை வெற்றி வில்லாகக் கொண்ட நீ என்னை வேறு வழி செல்ல விடலாமா?

மத்துறு தண்தயிரின் புலன் தீக்கதுவக் கலங்கி
வித்துறுவேனை விடுதிகண்டாய் வெண்தலை மிலைச்சிக்
கொத்துறு போது மிலைந்து குடர்நெடுமாலை சுற்றித்
தத்துறு நீறுடன் ஆரச்செஞ் சாந்துஅணி சச்சையனே.

மத்துக்கொண்டு கடையும்போது தடிப்பான தயிர் உடைந்து கலங்குவது போன்று, புலன்களென்னும் தீப்பற்றி நானும் கலங்குகிறேன். நீ காத்தருள வேண்டும்.

சச்சையனே மிக்க தண்புனல் விண்கால் நிலம்நெருப்பாம்
விச்சையனே விட்டிடுதிகண்டாய் வெளியாய் கரியாய்
பச்சையனே செய்ய மேனியனே ஒண்பட அரவக்
கச்சையனே கடந்தாய் தடம் தாள அடற்கரியே.

மெய்ப்பொருளே, பஞ்சபூதங்களைப் படைத்தவனே. உன் வலிமையையும், இருப்பையும் நீ பலவாறு வெளிப்படுத்தியிருப்பதை நான் அறிவேன். (உலக நிலையாமை உணர்ந்த பின்னும் இங்கே யிருக்க நான் ஒருப்படுவேனோ) என்னை இங்கே விட்டுவிடாதே.

அடல் கரிபோல் ஐம்புலன்களுக்கு அஞ்சி அழிந்த என்னை
விடற்கு அரியாய் விட்டிடுதி கண்டாய் விழுத்தொண்டர்க்கு அல்லால்
தொடற்கு அரியாய் சுடர் மாமணியே சுடு தீச்சுழலக்
கடல் கரிதுஆய் எழுநஞ்சு அமுது ஆக்கும் கறைக்கண்டனே.

தூய மனம் கொண்ட அன்பருக்கு அல்லாது வேறு எவருக்கும் எட்டாதவனே! கடலையே ஆவியாக்கவல்ல வடவாமுக அக்கினியை நிலைகுலையச் செய்தவனே! ஐம்புலன்கள் என்னும் வலிய யானைக்கு அஞ்சி மனம் தடுமாறுகிற என்னை விட்டுவிடாதே.

கண்டது செய்து கருணைமட்டுப் பருகிக் களித்து
மிண்டுகின்றேனை விடுதிகண்டாய் நின்விரை மலர்த்தாள்
பண்டுதந்தாற் போல் பணித்துப் பணிசெயக் கூவித்து என்னைக்
கொண்டு என்எந்தாய் களையாய் களையாய குதுகுதுப்பே.

என் தந்தையே, உன் அருளென்னும் தேனை அளவின்றிப் பருகி, களிவெறி கொண்டவனாய் நான் கண்டபடி செயல்படுகின்றேன். அதற்காக என்னைக் கைவிட்டுவிடாதே. உன் திருவடித் தாமரையை முன் தந்ததுபோல் தந்து திருத்தொண்டு செய்யுமாறு பணித்தருள்க.

குதுகுதுப்பின்றி நின்று என்குறிப்பே செய்து நின்குறிப்பில்
விதுவிதுப் பேனை விடுதிகண்டாய் விரை யார்ந்து இனிய
மதுமதுப் போன்று என்னை வாழைப் பழத்தின் மனங்கனிவித்து
எதிர்வது எப்போது பயில்விக் கயிலைப் பரம்பரனே.

கயிலை வாழ் மேலோனே! நான் மனம் போன போக்கில் நடந்து மகிழ்வற்ற நிலையில், உன் அருளை நாடி நிற்கிறேன். உன் திருவுளக் கருத்திற்கேற்ப ஒருபோதும் நடந்தேனில்லை. ஆனால், பின்பு எல்லாம் அவன் செயல் என்று சொல்லிக் கொள்கிறேன். எம் பெருமானே, பக்குவம் பெறுவதற்காய் என்னைப் பயிற்றுவித்திடு.

பரம்பரனே நின்பழஅடி யாரொடும் என்படிறு
விரும்பரனே விட்டிடுதி கண்டாய் மென் முயல்கறையின்
அரும்பர நேர் வைத்து அணிந்தாய் பிறவி ஐவாய் அரவம்
பொரும்பெருமான் வினையேன் மனம் அஞ்சிப் பொதும்பு உறவே.

பிறவி என்னும் ஐந்தலை நாகத்தால் உண்டான அச்சத்தில் மனம் நடுங்கி உன்னைத் தஞ்சமடைந்தேன். ஒன்றோடொன்று இணக்கமற்ற சந்திரனையும் பாம்பையும் சமமாகச் சடையில் வைத்தவனே, என்னையும் உனது பழைய அடியவர்களோடு சமமாய் ஏற்றுக்கொள்வாய். நான் பாம்புக்கு அஞ்சி பொந்தில் பதுங்கும் எலியானேன். என்னை நீ விட்டுவிடாதே.

பொதும்பு உறு தீப்போல் புகைந்தெரியப் புலன் தீக்கதுவ
வெதும்புறு வேனை விடுதி கண்டாய் விரை யார் நறவம்
ததும்பும் மந்தாரத்தில் தாரம் பயின்று மந்தம் முரல்வண்டு
அதும்பும் கொழுந்தேன் அவிர்சடை வானத்து அடல்அரைசே.

ஞான ஆகாயத்தில் (சிதாகாசம்) விளங்கும் ஆற்றல்மிக்க அரசே! ஒளிமிக்க உனது சடாமுடியில் தேன் மணக்கும் மந்தாரப்பூ அணி செய்கிறது. அந்தப் பூவில் படியும் வண்டுகள் வல்லிசையும், மெல்லிசையும் பயில்கின்றன. அந்த வண்டுகளும் உன்னால் வாழ்வு பெறுகையில், நானோ மரப்பொந்தில் பற்றிய தீயைப்போல் என்னுள் மூண்ட ஆசைத்தீயின் தீண்டலில் தவிக்கிறேன். அதனால் வெதும்புகிற என்னை நீ விட்டுவிடாதே.

அரைசே அறியாச் சிறியேன் பிழைக்கு அஞ்சல் என்னின்அல்லால்
விரைசேர் முடியாய் விடுதிகண்டாய் வெண்நகைக் கருங்கண்
திரைசேர் மடந்தை மணந்த திருப்பொற் பதப்புயங்கா
வரைசேர்ந்து அடர்ந்து என்ன வல்வினை தான்வந்து அடர்வனவே.

மலைகள் ஒன்று சேர்ந்து தாக்குவதுபோல் வினைகள் என்னைத் தாக்குகின்றன. திரிசடைப் பெருமானே! அறியாமையின் விளைவான

எனது குற்றங்களைப் பொறுத்து, 'அஞ்சாதே' என்று அருள்செய். என்னை விட்டுவிடாதே.

அடர்புலனால் நின் பிரிந்து அஞ்சி அஞ்சொல் நல்லார்அவர்தம்
விடர் விடலேனை விடுதிகண்டாய் விரிந்தே எரியும்
சுடர் அனையாய் சுடுகாட்டுஅரசே தொழும்பர்க்கு அமுதே
தொடர்வு அரியாய் தமியேன்தனி நீக்கும் தனித்துணையே.

எங்கும் பரவியிருக்கும் பேரொளியே! அடியார்க்கு அமுதமே! யோகத்தால் மட்டுமே அடையக் கூடியவனே. தனித்து விடப்பட்ட என்னைத் தாங்கி நிறுத்தும் துணையே. புலன் வழிசென்று, பெண்மயக்கில் புத்திகலங்கிய என்னை நீ மீட்டெடுக்கலாகாதோ.

தனித்துணை நீநிற்க யான்தருக்கித் தலையால் நடந்த
வினைத்துணை யேனை விடுதிகண்டாய் வினை யேனுடைய
மனத்துணை யேஎன்தன் வாழ்முதலே எனக்கு எய்ப்பில்வைப்பே
தினைத்துணை யேனும் பொறேன் துயர் ஆக்கையின் திண்வலையே.

உள்ளத்திற்கு உறுதி தரும் துணையே, வாழ்வின் முதலே! மூலாதாரமான உன்னைவிட்டு மாறாக நடக்கின்றவனாகத் தன்முனைப்பு கொண்டேன். உடலென்னும் உறுதியான வலையில் அகப்பட்டுத் துன்புறுகிறேன். சிறுபொழுதும் பொறுத்திருக்க முடியாத துன்பமிது. இந்நிலையில் நீயென்னை விட்டுவிடாதே.

வலைத்தலை மானன்ன நோக்கியர் நோக்கின் வலையிற்பட்டு
மிலைத்து அலைந்தேனை விடுதிகண்டாய் வெண்மதியின் ஒற்றைக்
கலைத்தலையாய் கருணாகரனே கயிலாயம் என்னும்
மலைத்தலைவா மலையாள் மணவாள என் வாழ்முதலே.

கயிலை நாதனே, பிறை சூடிய பெருமானே, மலையரசி (பார்வதி) மணாளனே! மான்போலும் மருட்சி காட்டும் பெண்களின் கண்வலையில் சிக்கித் திரிகின்ற என்னைக் கைவிட்டு விடாதே.

முதலைச் செவ்வாய்ச்சியர் வேட்கை வெந்நீரில் கடிப்பமூழ்கி
விதலைச் செய்வேனை விடுதிகண்டாய் விடக்கு ஊன் மிடைந்த
சிதலைச் செய்காயம் பொறேன் சிவனேமுறையோ முறையோ
திதலைச் செய்பூண்முலை மங்கைபங்கா என் சிவகதியே.

உமையொரு பாகம் வைத்த என் தலைவரே! ஆசை என்கிற வெப்பமுள்ள நீரில் மூழ்கி பெண்களாகிற முதலைகள் என்னைக் கடிக்கும் நிலையில் நீ விட்டு விடுவாயோ? வீச்சமடிக்கிற பிணிகளின் இருப்பிடமாகிய இவ்வுடம்பை இனியும் என்னால் தாங்கியிருக்க முடியாது. இறைவா, என்னை இக்கீழ்நிலையில் விட்டு வைப்பது தகுமோ?

**கதி அடியேற்கு உன் கழல்தந்து அருளவும் ஊன்கழியா
விதி அடியேனை விடுதிகண்டாய் வெண்தலை முழையில்
பதிஉடை வாள்அரப் பார்த்து இறை பைத்துச் சுருங்க அஞ்சி
மதிநெடு நீரில் குளித்து ஒளிக்கும் சடை மன்னவனே.**

வெள்ளை நிறக் கபாலப் பொந்தில் பதுங்கியிருக்கும் பளபளப் பான பாம்பு சிறிது படம் விரித்தாடி சுருங்கிற்று. பிறைச்சந்திரன் அதைக் கண்டு அஞ்சி கங்கையில் மறைந்தான். இறைவா, நீயெனக்கு ஞானநெறியை வழங்கினாய், ஆனால், நானோ ஊனுடம்பே பெரிதென்று எண்ணி கர்ம வசப்பட்டவனானேன். என்னை, அதற்காகக் கைவிட்டு விடாதே. ‘காத்தருள்க’.

**மன்னவனே ஒன்றும் ஆறு அறியாச் சிறியேன் மகிழ்ச்சி
மின்னவனே விட்டிடுதி கண்டாய் மிக்க வேதமெய்ந்நூல்
சொன்னவனே சொல்கழிந்தவனே கழியாத் தொழும்பர்
முன்னவனே பின்னும் ஆனவனே இம் முழுதையுமே.**

மேலான வேதம் என்னும் மெய்யறிவு நூல் உரைத்தவனே. உரை கடந்தவனே, தொண்டர்க்கு முன் நிற்பவனே. எப்பக்கமும் அவர்களுக்கு ஆதரவு காட்டும் மேலோனே! உன் அடியவனான நான் உன்னோடு ஒன்றுபடும் வகையை அறியாதவன். ஆனந்தமாய் ஒளிர்பவனே என்னை விட்டுவிடாதே.

**முழுது அயில் வேல்கண்ணியர் என்னும் மூரித் தழல் முழுகும்
விழுது அனையேனை விடுதிகண்டாய் நின்வெறி மலர்த்தாள்
தொழுது செல்வான் நல்தொழும்பரிற் கூட்டிடு சோத்து எம்பிரான்
பழுது செய்வேனை விடேல் உடையாய் உன்னைப் பாடுவனே.**

எம் பெருமானே! மாதரார் படைத்த கூரியவேல் போன்ற கண்களில் பெருந்தீ மூள்கிறது. அத்தீயில் குளித்து நான் வெண்ணெய் போல் உருகுகின்றேன். என்னை நீ உதறிவிடுவாயோ? உன் மலரடியை வணங்கிச் செல்லும் திருக்கூட்டத்தோடு என்னையும் சேர்த்துக்கொள். என்னுடைய குற்றங்களுக்காக என்னை விட்டுவிடாதே.

**பாடிற்றிலேன் பணியேன்மணி நீ ஒளித்தாய்க்குப் பச்சூன்
வீடிற்றிலேனை விடுதிகண்டாய் வியந்து ஆங்கு அலறித்
தேடிற்றிலேன் சிவன் எவ்விடத்தான் எவர் கண்டனர் என்று
ஓடிற்றிலேன் கிடந்து உள்உருகேன் நின்று உழைத்தனனே.**

மாணிக்கமே! உன்னை நான் போற்றிப் பாடவில்லை. உனக்குப் பணி செய்யவில்லை. நீ என்னைப் பிரிந்தாய் என்பதற்காகப் பச்சை ஊனாலாகிய இவ்வுடம்பைத் தொலைத்திடவில்லை. நீ எங்குள்ளாய், யார் கண்டார் என்று வியந்து நான் தேடவுமில்லை.

உழைதரு நோக்கியர் கொங்கைப் பலாப்பழத்து ஈயின்ஒப்பாய்
விழை தருவேனை விடுதிகண்டாய் விடின் வேலை நஞ்சுஉண்
மழைதரு கண்டன் குணம் இலி மானிடன் தேய்மதியன்
பழைதரு மாபரன் என்றுஎன்று அறைவன் பழிப்பினையே.

பலாக்கனியை மொய்க்கும் ஈயினைப்போல், பாவையரின் மார்பக எழிலில் என் பார்வை மொய்க்கும். சிற்றின்ப நாட்டம் உடையவன் என்பதற்காக என்னை நீ விட்டு விடுவாயோ. என்னை நீ கைவிட்டால் கடல் நஞ்சினை உண்டவன், குணமற்றவன், மானிடன், மதிகேடன், வயது முதிர்ந்த வேற்றான் என்று பலவாறு உன்னை இகழ்ந்து பேசுவேன்.

பழிப்பில்நின் பாதப் பழந்தொழும்பு எய்தி விழப்பழித்து
விழித்திருந் தேனை விடுதிகண்டாய் வெண்மணிப் பணிலம்
கொழித்து மந்தார மந்தாகினி நுந்தும் பந்தப் பெருமை
தழிச்சிறை நீரில் பிறைக்கலம் சேர்தரு தாரவனே.

கங்காநதி கொழிக்கும் முத்துக்கள், சங்குகள். அதில் மிதந்து வரும் மந்தார மலர்கள். உனது சடாபாரம் அந்நீரைச் சிறைப்படுத்தி வைக்கிறது. அங்கே பிறைச்சந்திரன் ஒரு தோணியாய் மிளிர்கிறது. இழிவறியாத உன் திருவடியைத் தொழுது வந்த நான் பிறகு அதை நழுவவிட்டேன். பழித்துச் சிறுமையுற்ற இப்பாவியை நீ பொருட் படுத்தாது விடுவாயோ?

தாரகை போலும் தலைத்தலை மாலைத் தழல்அரப்பூண்
வீரஎன் தன்னை விடுதிகண்டாய் விடில் என்னை மிக்கார்
ஆர்அடியான் என்னின் உத்தர கோசமங்கைக்கு அரசின்
சீர்அடியார் அடியான் என்று நின்னைச் சிரிப்பிப்பனே.

உன் சிரசின் மீது நட்சத்திரமாய் மின்னுகிறது நீயணிந்த கபால மாலை. அக்கினியில் தோன்றிய பாம்பு உனக்கு ஆபரணமானது. வீரனே! நீ என்னைக் கீழ்மையில் விட்டுவிடாதே. விட்டால், பெரியோர் என்னை யார் என்று கேட்கும் போது, திருக்கோசமங்கை சிவபிரானது அடியார்க்கு அடியவன் என்பேன். அப்போது, உன் நிலைமை நகைப்பிற்கிடமாகும்.

சிரிப்பிப்பின் சீறும் பிழைப்பைத் தொழும்பையும் ஈசற்கு என்று
விரிப்பிப்பன் என்னை விடுதிகண்டாய் விடின் வெங்கரியின்
உரிப்பிச்சன் தோலுடைப் பிச்சன்நஞ்சு ஊண்பிச்சன் ஊர்ச்சுடுகாட்டு
எரிப்பிச்சன் என்னையும் ஆளுடைப் பிச்சன்என்று ஏசுவனே.

நான் தவறுகள் செய்தவன் என்று நீ என்னைத் தள்ளி வைத்தால், உன் செயல் தகாதது என்று ஊரார் நகைக்கும்படி செய்வேன். ‘இவன்

நஞ்சுடை பித்தன், யானைத் தோலும் புலித்தோலும் அணிகிறவன், சுடுகாட்டுத் தீயில் ஆடுகின்ற பித்தன், என்னை ஆட்கொண்டு அலைக்கழித்தவன் என்று பலவாறு உன்னை இகழ்ந்துரைப்பேன்.

ஏசினும் யான்உன்னை ஏத்தினும் என்பிழைக்கே குழைந்து வேசறு வேனை விடுதிகண்டாய் செம்பவள வெற்பின் தேசுடையாய் என்னை ஆளுடையாய் சிற்றுயிர்க்கு இரங்கிக் காய்சின ஆலம் உண்டாய் அமுது உண்ணக் கடையவனே.

சிற்றறிவும், சிறு தொழிலும் உடைய தேவர்களுக்கு இரங்கி அவர்கள் அமுதம் உண்ணும் பொருட்டு ஆலகால விஷத்தை உண்டவரே! நான் உன்னை வைதாலும் வாழ்த்தினாலும், என் குற்றங்களை எண்ணி வருந்துகின்ற என்னை நீ கைவிட்டு விடாதே.

7. திருவெம்பாவை

(திருவண்ணாமலையில் அருளியது)

சக்தியை வியந்தது

**ஆதியும் அந்தமும் இல்லா அரும்பெருஞ்
சோதியை யாம்பாடக்கேட்டேயும் வாள்தடங்கண்
மாதே வளருதியோ வன்செவியோ நின்செவிதான்
மாதேவன் வார்கழல்கள் வாழ்த்திய வாழ்த்தொலிபோய்
வீதிவாய்க் கேட்டலுமே விம்மிவிம்மி மெய்ம்மறந்து
போதார் அமளியின்மேல் நின்றும் புரண்டுஇங்ஙன்
ஏதேனும் ஆகாள் கிடந்தாள் என்னேஎன்னே
ஈதே எந்தோழி பரிசுஏலோர் எம்பாவாய்.**

தோற்றமும் முடிவும் இல்லா தூய ஞானப் பேரொளியை நாங்கள் போற்றிப்பாடினோம். ஆனால், ஒளி படைத்த அகன்ற விழிகளை உடைய என் தோழி! நீ இன்னும் ஏன் உறங்குவது? நாங்கள் மகாதேவனை வாழ்த்திய வாழ்த்து ஒலி உன் காதில் கேட்கவில்லையா? உன் காதுகள் ஓசை புகாத வலிய காதுகளோ? வாழ்த்தொலி தெருவெல்லாம் கேட்கிறதே. அதைக்கேட்ட வேறொரு பெண் எழுந்தாள், தேம்பியழுதாள். படுக்கையினின்றும் புரண்டு விழுந்து மயங்கினாள். களிப்பின் உச்சநிலையது. ஆராய்ந்துகொள், அந்த உன்னத நிலையை நீயும் அடையக் கூடும்.

**பாசம் பரஞ்சோதிக்கு என்பாய் இராப்பகல்நாம்
பேசும்போது எப்போதும் இப்போதார் அமளிக்கே
நேசமும் வைத்தனையோ நேரிழையாய் நேரிழையீர்
சீசீ இவையும் சிலவோ விளையாடி
ஏசும் இடம் ஈதோ விண்ணோர்கள் ஏத்துதற்குக்
கூசும் மலர்ப்பாதம் தந்தருள வந்தருளும்
தேசன் சிவலோகன் தில்லைச்சிற் றம்பலத்துள்
ஈசனார்க்கு அன்பார்யாம் ஆரேலோர் எம்பாவாய்.**

சிறந்த அணிகலன்களை அணிந்தவளே! முன்பெல்லாம் நாம் பேசும்போது, உன்னுடைய அன்பு இறைவனுக்கே என்று கூறுவாய். இப்போதே அருமையாகிய படுக்கை மீது அன்பு வைத்தனையோ?

தோழியரே! நாம் பரிகசித்து விளையாட நேரம் இதுவல்ல, இடமும் இதுவல்ல. தேவர்களும் பரமனைப் போற்றும் தகுதி தங்களுக்கில்லை என்று தயங்கி நிற்கின்றனர். ஆனால், தாமரை மலர் போன்ற தன் திருவடிகளை அன்பர்க்குத் தந்தருள சிவலோக நாதன் – தில்லைச் சிற்றம்பலத்தான் நமக்கு அருள்புரிய வந்து காத்திருக்கிறான். நம்மிடம் இருப்பதெல்லாம் அவன் மீதான நேசம்

ஒன்றே. அவனைப் பற்றிய ஞானம் சிறிதேனும் உண்டா? கொஞ்சம் இதனை எண்ணிப்பாரேன்.

முத்தன்ன வெண்நகையாய் முன்வந்து எதிர்எழுந்தென்
அத்தன் ஆனந்தன் அமுதன்என்று அள்ளூறித்
தித்திக்கப் பேசுவாய் வந்துன் கடைதிறவாய்
பத்துஉடையீர் ஈசன் பழஅடியீர் பாங்குடையீர்
புத்தடியோம் புன்மைதீர்த்து ஆட்கொண்டாற் பொல்லாதோ
எத்தோநின் அன்புடைமை எல்லோம் அறியோமோ
சித்தம் அழகியார் பாடாரோ நம்சிவனை
இத்தனையும் வேண்டும் எமக்குஏலோர் எம்பாவாய்.

வெண்ணிற முத்துபோல் புன்னகை புரிபவளே! நாளும் எல்லாருக்கும் முன்பே எழுந்து நின்று, வாழ்த்தி இனிமையாய் பேசுவாய். ஆனால் ஏனோ இன்று நீ இன்னமும் உறங்குவது? எழுந்து வந்து கதவைத் திறவாதிருப்பது? (எழுப்ப வந்தவர் சொல்)

'நீங்கள் இறைவனுடைய பழைய அடிமையாவீர்கள். நீண்டகாலமாய் அவரிடம் அன்பு கொண்டவர்கள். நாங்களோ புதிய அடியவர்கள். எங்களையும் உங்களோடு சேர்த்துக் கொண்டால் ஏதாவது தீங்கு விளையுமோ? (எழுந்தவள் சொல்).

'எங்களுக்குத் தெரியாதா, இறைவனிடம் நீ கொண்ட அன்பு உண்மையானது என்று. மனப்பக்குவம் உடையவர்கள் நம் சிவனைப் போற்றிப் பாடமாட்டார்களா? எங்களுக்கு இது வேண்டியதுதான்.' (எழுப்ப வந்தவர் சொல்).

ஒள் நித்திலநகையாய் இன்னம் புலர்ந்தின்றோ
வண்ணக் கிளிமொழியார் எல்லோரும் வந்தாரோ
எண்ணிக்கொடு உள்ளவா சொல்லுகோம் அவ்வளவும்
கண்ணைத் துயின்றுஅவமே காலத்தைப் போக்காதே
விண்ணுக்கு ஒருமருந்தை வேத விழுப்பொருளைக்
கண்ணுக்கு இனியானைப் பாடிக் கசிந்துள்ளம்
உள்நெக்கு நின்றுஉருக யாம்மாட்டோம் நீயேவந்து
எண்ணிக் குறையில் துயில்ஏலோர் எம்பாவாய்.

ஒளிமுத்துப் பல்வரிசை உடையவளே! உனக்கு இன்னமும் பொழுது விடியவில்லையா? (எழுப்ப வந்தவர் சொல்). அழகுக் கிளிபோல் மொழிபேசும் தோழியர் எல்லாரும் வந்து விட்டார்களோ? (எழுந்தவள் சொல்).

எண்ணிக்கொண்டு உள்ளபடி சொல்கிறோம். நீ உறங்கியே காலத்தைக் கழிக்காதே. ஒப்பில்லா அமிழ்தமும், வேதங்களில் சிறந்த பொருளும் ஆகிய சிவனார் புகழைப் பாடி கசிந்துருவாயாக. நீயே

வந்து எண்ணிப் பார். கூடியிருப்போரின் எண்ணிக்கை குறைவாகத் தெரிந்தால் நீ திரும்பவும் உறங்கப் போகலாம். (எழுப்ப வந்தவர் சொல்).

மால்அறியா நான்முகனும் காணா மலையினைநாம்
போல்அறிவோம் என்று உள்ள பொக்கங்களே பேசும்
பாலூறு தேன்வாய்ப் படிறீ கடைதிறவாய்
ஞாலமே விண்ணே பிறவே அறிவுஅரியான்
கோலமும் நம்மை ஆட்கொண்டருளிக் கோதாட்டும்
சீலமும் பாடிச் சிவனே சிவனே என்று
ஓலம் இடினும் உணராய் உணராய்காண்
ஏலக் குழலி பரிசுஏலோர் எம்பாவாய்.

திருமாலும் நான்முகனும் தேடி அறிய மாட்டாத அண்ணலின் வடிவத்தை மானுடப் பெண்களாகிய நம் போன்றார் எப்படி அறியக்கூடும்? அறிந்தோம் என்றால் அது பொய்யுரையாகவே இருக்கும். இறைவழிபாட்டில் வஞ்சனை உடையவளே! கதவைத் திறப்பாயாக. மண்ணுலகும் விண்ணுலகும் உள்ளோர் மகேசனை முற்றிலும் அறியமாட்டார். ஆயினும், நம்மை அடிமை கொண்டருளி, குற்றத்தை நீக்கி நெறிப்படுத்தும் அந்தக் குணாளரை நம் அறிவுக்கு எட்டியவாறு பாடுவோம். நாங்கள் 'சிவனே, சிவனே' என்று உரக்கக் குரல் கொடுத்தும் நீ துயில் நீங்காதிருக்கிறாய். சிவதத்துவச் சிறப்பினைச் சிந்திப்பாயாக.

மானேநீ நென்னலை நாளைவந்து உங்களை
நானே எழுப்புவன் என்றலும் நாணாமே
போன திசைபகராய் இன்னம் புலர்ந்தின்றோ
வானே நிலனே பிறவே அறிவுஅரியான்
தானேவந்து எம்மைத் தலையளித்து ஆட்கொண்டருளும்
வான்வார் கழல்பாடி வந்தோர்க்கு உன்வாய்திறவாய்
ஊனே உருகாய் உனக்கே உறும்எமக்கும்
ஏனோர்க்கும் தம்கோனைப் பாடேலோர் எம்பாவாய்.

'நாளை நானே முந்திவந்து உங்களை எழுப்புவேன்' என்று நேற்று நீ சொன்ன சொல் என்னாயிற்று? இன்று வெட்கமின்றி அச்சொல்லை எத்திக்கில் போகவிட்டாய்? இன்னமும் பொழுது விடியவில்லையா? அனைத்து உலகத்தவராலும் அறிந்துகொள்ள முடியாத மகாதேவன் வலிய வந்து நம்மை ஆண்டருளினான். அவனுடைய மேலான திருவடிகளை நாங்கள் வியந்து பாடுகிறோம். வந்திருக்கும் எங்களை முன்னிட்டாவது இறைவனைப் புகழ்ந்துபாடு. உன் உடல் அன்பில் குழைந்துருகாதோ? இவ்வொழுக்கம் உனக்குத் தான் பொருந்தும் இதனை எண்ணிப்பார்.

அன்னே இவையும் சிலவோ பலஅமரர்
உன்னற்கு அரியான் ஒருவன் இரும்சீரான்
சின்னங்கள் கேட்பச் சிவன்என்றே வாய்திறப்பாய்
தென்னா என்னாமுன்னம் தீசேர் மெழுகுஒப்பாய்
என்னானைஎன் அரையன் இன்அமுது என்று எல்லோமும்
சொன்னோம்கேள் வெவ்வேறாய் இன்னம் துயிலுதியோ
வன்னெஞ்சப் பேதையர்போல் வாளா கிடத்தியால்
என்னே துயிலின் பரிசுஏலோர் எம்பாவாய்.

அம்மா, இப்படியும் சில இயல்புகள் உன்னிடம் உள்ளனவோ? தேவர்களால் நினைத்தற்கரியவரும், ஒப்பற்றவருமாகிய சிவபெருமான் எழுந்தருளுவதற்கு அடையாளமாய் எழுப்பப்படும் திருச்சின்னங்களின் ஒலி கேட்டதும் 'சிவசிவ' என்று சொல்லித்தானே நீ வாய் திறப்பாய். 'தென்னா' என்று சொல்வதற்கு முன்பே அனலிட்ட மெழுகாய் நீ உருகுவாயே. 'என் அரசன் எனக்கு இன்னமுதானவன்' என்று பெருமானை உனது முன்னிலையில் நாங்கள் தனித்தனியே புகழ்ந்தோம். அவற்றைக் கேட்கும் இன்னமும் நீ உறங்கிக் கொண்டிருக்கிறாயா? உனது நெஞ்சம் கல்லா, இப்படி உணர்ச்சியற்றுக் கிடக்கிறாயே. உன் தூக்கத்தின் தன்மையை என்னவென்பது?

கோழி சிலம்பச் சிலம்பும் குருகுஎங்கும்
ஏழில் இயம்ப இயம்பும்வெண் சங்குஎங்கும்
கேழ்இல் பரஞ்சோதி கேழ்இல் பரங்கருணை
கேழ்இல் விழுப்பொருள்கள் பாடினோம் கேட்டிலையோ
வாழிஈது என்ன உறக்கமோ வாய்திறவாய்
ஆழியான் அன்புடைமை ஆமாறும் இவ்வாறோ
ஊழி முதல்வனாய் நின்ற ஒருவனை
ஏழை பங்காளனையே பாடேலோர் எம்பாவாய்.

விடியற்காலத்துக் கோழிகள் கூவுகின்றன. ஏழிசை முறையில் பறவைகள் ஒலி எழுப்புகின்றன. வெண்சங்குகள் முழங்குகின்றன. ஒப்பற்ற சோதி வடிவானவரை, கருணைவள்ளலை, நிகரற்ற புகழுடைய சிவபெருமானை நாங்கள் போற்றிப் பாடினோம்.

தோழி, அவற்றை நீ கேட்கவில்லையா? இப்படியும் உறங்குவார்களா? உன் வாய் திறவாதிருக்கின்றாய். சிவனிடத்தே அன்பு வைக்கும் முறை இதுதானோ? பிரளயத்தின் போது அனைத்தும் அவனுள் ஒடுங்கும், அவன் ஒருவன் தானே அப்போது எஞ்சியிருப்பது! அவன் உமையொரு பாகன். அவனுடைய பெருமையைப் பாடுகிறோம். தோழி, நீ ஏற்றுக்கொள், உணர்ந்து பார்.

முன்னைப் பழம்பொருட்கும் முன்னைப் பழம்பொருளே
பின்னைப் புதுமைக்கும் பேர்த்தும் அப்பெற்றியனே
உன்னைப் பிரானாகப் பெற்றஉன் சீரடியோம்
உன்அடியார் தாள்பணிவோம் ஆங்கவர்க்கே பாங்காவோம்
அன்னவரே எம்கணவர் ஆவார் அவர்உகந்து
சொன்ன பரிசே தொழும்பாய்ப் பணிசெய்வோம்
இன்னவகையே எமக்கு எம்கோன் நல்குதியேல்
என்ன குறையும் இலோம்ஏலோர் எம்பாவாய்.

'பழைமைக்குப் பழைமையாகவும், புதுமைக்குப் புதுமையாகவும் ஏற்ற இயல்போடு இருப்பவனே! எப்பொருட்கும் இறைவனான உன்னை எங்கள் தலைவனாகப் போற்றுகிறோம். உன் சிறப்பு வாய்ந்த திருவடிக்கே ஆட்பட்டோம். உன் அடியவர் பாதங்களையும் வணங்குவோம். அவர்களை அனுசரித்து நடப்போம். அவர்களுக்கு உரியவராவோம். எங்களுடன் தோழமை கொள்ளும் அவர்களையே எங்கள் கணவன்மார்களாய் அடைவோம்.' இந்தப்படிக்கு நீ எங்களுக்கு அருள்புரிந்தால் நாங்கள் குறைப்படும்படியாய் ஏதும் இராது.

பாதாளம் ஏழினும்கீழ் சொற்கழிவு பாதமலர்
போதுஆர் புனைமுடியும் எல்லாப் பொருள்முடிவே
பேதை ஒருபால் திருமேனி ஒன்று அல்லன்
வேதமுதல் விண்ணோரும் மண்ணும் துதித்தாலும்
ஓதஉலவா ஒருதோழன் தொண்டர் உளன்
கோதில் குலத்தரன்தன் கோயில் பிணாப்பிள்ளைகாள்
ஏதுஅவன்ஊர் ஏதுஅவன்பேர் ஆர்உற்றார் ஆர்அயலார்
ஏதுஅவனைப் பாடும் பரிசுஏலோர் எம்பாவாய்.

இறைவனின் திருவடிகள் கீழுலகம் ஏழினுக்கும் கீழாய் சொல்லில் அளந்து உரைக்கப்படாததாக இருக்கும். வாசமிகு பூவகைகளால் அலங்கரிக்கப்பட்ட அவன் திருமுடியோ அண்டங்களுக்கு அப்பால் அனைத்துக்கும் முடிவாக அமைந்தது. ஒரு வகையானதல்ல அவனுடைய திருமேனி. வேதங்களோ, உலகங்களோ முற்றாய் அவனை விவரிக்க முடியாது. சொல்லில் அடங்காத ஒப்பற்ற தோழன் அவன். தொண்டர்தம் உள்ளத்தில் அவன் தெளிவாகக் காட்சி தருகிறான். குற்றமில்லாத குலப்பெண்களே! அவனுக்கு ஊரில்லை. பேரில்லை. உறவென்றோ பகையென்றோ எவருமில்லை. அவனை முழுமையாகப் பாட்டில் வைக்க இயலாது. நீ அவனது மகிமையை ஏற்றுக்கொள், உனக்குள்ளாக எண்ணிப்பார்.

விளக்கம்: கீழுலகங்கள் – அதலம், விதலம், சுதலம், தராதலம், மகாதலம், இரசாதலம், பாதாளம் என ஏழு.

**மொய்ஆர் தடம்பொய்கை புக்கு முகேர்என்னக்
கையால் குடைந்து குடைந்துஉன் கழல்பாடி
ஐயா வழிஅடியோம் வாழ்ந்தோம் காண்ஆர் அழல்போற்
செய்யா வெண்ணீறாடி செல்வா சிறுமருங்குல்
மையார் தடங்கண் மடந்தை மணவாளா
ஐயாநீ ஆட்கொண்டருளும் விளையாட்டின்
உய்வார்கள் உய்யும்வகை எல்லாம் உய்ந்து ஒழிந்தோம்
எய்யாமல் காப்பாய் எமைஏலோர் எம்பாவாய்.**

தீப்போலும் செந்நிறம் உடையவரே, திருநீற்றில் பொலிபவரே! உமாபதியே! அகன்ற தடாகத்தில் இறங்கி ‘முகேர்’ என ஒலியெழும்படி முங்கி முங்கி நீராடி உன் திருவடி பணிந்து வாழ்த்துகிறோம். பரம்பரையாய் உனது அடிமைகள் நாங்கள். அழகனே! துன்புறுவார் தம் துயர் நீக்கி இன்புறச் செய்வதன்றோ உன் திருவிளையாட்டு. உன்னால் நாங்கள் ஈடேறினோம். உன்னை வழிபடுவதில் ஒருபோதும் சோர்வடையோம். பெண்ணே! இக்கருத்துக்களை நீ உணர்ந்துபார்!

**ஆர்த்த பிறவித் துயர்கெடநாம் ஆர்த்துஆடும்
தீர்த்தன்நல் தில்லைச் சிற்றம்பலத்தே தீயாடும்
கூத்தன் இவ்வானும் குவலயமும் எல்லாமும்
காத்தும் படைத்தும் கரந்தும் விளையாடி
வார்த்தையும் பேசி வளைசிலம்ப வார்கலைகள்
ஆர்ப்பரவம் செய்ய அணிகுழல்மேல் வண்டார்ப்பப்
பூத்திகழும் பொய்கை குடைந்து உடையான் பொற்பாதம்
ஏத்தி இருஞ்சுனைநீர் ஆடேலோர் எம்பாவாய்.**

நம் பிறவித் துன்பங்கள் ஒழியட்டும். நாம் தில்லைச் சிற்றம்பலத்தில் அனல் மாநடனம் ஆடும் கூத்தனைக் (நடராசப் பெருமான்) குறித்தே ஆடுவோம். உலகங்களைப் படைத்து, நிலைப்படுத்தி, துடைப்பது அவனுடைய விளையாட்டு. அவன் புகழைச் சொல்லி வளையல்கள் ஒலிக்கவும், பெரிய ஒட்டியாணங்கள் பெருமிதமாய் ஒலியெழுப்பவும், அழகிய கூந்தலில் வண்டுகள் முழங்கவும், பொய்கையில் நீராடி இறைவனின் சீர்மிகு திருவடிகளைத் துதிப்போம். பெண்ணே! இக்கருத்துக்களை எண்ணி உணர்ந்திடு.

**பைங்குவளைக் கார்மலரால் செங்கமலப் பைம்போதால்
அங்கங் குருகுஇனத்தால் பின்னும் அரவத்தால்
தங்கள் மலம்கழுவுவார் வந்து சார்தலினால்
எங்கள் பிராட்டியும் எங்கோனும் போன்றிசைந்த
பொங்கு மடுவில் புகப்பாய்ந்து பாய்ந்துநம்
சங்கம் சிலம்பச் சிலம்பு கலந்துஆர்ப்ப**

கொங்கைகள் பொங்கக் குடையும் புனல்பொங்கப்
பங்கயப் பூம்புனல்பாய்ந்து ஆடேலோர் எம்பாவாய்.

நீலோற்பலமும், செந்தாமரையும் நிறைந்திருக்கும் தடாகம். அங்கே அழகிய நீர்ப்பறவைகள் ஒலியெழுப்புகின்றன. அங்கே, உடலைத் தூய்மை செய்து கொள்ள அநேகரும் வந்து கூடுவர். எம்பிரானும் எம்பிராட்டியும் போல நாமும் இசைவுடன் அந்தத் தடாகத்தில் நீராடுவோம். நமது சங்கு வளையல்களும், காற்சிலம்புகளும் சேர்ந்து ஒலிக்கட்டும். நமது கொங்கைகள் பூரிப்படையட்டும். நாம் நீரில் துளைந்தாடுவோம்.

விளக்கம்: இறைவியின் நிறம் கருப்பு என்பது கருங்குவளை யாலும், இறைவனின் நிறம் சிவப்பு என்பது செந்தாமரையாலும் குறிக்கப் பெற்றது.

காதார் குழையாடப் பைம்பூண் கலனாடக்
கோதை குழலாட வண்டின் குழாம்ஆடச்
சீதப் புனல்ஆடிச் சிற்றம் பலம்பாடி
வேதப் பொருள்பாடி அப்பொருள்ஆ மாபாடி
சோதித்திறம்பாடி சூழ்கொன்றைத் தார்பாடி
ஆதி திறம்பாடி அந்தம்ஆ மாபாடிப்
பேதித்து நம்மை வளர்த்துஎடுத்த பெய்வளைதன்
பாதத் திறம்பாடி ஆடேலோர் எம்பாவாய்.

காதில் அணிந்த தோடுகள் அசைந்தாட, பசும்பொன் ஆபரணங்கள் இணைந்தாட, கூந்தலில் சூடிய பூச்சரமாட, பூக்களை நாடி வண்டாட நாம் குளிர்ந்த நீரில் மூழ்கி நீராடுவோம். தில்லைச் சிற்றம்பலத்தைப் புகழ்ந்து பாடுவோம். வேதங்களின் முதற்பொருளான சிவபெருமானைப் பாடுவோம்.

அப்பொருள் நமக்கு ஆகும் வண்ணம் பாடுவோம். அவன் ஞானப் பேரொளி. நாம் அவனை அடைய வேண்டும். அவனே ஆதியும் அந்தமுமாய் நிற்கிறான். நம்மைப் பக்குவப்படுத்திக் காத்தருளும் பராசக்தியின் பெருமைகளைப் பாடியாடுவோம்.

ஓர்ஒருகால் எம்பெருமான் என்றுஎன்றே நம்பெருமான்
சீர்ஒருகால் வாய்ஓவாள் சித்தம் களிகூர
நீர்ஒருகால் ஓவா நெடுந்தாரை கண்பனிப்பப்
பார்ஒருகால் வந்தனையாள் விண்ணோரைத் தான்பணியாள்
பேர்அரையற்கு இங்ஙனே பித்துஒருவர் ஆம்ஆறும்
ஆர்ஒருவர் இவ்வண்ணம் ஆட்கொள்ளும் வித்தகர் தாள்
வார்உருவப் பூண்முலையீர் வாயார நாம்பாடி
ஏர்உருவப் பூம்புனல்பாய்ந்து ஆடேலோர் எம்பாவாய்.

அழகிய கொங்கைகளை உடைய பெண்களே! இவள் ஒவ்வொரு சமயத்தில் எம் பெருமானே என்றபடி இறைவனது பெருமைகளை வாய் ஓயாது பேசுவாள். மனம் மகிழ்ச்சியுற்ற நிலையில் அவள் விழிகளில் இருந்து நீண்ட தாரைகளாகக் கண்ணீர் வடியும். மற்றொரு சமயம் பூமியில் வீழ்ந்து கிடப்பாள். இறைவனன்றி வேறு தெய்வங்களை அவள் வணங்கமாட்டாள். இறைவனிடத்துப் பித்தானவள். இப்படி அவளைத் தன் வசப்படுத்திக் கொண்டவர் யாராயிருக்கக் கூடும்? நம் ஈசன் திருவடிகளை நாம் வாயாராப் புகழ்ந்து பாடி, அழகிய பூக்கள் நிறைந்த பொய்கையில் குதித்து நீராடுவோம். பெண்ணே! இதனை எண்ணிப் பார்த்திடு.

முன்னிக் கடலைச் சுருக்கி எழுந்துஉடையாள்
என்னத்திகழ்ந்து எம்மை ஆளுடையாள் இட்டிடையின்
மின்னிப் பொலிந்து எம்பிராட்டி திருவடிமேல்
பொன்னஞ் சிலம்பில் சிலம்பித் திருப்புருவம்
என்னச் சிலைகுலவி நம்தம்மை ஆளுடையாள்
தன்னிற் பரிவிலா எங்கோமான் அன்பர்க்கு
முன்னி அவள்நமக்கு முன்சுரக்கும் இன்அருளே
என்னப் பொழியாய் மழைஏலோர் எம்பாவாய்.

மேகமே! இக்கடலைக் குடித்து கார்காலத்துக்கு முன்பே நீர் குறையச் செய்தாய். மேலெழும்போது உமையாள் திருமேனி போல் கார்நிறம் பெற்றாய். அவளது சிற்றிடைபோல் மின்னி விளங்குகின்றாய். அவள் திருவடிச் சிலம்பொலி போன்றது உன் இடி முழக்கம். அவளுடைய வளைந்த புருவத்தை ஒத்திருக்கிறது நீ வரையும் வானவில். முதலில் எங்கள் இறைவனின் அடியவர்க்கும் பிறகு எங்களுக்கும் அருள் மழையைப் பொழிவாயாக.

செங்கண் அவன்பால் திசைமுகன்பால் தேவர்கள்பால்
எங்கும் இலாததோர் இன்பம்நம் பாலதாக்
கொங்குண் கருங்குழலி நம்தம்மைக் கோதாட்டி
இங்குநம் இல்லங்கள் தோறும் எழுந்தருளிச்
செங்கமலப் பொற்பாதம் தந்தருளும் சேவகனை
அங்கண் அரசை அடியோங்கட்கு ஆரமுதை
நங்கள் பெருமானைப் பாடி நலம்திகழப்
பங்கயப் பூம்புனல்பாய்ந்து ஆடேலோர் எம்பாவாய்.

இயல்பாகவே மணம் கமழும் கூந்தலை உடையவளே! திருமால் நான்முகன் போன்ற முதன்மைத் தேவர்களுக்கு இல்லாத பேரானந்தம் நம்முடையதாயிற்று. நம் மாசுகளை நீக்கி நிறைவு பெறும் போது அது பிறரிடம் சொல்ல இயலாத அனுபவம் (அனுபூதி) ஆகிறது. அந்த அனுபவத்தை நமக்கு வழங்கவே நம் வீடுகள் தோறும் இறைவன்

எழுந்தருளுவது. கருணை நோக்குடைய மன்னவன், அவனது அடியவராகிய நமக்கு அமிர்தம் போன்றவன். அவனைப் போற்றிப் பாடிய வண்ணம் தாமரைப் பொய்கையில் நீராடுவோம்.

அண்ணாமலையான் அடிக்கமலம் சென்றுஇறைஞ்சும்
விண்ணோர் முடியின் மணித்தொகை வீறுஅற்றால்போல்
கண்ணார் இரவி கதிர்வந்து கார்கரப்பத்
தண்ணார் ஒளிமழுங்கித் தாரகைகள் தாம்அகலப்
பெண்ணாகி ஆணாய் அலியாய்ப் பிறங்கொளிசேர்
விண்ணாகி மண்ணாகி இத்தனையும் வேறாகிக்
கண்ணார் அமுதமாய் நின்றான் கழல்பாடிப்
பெண்ணே இப்பூம்புனல் பாய்ந்து ஆடேலோர் எம்பாவாய்.

தோழியே! திருவண்ணாமலை ஈசனின் திருவடிகளை வணங்கும் தேவர்களின் மணிமுடி இரத்தினங்கள் ஒளியை இழந்து விடுகின்றன. சூரியனும் இறைவனது முன்னிலையில் தன் கதிரொளியை இழந்துவிடுகிறான். நட்சத்திரங்களும் மங்கி விடுகின்றன. இறைவன் பெண்ணாகி, ஆணாகி, அலியாகி அவற்றுக்கு வேறாகவும் விளங்குகின்றான். பஞ்சபூதங்களாயும், அவற்றில் இருந்து வேறுபட்டும் இருக்கின்றான். அவன் நிலைபேறுடைய பெரும் பொருள். கண்ணால் பருகப்படும் அமுதமாய் நின்ற அவனது பெருமையைப் பாடிப் பூம்புனலாடுவோம்.

உன்கையில் பிள்ளை உனக்கே அடைக்கலம் என்று
அங்குஅப் பழஞ்சொல் புதுக்கும் எம்அச்சத்தால்
எங்கள் பெருமான் உனக்கொன்று உரைப்போம் கேள்
எம்கொங்கை நின்அன்பர் அல்லார்தோள் சேரற்க
எங்கை உனக்குஅல்லாது எப்பணியும் செய்யற்க
கங்குல் பகல்எம்கண் மற்றுஒன்றும் காணற்க
இங்குஇப் பரிசே எமக்குஎம்கோன் நல்குதியேல்
எங்குஎழில் என்ஞாயிறு எமக்குஏலோர் எம்பாவாய்.

எங்கள் முதல்வனே! ‘உன் கையில் இருக்கின்ற பிள்ளை உன்னால் காக்கப்படவேண்டிய அடைக்கலப்பொருள்’ என்கிற சொலவடையை நாங்கள் திருத்தம் செய்ய அஞ்சுகிறோம். உனக்கொரு விண்ணப்பம் செய்கிறோம், கேட்டருள்க. உனது மெய்யன்பர் அன்றி வேறு யாரையும் நாங்கள் மணந்து கொள்ள மாட்டோம். உனக்கான திருத்தொண்டன்றி வேறு எதையும் எமது கைகள் செய்யாதொழிக.

எமது கண்கள் எப்பொழுதும் உனையன்றி வேறொன்றைக் காணாதிருக்கட்டும். இந்த வாய்ப்பை நீ எங்களுக்கு வழங்கிவிட்டால் போதும். பிறகு, சூரியனே திசைமாறிப் போனாலும் நாங்கள் கவலைப்பட மாட்டோம்.

போற்றி அருளுக நின் ஆதியாம் பாதமலர்
போற்றி அருளுக நின் அந்தமாம் செந்தளிர்கள்
போற்றி எல்லாஉயிர்க்கும் தோற்றமாம் பொற்பாதம்
போற்றி எல்லாஉயிர்க்கும் போகமாம் பூங்கழல்கள்
போற்றி எல்லாஉயிர்க்கும் ஈறாம் இணையடிகள்
போற்றிமால் நான்முகனும் காணாத புண்டரிகம்
போற்றியாம் உய்யஆட் கொண்டருளும் பொன்மலர்கள்
போற்றியாம் மார்கழிநீர் ஆடேலோர் எம்பாவாய்.

    பழைமையும் பெருமையும் கொண்ட உன் திருப்பாதங்களைப் பணிகிறோம். அனைத்துக்கும் முதலாய், முடிவாய் இருக்கும் உன்னைப் போற்றித் துதிக்கிறோம். எல்லா உயிர்களுக்கும் போகமளிக்கிற திருவடிகளை வாழ்த்துகிறோம். பிறவிக்கு உயிர்களை வரவிட்டுப் பின் விடுவிக்கும் திருவடிகளை வணங்குகிறோம். உமது அருளால் மார்கழி நீருக்கு வணக்கம் செலுத்தி நாங்கள் நீராடுவோம்.

8. திரு அம்மானை

திருவண்ணாமலையில் அருளிச் செய்தது
ஆனந்தக் களிப்பு

**செங்கண் நெடுமாலும் சென்றிடந்தும் காண்பரிய
பொங்கு மலர்ப்பாதம் பூதலத்தே போந்தருளி
எங்கள் பிறப்புஅறுத்திட்டு எம்தரமும் ஆட்கொண்டு
தெங்கு திரள்சோலைத் தென்னன் பெருந்துறையான்
அங்கணன் அந்தணனாய் அறைகூவி வீடருளும்
அங்கருணை வார்கழலே பாடுதும்காண் அம்மானாய்.**

'அம்மானை ஆடும் பெண்ணே' (தன் ஈரடியால் மூவுலகும் அளந்த) திருமால் பன்றி உருவில் சென்று நிலத்தை அகழ்ந்தும், சிவனார் திருவடிகளைக் காண்பது அருமையாயிற்று. அத்தகைய சிவன் நிலவுலகில் எழுந்தருளி என் பிறவிப் பிணியை ஒழித்தான். அவன் திருவடியைப் போற்றி நாம் அம்மானை ஆடுவோமாக.

**பாரார் விசும்புள்ளார் பாதாளத்தார் புறத்தார்
ஆராலும் காண்டற்கு அரியான் எமக்குஎளிய
பேராளன் தென்னன் பெருந்துறையான் பிச்சேற்றி
வாரா வழிஅருளி வந்துஎன் உளம்புகுந்த
ஆரா அமுதாய் அலைகடல்வாய் மீன்விசிறும்
பேராசை வாரியனைப் பாடுதும்காண் அம்மானாய்.**

எவ்வுலகோருடைய காட்சிக்கும் எட்டாத சிவன், தன்னை நான் தரிசிக்கும்படி எளிமையாக வந்தான். முத்திப்பேற்றை எனக்கருளி என் சிந்தையைத் தனதாக்கிக் கொண்டான். மீனவர் தலைவனுக்காகக் கடலில் வலைவீசி மீன்பிடித்தவன் தன் அன்பர்களுக்குப் பேரின்பக் கடலானான். அவனைப் புகழ்ந்து அம்மானைப் பாடுவோம்.

**இந்திரனும் மால்அயனும் ஏனோரும் வானோரும்
அந்தரமே நிற்கச் சிவன்அவனி வந்தருளி
எந்தரமும் ஆட்கொண்டு தோள்கொண்ட நீற்றனாய்ச்
சிந்தனையை வந்துருக்கும் சீர்ஆர் பெருந்துறையான்
பந்தம் பறியப் பரிமேற்கொண்டான் தந்த
அந்தம்இலா ஆனந்தம் பாடுதும்காண் அம்மானாய்.**

திருமால் நான்முகன் உள்ளிட்ட தேவர்கள் வானத்தே நின்றிருக்க, சிவன் நிலவுலகில் எழுந்தருளி என்னை ஆட்கொண்டான். திருப்பெருந்துறைப் பெருமான் என் உள்ளத்திருந்து என்னை உருக்குகிறான்.

**வான்வந்த தேவர்களும் மால்அயனோடு இந்திரனும்
கான்நின்று வற்றியும் புற்றுஎழுந்தும் காண்பரிய**

தான்வந்து நாயேனைத் தாய்போல் தலையளித்திட்டு
ஊன்வந்து ரோமங்கள் உள்ளே உயிர்ப்புஎய்து
தேன்வந்து அமுதின் தெளிவின் ஒளிவந்த
வான்வந்த வார்கழலே பாடுதும்காண் அம்மானாய்.

திருமால் நான்முகன் முதலான தேவர்கள் கடுந்தவம் புரிந்தும் இறைவனைக் காண முடியவில்லை. ஆனால், தானே வலிய வந்து என்னை அவன் ஆட்கொண்டான். தாயின் அன்பிரக்கத்தை அதில் கண்டு நான் மெய்சிலிர்த்தேன். அந்தச் சிற்றம்பலத்தானின் சீர்மிகு திருவடிகளை நாம் பாடியபடி அம்மானை ஆடுவோம்.

கல்லா மனத்துக் கடைப்பட்ட நாயேனை
வல்லாளன் தென்னன் பெருந்துறையான் பிச்சேற்றிக்
கல்லைப் பிசைந்து கனியாக்கித் தன்கருணை
வெள்ளத்து அழுத்தி வினைகடிந்த வேதியனைத்
தில்லை நகர்புக்குச் சிற்றம்பலம் மன்னும்
ஒல்லை விடையானைப் பாடுதும்காண் அம்மானாய்.

எல்லாம் வல்ல இறைவன் என்னுள் அருட்பித்தைக் கிளப்பிவிட்டு, கல்லாதவனாகிய எனது கல் மனதைக் கனியாக்கினான். தன் கருணைக் கடலில் என்னை அழுத்தி என் வினைகளை அவன் கரையச் செய்தான். சிதாகாசத்தில் (தில்லைச் சிற்றம்பலம்) நிலை பெற்றிருக்கும் அவன் புகழை அம்மானையில் பாடுவோம்.

கேட்டாயோ தோழி கிறிசெய்த வாறுஒருவன்
தீட்டுஆர் மதில்புடைசூழ் தென்னன் பெருந்துறையான்
காட்டாதன எல்லாம் காட்டிச் சிவம்காட்டித்
தாள்தாமரை காட்டித் தன்கருணைத் தேன்காட்டி
நாட்டார் நகைசெய்ய நாம்மேலை வீடுஎய்த
ஆள்தான் கொண்டுஆண்டவா பாடுதும்காண் அம்மானாய்.

தோழி! திருப்பெருந்துறை ஈசனாகிய ஆன்மநாதன் செய்த மாய வித்தையை நீ அறிவாயோ? புறக்கண்ணுக்குத் தெரியாத அவனுடைய வடிவத்தை அகத்தே ஞானக்கண் கொடுத்து அவன் காட்டியருளி னான். அந்த ஞானகுருவின் மகிமையை நாம் பாடுவோம்.

ஓயாதே உள்குவார் உள்இருக்கும் உள்ளானைச்
சேயானைச் சேவகனைத் தென்னன் பெருந்துறையின்
மேயானை வேதியனை மாதுஇருக்கும் பாதியனை
நாயான நம்தம்மை ஆட்கொண்ட நாயகனைத்
தாயான தத்துவனைத் தானே உலகுஏழும்
ஆயானை ஆள்வானைப் பாடுதும்காண் அம்மானாய்.

தன்னிடம் மாறாத நினைவுடையார் நெஞ்சில் அவன் வீற்றிருப்பான். தன்னை நினையாதவர்க்கு அவன் நெடுந்தொலைவில்

இருப்பதுபோல் இருந்து விடுவான். உயிர்களின் உள்ளும் புறமும் இருந்து அவர்களைப் பக்குவப்படுத்துகிறான். தான் படைத்த உலகங்களில் தானும் கலந்திருக்கும் அந்தத் தாய் உள்ளத்தை நாம் பாடுவோம்.

பண்சுமந்த பாடற் பரிசு படைத்தருளும்
பெண்சுமந்த பாகத்தன் பெம்மான் பெருந்துறையான்
விண்சுமந்த கீர்த்தி வியன்மண்டலத்து ஈசன்
கண்சுமந்த நெற்றிக் கடவுள் கலிமதுரை
மண்சுமந்து கூலிகொண்டு அக்கோவால் மொத்துண்டு
புண்சுமந்த பொன்மேனி பாடுதும்காண் அம்மானாய்.

பண்சுமந்த பாடல்கள் பரமனது மகிமை பேசும் அனைத்தும் சிவ சக்தி சொரூபம் என்பதை நாம் உணர்வோம். திருப்பெருந்துறையில் அவனது சிறப்பு வெளிப்படுவதை அறிவோம். தன் பக்தையின் பொருட்டு மதுரையில் அவன் கூலிக்கு (பிட்டு) மண் சுமந்தான். மன்னனின் பிரம்படி பட்டு முதுகு புண்பட்டவனின் அழகிய திருமேனியைப் புகழ்ந்து பாடுவோம்.

துண்டப் பிறையான் மறையான் பெருந்துறையான்
கொண்ட புரிநூலான் கோலமா ஊர்தியான்
கண்டங் கரியான்செம் மேனியான் வெண்ணீற்றான்
அண்டம்முதல் ஆயினான் அந்தம்இலா ஆனந்தம்
பண்டைப் பரிசே பழஅடியார்க்கு ஈந்தருளும்
அண்டம் வியப்புஉறுமா பாடுதும்காண் அம்மானாய்.

இளம்பிறை சூடிய இறைவன் வேத முதல்வன். அவன் நீலகண்டன், சிவந்த திருமேனியன், திருவெண்ணீறு அணிந்தவன். முடிவற்ற ஆனந்தத்தை அடியார்க்கு அருளும் அவனது சிறப்பை உலகம் வியக்கும்படி பாடுவோம்.

விண் ஆளும் தேவர்க்கு மேலாய வேதியனை
மண் ஆளும் மன்னவர்க்கு மாண்பாகி நின்றானைத்
தண்ஆர் தமிழ்அளிக்கும் தண்பாண்டி நாட்டானைப்
பெண்ஆளும் பாகனைப் பேணு பெருந்துறையில்
கண்ஆர் கழல்காட்டி நாயேனை ஆட்கொண்ட
அண்ணா மலையானைப் பாடுதும்காண் அம்மானாய்.

ஆட்சி முறையை அரசர்களுக்கு அறிவித்தவன். தமிழ் வளர்த்த தலைவன். உமையொரு பாகனாகி பெண்ணின் சமத்துவத்தை உலகிற்கு உணர்த்தியவன். அவன் திருப்பெருந்துறையில் தனது திருவடி காட்டி என்னை ஆட்கொண்டான். அந்த அண்ணாமலையானைப் பாடுவோம்.

செப்பார் முலைபங்கன் தென்னன் பெருந்துறையான்
தப்பாமே தாள்அடைந்தார் நெஞ்சுருக்கும் தன்மையினான்
அப்பாண்டி நாட்டைச் சிவலோகம் ஆக்குவித்த
அப்பார் சடையப்பன் ஆனந்த வார்கழலே
ஒப்பாக ஒப்புவித்த உள்ளத்தார் உள்ளிருக்கும்
அப்பாலைக்கு அப்பாலைப் பாடுதும்காண் அம்மானாய்.

திருப்பெருந்துறைப் பெருமான் தன் திருவடி பணிவோர் உள்ளத்தை உருக்கும் தன்மையன். அவன் பாண்டிநாட்டை சிவலோகமாக்கியவன். கங்காதரனை, ஆனந்த சொரூபனை அடியார் தம் உள்ளத்தில் குடியிருக்கும் அந்தத் தலைவனை நாம் பாடுவோம்.

மைப்பொலியும் கண்ணிகேள் மால்அயனோடு இந்திரனும்
எப்பிறவியும் தேட என்னையும்தன் இன்அருளால்
இப்பிறவி ஆட்கொண்டு இனிப்பிறவாமே காத்து
மெய்ப்பொருட்கண் தோற்றமாய் மெய்யே நிலைபேறாய்
எப்பொருட்கும் தானேயாய் யாவைக்கும் வீடாகும்
அப்பொருளாம் நம்சிவனைப் பாடுதும்காண் அம்மானாய்.

தேவர்கள் எடுக்கும் ஒவ்வொரு பிறவியிலும் தன்னைத் தேடுமாறு வைத்த பெருமான், என்னை இப்பிறவியிலேயே வந்து ஆட்கொண்டான். இனிப் பிறவா நிலையும் தந்தருளினான். நிலைபேறுடைய அந்த மேலோனை நாம் புகழ்ந்து பாடுவோம்.

கையார் வளைசிலம்பக் காதார் குழைஆட
மையார் குழல்புரளத் தேன்பாய வண்டுஒலிப்பச்
செய்யானை வெண்ணீறு அணிந்தானைச் சேர்ந்துஅறியாக்
கையானை எங்கும் செறிந்தானை அன்பர்க்கு
மெய்யானை அல்லாதார்க்கு அல்லாத வேதியனை
ஐயாறு அமர்ந்தானைப் பாடுதும்காண் அம்மானாய்.

நம் கை வளைகள் ஒலிக்க, காதணிகள் அசைய சூடிய மலர்களில் தேன் கசிய அதை நாடிய வண்டுகள் ரீங்கரிக்க எங்கும் நிறைந்த திருவையாற்று ஈசனைப் பாடுவோமாக. அவன் அன்பர்க்கு மெய்ப்பொருள், அயலார்க்கு இல் பொருள்.

ஆனையாய்க் கீடமாய் மானுடராய்த் தேவராய்
ஏனைப் பிறவாய்ப் பிறந்துஇறந்து எய்த்தேனை
ஊனையும் நின்றுஉருக்கி என்வினையை ஓட்டுஉகந்து
தேனையும் பாலையும் கன்னலையும் ஒத்துஇனிய
கோன்அவன்போல் வந்துஎன்னைத் தன்தொழும்பில் கொண்டருளும்
வானவன் பூங்கழலே பாடுதும்காண் அம்மானாய்.

பல்வகை உயிர்களாகப் பிறவிகள் எடுத்துப் போதும் போதும் என்றாகி விட்டது எனக்கு. ஈசன் எனது வினைகளைப் போக்கி, எனக்கு அமிர்தானந்தத்தை வழங்கி, என்னைத் தனது அடியவனாக்கிக் கொண்டான். அந்த மேலோனின் திருவடிகளை நாம் போற்றிப் பாடுவோம்.

சந்திரனைத் தேய்த்தருளித் தக்கன்தன் வேள்வியினில்
இந்திரனைத் தோள்நெரித்திட்டு எச்சன் தலைஅரிந்து
அந்தரமே செல்லும் அலர்கதிரோன் பல்தகர்த்துச்
சிந்தித் திசைதிசையே தேவர்களை ஓட்டுஉகந்த
செந்தார்ப் பொழில்புடைசூழ் தென்னன் பெருந்துறையான்
மந்தார மாலையே பாடுதும்காண் அம்மானாய்.

தக்கனின் தகாத வேள்வியில் கலந்து கொண்ட சந்திரன், இந்திரன் போன்றோரைத் தண்டித்து, வேள்வித் தலைவனின் தலையைத் துண்டித்து மகிழ்ந்தவன் சிவபிரான்.

மந்தார மாலை சூடிய திருப்பெருந்துறை ஈசனைப்பாடி நாம் அம்மானை ஆடுவோம்.

ஊனாய் உயிராய் உணர்வாய் என்னுள்கலந்து
தேனாய் அமுதமுமாய்த் தீங்கரும்பின் கட்டியுமாய்
வானோர் அறியா வழிஎமக்குத் தந்தருளும்
தேனார் மலர்க்கொன்றைச் சேவகனார் சீரொளிசேர்
ஆனா அறிவாய் அளவிறந்த பல்உயிர்க்கும்
கோனாகி நின்றவா கூறுதும்காண் அம்மானாய்.

எம்பெருமான் எனது உடலிலும், உயிரிலும், உணர்விலும் கலந்திருக்கின்றான். என்னுடைய நற்கதிக்கான (முத்தி) வழியை அவன் காட்டியருள்கிறான். அவன் ஞான வடிவினன் எல்லா உயிர்க்கும் இறைவனை நாம் போற்றிப் பாடுவோம்.

சூடுவேன் பூங்கொன்றைச் சூடிச் சிவன்திரள்தோள்
கூடுவேன் கூடி முயங்கி மயங்கிநின்று
ஊடுவேன் செவ்வாய்க்கு உருகுவேன் உள்ளுருகித்
தேடுவேன் தேடிச் சிவன்கழலே சிந்திப்பேன்
வாடுவேன் பேர்த்தும் மலர்வேன் அனலேந்தி
ஆடுவான் சேவடியே பாடுதும்காண் அம்மானாய்.

சிவன் அணியும் கொன்றை மாலையை நான் அணிவேன். அவனது வலிய தோள்களைத் தழுவுவேன். கூடுவேன், ஊடுவேன். அவனுடன் ஊடிப் பின் கூடுவேன். அவனுக்காக மனம் உருகுவேன், தேடுவேன், அவனது திருவடியைச் சிந்தித்திருப்பேன். கலங்குவேன் மீண்டும் களிப்படைவேன். அனல் மாநடனம் புரிவோன் திருவடியை நாம் போற்றிப் பாடுவோம்.

கிளிவந்த மென்மொழியாள் கேழ்கிளரும் பாதியனை
வெளிவந்த மால்அயனும் காண்பரிய வித்தகனைத்
தெளிவந்த தேறலைச் சீரார் பெருந்துறையில்
எளிவந்து இருந்துஇரங்கி எண்அரிய இன்அருளால்
ஒளிவந்துஎன் உள்ளத்தின் உள்ளே ஒளிதிகழ
அளிவந்த அந்தணனைப் பாடுதும்காண் அம்மானாய்.

கிளிபோலும் இன்மொழி பேசும் உமையைத் தன்னில் ஒரு பாதியாய்க் கொண்டவன் சிவன். அவன் ஒளிமயமானவன், ஞான சொரூபன், திருமாலும் நான்முகனும் காணற்கரிய பெருமான் திருப்பெருந்துறையில் அருள்புரிகின்றான். அவனது அன்பிரக்கத்தை நாம் வியந்து பாடுவோம்.

முன்னானை மூவர்க்கும் முற்றுமாய் முற்றுக்கும்
பின்னானைப் பிஞ்ஞகனைப் பேணு பெருந்துறையின்
மன்னானை வானவனை மாதுஇயலும் பாதியனைத்
தென்னானைக் காவானைத் தென்பாண்டி நாட்டானை
என்னானை என்அப்பன் என்பார்கட்கு இன்அமுதை
அன்னானை அம்மானைப் பாடுதும்காண் அம்மானாய்.

மும்மூர்த்திகளுக்கும் முதல்வன், எல்லாப் பொருளுமாய் அவையாவற்றுக்கும் முற்பட்டும், பிற்பட்டும் விளங்குபவன். அவன் பிஞ்ஞகன், சிதாகாசன், அர்த்த நாரீஸ்வரன்.

திருப்பெருந்துறையில் இருப்பவன், திருவானைக்காவில் வீற்றிருக்கும் அவன் தென்பாண்டி நாட்டவன். தன்னைத் தந்தையென்று அழைப்பார்க்கு அமிர்தம் போன்றவன். அத்தகைய இறைவன் புகழை இனிதே பாடுவோம்.

பெற்றி பிறர்க்கு அரியபெம்மான் பெருந்துறையான்
கொற்றக் குதிரையின்மேல் வந்தருளித் தன்அடியார்
குற்றங்கள் நீக்கிக் குணம்கொண்டு கோதாட்டிச்
சுற்றிய சுற்றத் தொடர்பு அறுப்பான் தொல்புகழே
பற்றி இப்பாசத்தைப் பற்றறநாம் பற்றுவான்
பற்றிய பேரானந்தம் பாடுதும்காண் அம்மானாய்.

திருப்பெருந்துறைப் பெருமானது சிறப்பை அவனது அன்பர்களன்றி வேறு யாரே அறிவர்! அவன் வெற்றியையுடைய குதிரைமீது ஏறிவந்து தன் அடியாரின் குற்றங்களைப் போக்கி, குணத்தை ஏற்பவன். அவன் தளையான பிணைப்புகளை அறுத்தெறிபவன். அவனது நிலையான புகழை நெஞ்சில் நிறுத்தி உலகப் பற்றுகளை நாம் உதறிவிடுவோம். அவனைப் பற்றிக் கொண்டு, அவனது பெருமைகளைப் பரவசத்துடன் நாம் பாடுவோம்.

9. திருப்பொற்சுண்ணம்

(தில்லையில் அருளியது)
ஆனந்த மனோலயம்

முத்து நல்தாமம் பூமாலை தூக்கி
முளைக்குடம் தூபம் நல்தீபம் வைம்மின்
சத்தியும் சோமியும் பார்மகளும்
நாமகளோடு பல்லாண்டு இசைமின்
சித்தியும் கௌரியும் பார்ப்பதியும்
கங்கையும் வந்து கவரிகொள்மின்
அத்தன் ஐயாறன் அம்மானைப்பாடி
ஆடப் பொற்சுண்ணம் இடித்தும்நாமே.

தோழியரே! நன்முத்துமாலைகளையும், நறுமணம் வீசும் பூமாலைகளையும் தொங்கவிடுங்கள். முளைப்பாங்கை வையுங்கள். தூபதீபம் ஏற்றுங்கள். கொற்றவையுடனே முப்பெரும் தேவியரும் கூடி வந்து பல்லாண்டு பாடுங்கள். சித்தி (விநாயகரின் சத்தி)யும் கௌரியும் கங்கையும், பார்வதியும் சாமரம் வீசுங்கள். திருவையாற்று ஈசனும், எம் தந்தையுமானவரைப் பாடி நாம் மண்பொடி இடிப்போமாக.

பூஇயல் வார்சடை எம்பிராற்குப்
பொன் திருச்சுண்ணம் இடிக்கவேண்டும்
மாவின் வடுவகிர் அன்ன கண்ணீர்
வம்மின்கள் வந்துஉடன் பாடுமின்கள்
கூவுமின் தொண்டர் புறம்நிலாமே
குனிமின் தொழுமின் எம்கோன் எம்கூத்தன்
தேவியும் தானும்வந்து எம்மை ஆளச்
செம்பொன்செய் சுண்ணம் இடித்தும்நாமே.

செஞ்சடைப் பெருமானுக்கு நயமான கதம்பப் பொடி இடிக்கவேண்டும். மாவடு பிளந்தது போல் கண் படைத்த பெண்களே வாருங்கள்! வந்து எம்மோடு சேர்ந்து பாடுங்கள். அடியார்களை வெளியே காத்திருக்கவிடாமல் அழையுங்கள். ஆடுங்கள், வணங்குங்கள். இறைவியும் தானுமாய் கூத்தபிரான் இங்கே எழுந்தருளி, நம்மை ஆட்கொள்ளும் பொருட்டு பொன்னிற நறுமணப் பொடியை நாம் இடிப்போம்.

சுந்தர நீறு அணிந்தும் மெழுகித்
தூயபொன்சிந்தி நிதிபரப்பி
இந்திரன் கற்பகம் நாட்டி எங்கும்
எழில்சுடர் வைத்துக் கொடி எடுமின்

அந்தரர் கோன் அயன்தன் பெருமான்
ஆழியான் நாதன்நல் வேலன்தாதை
எந்தரம் ஆள் உமையாள் கொழுநற்கு
ஏய்ந்த பொற்சுண்ணம் இடித்தும்நாமே.

அழகிய திருவெண்ணீறு அணிந்து, தரைமெழுகி, தூய பொன் துகள்களைச் சிதறவிட்டு, நவதானியங்களைப் பரப்பி, இந்திரலோகத்து கற்பக மரத் தோகைகளை ஊன்றி, தீபங்கள் ஏற்றிவைத்து, இடபக் கொடியை உயர்த்துங்கள். திருமால், நான்முகன், இந்திரன் போன்றோரை ஆளும் தலைவனான இறைவனுக்குப் பொற்சுண்ணம் இடிப்போம் நாம்.

காசு அணிமின்கள் உலக்கை எல்லாம்
காம்பு அணிமின்கள் கறைஉரலை
நேசம் உடைய அடியவர்கள்
நின்று நிலாவுக என்றுவாழ்த்தித்
தேசம் எல்லாம் புகழ்ந்து ஆடும்கச்சித்
திருஏகம்பன் செம்பொன் கோயில்பாடிப்
பாசவினையைப் பறித்துநின்று
பாடிப் பொற்சுண்ணம் இடித்தும்நாமே.

உலக்கைகளுக்குப் பொன்வடம் கட்டுங்கள். உரலுக்குப் பட்டாடை சுற்றுங்கள். இறையன்பர்கள் நல்வாழ்வு பெற வாழ்த்துங்கள். கச்சி ஏகம்பநாதரின் செம்பொன்னாலாகிய கோயிலைப் பாடுவோம். நம் பாசவினைகளை நீக்கிக் கொண்டு பொற்சுண்ணம் இடிப்போம்.

அறுகு எடுப்பார் அயனும் அரியும்
அன்றிமற்று இந்திரனோடு அமரர்
நறுமுறு தேவர் கணங்கள் எல்லாம்
நம்மில் பின்பு அல்லது எடுக்க ஓட்டோம்
செறிவுடை மும்மதில் எய்தவில்லி
திருஏகம்பன் செம்பொற் கோயில்பாடி
முறுவல் செவ்வாயினீர் முக்கண் அப்பற்கு
ஆடப்பொற்சுண்ணம் இடித்தும்நாமே.

நான்முகனும் திருமாலும் குடவிளக்கு ஏந்தும் பணியைச் செய்வார்கள். இந்திராதி தேவர்கள் நமக்கு முன் விளக்கேந்த முந்திடினும் நாம் இடம் தரோம். முப்புரங்களை அழித்த சிவபெருமானது புகழைப் பாடுவோம். திருவேகம்பனின் கோயிலைப் போற்றுவோம். இளநகை பூக்கும் சிவந்த வாயினையுடைய பெண்களே! முக்கண்ணராகிய எம் தந்தை பூசிக்கொள்ளும் பொருட்டு பொற்சுண்ணம் இடிப்போம்.

உலக்கை பல ஓச்சுவார் பெரியர்
உலகமெலாம் உரல் போதாது என்றே
கலக்க அடியவர் வந்துநின்றார்
காண உலகங்கள் போதாது என்றே
நலக்க அடியோமை ஆண்டுகொண்டு
நாள்மலர்ப் பாதங்கள் சூடத்தந்த
மலைக்கு மருகனைப் பாடிப்பாடி
மகிழ்ந்து பொற்சுண்ணம் இடித்தும்நாமே.

இறைவனுக்குப் பொற்சுண்ணம் இடிக்க பெரியோர்கள் பலரும் வந்து கூடினர். அவர்கள் எல்லோரும் உயர்த்திய கைகளுக்கு இவ்வுலகம் என்னும் உரல் போதவில்லை. பர்வதராஜனின் மருமகனான சிவபெருமான் நம் வாழ்வு மேம்பட தனது பூப்போன்ற திருவடிகளை நமது சிரமீது வைத்தருளினான். அந்தப் பெருமானின் மகிமையைப் பாடி நாம் பொற்சுண்ணம் இடிப்போம்.

சூடகம் தோள்வளை ஆர்ப்ப ஆர்ப்பத்
தொண்டர்குழாம் எழுந்து ஆர்ப்ப ஆர்ப்ப
நாடவர் நம்தம்மை ஆர்ப்ப ஆர்ப்ப
நாமும் அவர்தம்மை ஆர்ப்ப ஆர்ப்பப்
பாடகம் மெல்அடியார்க்கு மங்கை
பங்கினன் எங்கள் பராபரனுக்கு
ஆடக மாமலை அன்னகோவுக்கு
ஆடப் பொற்சுண்ணம் இடித்தும்நாமே.

கைவளையும் தோள்வளையும் ஒலிக்கின்றன. அடியார் கூட்டம் 'சிவ சிவ' என்று விடாது முழங்குகிறது. 'இதுவெல்லாம் உதவாத செயல்' என்று உலகம் நம்மைப் பரிகசிக்கும். நாம் அவர்களுடைய அறிவீனத்தை எண்ணி நகைப்போம். தனது மெல்லிய திருவடிகளில் பாடகம் அணிந்திருக்கும் பார்வதி மணாளனைக் கொண்டாடி பொற்சுண்ணம் இடிப்போம்.

வாள்தடங்கண்மட மங்கைநல்லீர்
வரிவளை ஆர்ப்பவண் கொங்கைபொங்கத்
தோள்திரு முண்டந் துதைந்து இலங்கச்
சோத்து எம்பிரான் என்று சொல்லிச்சொல்லி
நாள்கொண்ட நாள்மலர்ப் பாதங்காட்டி
நாயிற் கடைப்பட்ட நம்மைஇம்மை
ஆட்கொண்ட வண்ணங்கள் பாடிப்பாடி
ஆடப் பொற்சுண்ணம் இடித்தும்நாமே.

ஒளிவீசும் அகன்ற விழிகளை உடைய இளம்பெண்களே! வரிகளைக் கொண்ட வளையல்கள் ஒலிக்கவும், பருத்த கொங்கைகள்

மேலெழவும், தோளும் நெற்றியும் திருநீற்றினால் நெருங்கி விளங்கவும், 'எம்பிரானே! வணக்கம்' என்று சொல்லுவோம். அன்றலர்ந்த தாமரையை வென்றுவிடும் அவனது அழகிய திருவடிகள். அத்திருவடிகளைக் காட்டி, தாழ்வுற்ற எம்மை இப்பிறவியிலேயே தயவுடன் ஆட்கொண்டான். அப்படி ஆட்கொண்ட முறைகளைப் பாடி, அவன் நீராடுவதற்கு பொன்போலும் வாசனைப் பொடியை இடிப்போம்.

வையகம் எல்லாம் உரல்அதுஆக
மாமேரு என்னும் உலக்கை நாட்டி
மெய்எனும் மஞ்சள் நிறைய அட்டி
மேதகு தென்னன் பெருந்துறையான்
செய்ய திருவடி பாடிப்பாடிச்
செம்பொன் உலக்கை வலக்கைபற்றி
ஐயன் அணிதில்லை வாணனுக்கே
ஆடப்பொற்சுண்ணம் இடித்தும்நாமே.

உலகத்தை உரலாக்கி, மகாமேரு என்னும் உலக்கை நாட்டி, உண்மை என்கிற மஞ்சளை நிறையப் போட்டு இடிப்போம். திருப்பெருந்துறை ஈசனின் திருவடிகளை மாறாத காதலுடன் பாடுவோம். தில்லை அம்பலவாணன் திருமுழுக்கிற்குப் பொற்சுண்ணம் இடிப்போம்.

முத்தணி கொங்கைகள் ஆட ஆட
மொய்குழல் வண்டினம் ஆட ஆடச்
சித்தம் சிவனொடும் ஆட ஆடச்
செங்கயல் கண்பனி ஆட ஆடப்
பித்து எம்பிரானொடும் ஆட ஆடப்
பிறவி பிறரொடும் ஆட ஆட
அத்தன் கருணையொடு ஆட ஆட
ஆடப் பொற்சுண்ணம் இடித்தும்நாமே.

முத்து வடமணிந்த கொங்கைகள் குலுங்க, அடர்ந்த கூந்தலில் வண்டுகள் திரண்டிருக்க, மனமானது சிவனிடம் பொருந்தியிருக்க, சிவந்த கெண்டை மீன் போன்ற கண்களில் நீர் அரும்ப இறைவனிடம் எனக்கிருந்த அன்பு உச்சமடைந்தது. உலகப் பற்றுள்ளவர்கள் பிறவிப் பிணியில் அழுந்திக் கிடக்க, எம் தந்தையாகிய சிவபெருமான் எப்போதும் கருணையுடன் கூடியிருக்க, அவன் நீராடுவதற்கு நாம் பொற்சுண்ணம் இடிப்போம்.

மாடு நகைவாள் நிலாஎறிப்ப
வாய்திறந்து அம்பவளம் துடிப்பப்
பாடுமின் நம்தம்மை ஆண்டவாறும்
பணிகொண்ட வண்ணமும் பாடிப்பாடித்

தேடுமின் எம்பெருமானைத்தேடிச்
சித்தம் களிப்பத் திகைத்துத் தேறி
ஆடுமின் அம்பலத்து ஆடினானுக்கு
ஆடப்பொற்சுண்ணம் இடித்தும்நாமே.

பால் நிலா ஒளிபோல் பளிச்சிடுகிறது உங்கள் புன்னகை. நீங்கள் பாடும்போது அழகிய உதடுகள் சிவந்து துடிக்கின்றன. பெண்களே! சிவபெருமான் நம்மை ஆண்டுகொண்ட முறையைப் பாருங்கள், தமது பணியில் நிற்கச் செய்து அதை ஏற்றுக் கொண்ட தன்மையையும் பாடுங்கள். புகழ்பாடி இறைவனைத் தேடுங்கள். தேடிக் காணாவிடில் திகைப்பீர்கள். கண்டுகொண்டாலே களிப்புடன் ஆடுவீர்கள். தில்லையம்பலத்தின் நடம்புரிவாரது திருமுழுக்கின் பொருட்டுப் பொன் போலும் வாசனைப் பொடியை நாம் இடிப்போம்.

மையமர் கண்டனை வானநாடர்
மருந்தினை மாணிக்கக் கூத்தன்தன்னை
ஐயனை ஐயர்பிரானை நம்மை
அகப்படுத்து ஆட்கொண்டு அருமைகாட்டும்
பொய்யர்தம் பொய்யனை மெய்யர் மெய்யைப்
போதுஅரிக் கண்இணைப் பொன்தொடித்தோள்
பைஅரவு அல்குல் மடந்தைநல்லீர்
பாடிப் பொற்சுண்ணம் இடித்தும்நாமே.

செவ்வரி படர்ந்த கண்களை உடைய பெண்களே! சிவன் நம்மை வலிய ஆட்கொண்டுள்ளான். அவன் பொய்யர்க்குப் பொய்யன், மெய்யர்க்கு மெய்யன். அத்தகைய நம் இறைவனைப் புகழ்ந்து பாடி நாம் பொற்சுண்ணம் இடிப்போம்.

மின்இடைச் செந்துவர் வாய்க்கருங்கண்
வெண்நகைப் பண்அமர் மென்மொழியீர்
என்னுடை ஆரமுது எங்களப்பன்
எம்பெருமான் இமவான் மகட்குத்
தன்னுடைக் கேள்வன் மகன்தகப்பன்
தமையன் எம்ஐயன் தாள்கள் பாடிப்
பொன்னுடைப் பூண்முலை மங்கைநல்லீர்
பொன் திருச்சுண்ணம் இடித்தும்நாமே.

மின்னல் போலும் சிற்றிடை, பவழம் போலும் செவ்வாய், கருநிற விழிகள், பளிச்சிடும் புன்னகை, இசையென இன்மொழி உடைய பெண்களே! எனக்கு அமிர்தமாகிய எங்கள் அப்பன் சிவபெருமான் மலையரசன் மகளுக்கு நாயகராகவும், மகனாகவும், தந்தையாகவும், மூத்த சகோதரராகவும் இருக்கிறான். எமக்கோ இவன் இறைவன்.

பொன் ஆபரணத்தில் பொலியும் தனங்களை உடைய பூவையரே! இவனது திருவடிகளைப் புகழ்ந்து பாடி பொற்சுண்ணம் இடிப்போம்.

விளக்கம் : சத்தியினின்று சதாசிவன் தோன்றியதால் சத்திக்கு சிவன் மகனாகிறான். சிவத்திடம் இருந்து சத்தி தோன்றியதால் சத்திக்குத் தந்தையானதாகவும், சிவமும் சத்தியும் சுத்த மாயை யினின்று தோன்றியதால் அவனே தமையனானதாகவும் கூறப்பட்டது.

சங்கம் அரற்றச் சிலம்பு ஒலிப்பத்
தாழ்குழல் சூழ்தரு மாலைஆடச்
செங்கனி வாய் இதழும்துடிப்பச்
சேயிழையீர் சிவலோகம் பாடிக்
கங்கை இரைப்ப அரா இரைக்கும்
கற்றைச் சடைமுடியான் கழற்கே
பொங்கிய காதலின் கொங்கை பொங்கப்
பொன் திருச்சுண்ணம் இடித்தும்நாமே.

சங்கு வளையல்கள் முழங்க, காற்சிலம்புகள் ஒலிக்க நீளக் கூந்தலில் பூச்சரம் அசைய, செவ்விதழ்கள் துடிக்க அழகின் அநேக தன்மைகளை வெளிக்காட்டும் பெண்களே! நாம் சிவபுரத்தின் பெருமையைப் பாடுவோம். கங்கை சப்திக்க பாம்பு சீறும் சடாமுடியுடைய சிவனாருக்குப் பொற்சுண்ணம் இடிப்போம்.

ஞானக் கரும்பின் தெளிவைப் பாகை
நாடற்கு அரிய நலத்தை நந்தாத்
தேனைப் பழச்சுவை ஆயினானைச்
சித்தம் புகுந்து தித்திக்க வல்ல
கோனைப் பிறப்பு அறுத்து ஆண்டுகொண்ட
கூத்தனை நாத்தழும்பு ஏறவாழ்த்திப்
பானல் தடங்கண் மடந்தைநல்லீர்
பாடிப் பொற்சுண்ணம் இடித்தும்நாமே.

ஞானக் கரும்பும், அதன் சாறும், அதிலுண்டாகும் பாகும் இறைவனே! அவன் தேடற்கரிய நற்பொருள். சுவை கெடாத தேன், தித்திக்கும் முக்கனி. இத்தனையுமாய் இருந்து நம் மனத்தில் புகுந்து இனிக்கின்ற தலைவன் பிறவித் தளையறுத்து நம்மை ஆண்டு கொள்வான். பெண்களே! நாத்தழும்பேற அவன் புகழை நாம் பாடி வணங்குவோம். கருங்குவளை மலர்போல் அகன்ற விழிகளை உடையவர்களே, நாம் அவனுக்கென்றே பொற்சுண்ணம் இடிப்போம்.

ஆவகை நாமும்வந்து அன்பர்தம்மோடு
ஆட்செய்யும் வண்ணங்கள் பாடி விண்மேல்
தேவர் கனாவிலும் கண்டு அறியாச்

செம்மலர்ப் பாதங்கள் காட்டும் செல்வச்
சேவகம் ஏந்திய வெல்கொடியான்
சிவபெருமான் புரம் செற்ற கொற்றச்
சேவகன் நாமங்கள் பாடிப்பாடிச்
செம்பொன் செய்சுண்ணம் இடித்தும்நாமே.

எம்பெருமான் தனது பக்தர்களோடு நம்மையும் ஈடேற்றும் விதமாய் அடிமை செய்ததை நாம் பாடுவோம். தேவர்கள் கனவிலும் கண்டறியாத தனது திருவடிகளைச் சிவன் நமக்கு நனவில் காட்டினான். அவனது திருநாமங்களைப் போற்றிப் பொன்போல் ஒளிதரும் வாசனைப் பொடியை நாம் இடிப்போம்.

தேன்அக மாமலர்க் கொன்றைபாடிச்
சிவபுரம் பாடித் திருச்சடைமேல்
வான்அக மாமதிப் பிள்ளைபாடி
மால்விடை பாடி வலக்கை ஏந்தும்
ஊன்அக மாமழுச் சூலம்பாடி
உம்பரும் இம்பரும் உய்ய அன்று
போனகமாக நஞ்சுண்டல் பாடிப்
பொன் திருச்சுண்ணம் இடித்தும்நாமே.

தேனூறும் கொன்றை மலரையும், சிவபுரத்தையும், சடையில் தரித்த இளம்பிறையையும், இடபவாகனத்தையும் மழுக்கரத்தையும், திரிசூலத்தையும், தேவர்க்காக நஞ்சுண்டதையும் பாடி பொன்போலும் அழகிய வாசனைப் பொடியை நாம் இடிப்போம்.

அயன்தலை கொண்டு செண்டு ஆடல்பாடி
அருக்கன் எயிறு பறித்தல் பாடி
கயந்தனைக் கொன்று உரி போர்த்தல் பாடி
காலனைக் காலால் உதைத்தல் பாடி
இயைந்தன முப்புரம் எய்தல் பாடி
ஏழை அடியோமை ஆண்டுகொண்ட
நயந்தனைப் பாடிநின்று ஆடிஆடி
நாதற்குச் சுண்ணம் இடித்தும்நாமே.

பிரமனும், சூரியனும், இயமனும் சிவனிடம் பட்ட பாடு கொஞ் சமோ! யானைத் தோலுரித்து மேலுக்கு உடுத்திய எம்பெருமான் திரிபுரங்களை எரித்தான். சிற்றறிவும் சிறுதொழிலும் உடைய நம்மை ஆட்கொண்டான். இத்தகைய நலங்களைப் பாடியாடி நம் தலைவனுக்குப் பொற்சுண்ணம் இடிப்போமாக.

வட்டமலர்க் கொன்றை மாலைபாடி
மத்தமும் பாடி மதியும்பாடிச்

சிட்டர்கள் வாழும் தென்தில்லை பாடிச்
சிற்றம்பலத்து எங்கள் செல்வம் பாடிக்
கட்டிய மாசுணக் கச்சை பாடிக்
கங்கணம் பாடிக் கவித்த கைம்மேல்
இட்டு நின்று ஆடும் அரவம்பாடி
ஈசற்குச் சுண்ணம் இடித்தும்நாமே.

    இறைவனுக்கு உகந்த மலர்களையும், அவன் உடற்பகுதிகளில் அணிந்த சர்ப்பங்களையும் பாடி, பிறைச்சந்திரன், அழகிய தில்லைநகர் இவற்றையும் பாடி பொற்சுண்ணம் இடிப்போமாக.

வேதமும் வேள்வியும் ஆயினார்க்கு
மெய்ம்மையும் பொய்ம்மையும் ஆயினார்க்குச்
சோதியுமாய் இருள் ஆயினார்க்குத்
துன்பமுமாய் இன்பம் ஆயினார்க்குப்
பாதியுமாய் முற்றும் ஆயினார்க்குப்
பந்தமுமாய் வீடும் ஆயினாருக்கு
ஆதியும் அந்தமும் ஆயினாருக்கு
ஆடப் பொற்சுண்ணம் இடித்தும்நாமே.

    வேதம், வேள்வி, மெய்ப்பொருள், பொய்ப்பொருள், வெளிச்சம், இருள், சத்தி, சிவசத்தி, பந்தம், முத்தி ஆனது அவன்தான். ஒளி இருள், துன்பம் இன்பம், உலகின் தொடக்கம் முடிவு இப்படி இரட்டைத் தன்மை கொண்டு அனைத்தும் ஆனது அவனே. அத்தகைய இறைவன் நீராடும் பொருட்டு பொன்போலும் வாசனைப் பொடியை நாம் இடிப்போம்.

10. திருக்கோத்தும்பி

(தில்லையில் அருளிச் செய்தது)

சிவனோடு ஐக்கியம்

பூஏறு கோனும் புரந்தரனும் பொற்புஅமைந்த
நாஏறு செல்வியும் நாரணனும் நான்மறையும்
மாஏறு சோதியும் வானவரும் தாம்அறியாச்
சேஏறு சேவடிக்கே சென்றுஊதாய் கோத்தும்பீ.

நான்முகனும், திருமாலும், கலைமகளும், இந்திராதி தேவர்களும், முச்சுடராகிய சூரிய சந்திர அக்கினியும், வேதங்களும் சிவபெருமானை முழுமையாய் அறிந்து கொண்டவர்களல்ல. அரசவண்டே, அந்த இடபவாகனனைப் போற்றி நீ ரீங்காரம் செய்வாயாக.

நான்ஆர் என்உள்ளம்ஆர் ஞானங்கள்ஆர் என்னை யார்அறிவார்
வானோர் பிரான் என்னை ஆண்டிலனேல் மதிமயங்கி
ஊன்ஆர் உடைதலையில் உண்பலிதேர் அம்பலவன்
தேன்ஆர் கமலமே சென்றுஊதாய் கோத்தும்பீ.

எம் பெருமான் என்னை ஆண்டருளாவிடில் நானும் எனது உள்ளமும் என்னவொரு தன்மையை அடைந்திருப்போம். என் அறிவு என்னவாகியிருக்கும்? பிரம்மனின் மண்டையோட்டில் பிட்சை ஏற்கும் அம்பலவாணனின் தாமரைத் திருப்பாதங்களிடத்தே சென்று ஊதுவாய் அரசவண்டே!

தினைத்தனை உள்ளதுஓர் பூவினில் தேன்உண்ணாதே
நினைத்தொறும் காண்தொறும் பேசும்தொறும் எப்போதும்
அனைத்துஎலும்பு உள்நெக ஆனந்தத் தேன் சொரியும்
குனிப்பு உடையானுக்கே சென்றுஊதாய் கோத்தும்பீ.

அரசவண்டே! தினையளவேயான சிறுபூவின் தேனை எதற்கு நீ தேடிப் பருகுவது? திருநடமிடுவோனின் பரமானந்தத் தேனில் மனம் வைத்து அதைப் போற்றி ஊதுவாயாக.

கண்ணப்பன் ஒப்பதுஓர் அன்புஇன்மை கண்டபின்
என்னப்பன் என்ஒப்பில் என்னையும் ஆட்கொண்டருளி
வண்ணப் பணித்து என்னை வாஎன்ற வான் கருணைச்
சுண்ணப் பொன் நீற்றற்கே சென்றுஊதாய் கோத்தும்பீ.

கண்ணப்பன் அன்பின் உச்சநிலையை அடைந்தவன். நானோ அன்பின் தொடக்க நிலையில் இருப்பவன். ஆயினும், என் ஐயன்

தாழ்வுற்றுக் கிடந்த என்னைத் தயவுடன் ஆட்கொண்டான். திருத்தமுடன் என்னைத் தில்லைக்கு வரும்படி அருளினான். அந்தத் திருநீற்றுச் செல்வனிடம் சென்று, அரசவண்டே நீ ஊதுவாயாக.

அத்தேவர் தேவர் அவர்தேவர் என்றுஇங்ஙன்
பொய்த்தேவு பேசிப் புலம்புகின்ற பூதலத்தே
பத்துஏதும் இல்லாதுஎன் பற்றுஅறநான் பற்றிநின்ற
மெய்த்தேவர் தேவர்க்கே சென்றுஊதாய் கோத்தும்பீ.

'இவர் உயர்ந்தவர், இல்லை, அவர் உயர்ந்தவர்' என்று இந்திராதி தேவர்களைப் பாகுபடுத்திப் பார்க்கிற இவ்வுலகில், என் பிறவித்தளை நீக்கி என்னைக் கடைத்தேற்றும் மெய்ப்பொருளான இறைவனிடத்தே சென்று ஊதுவாயாக.

வைத்தநிதி பெண்டிர் மக்கள்குலம் கல்விஎன்னும்
பித்த உலகில் பிறப்போடு இறப்புஎன்னும்
சித்த விகாரக் கலக்கம் தெளிவித்த
வித்தகத் தேவர்க்கே சென்றுஊதாய் கோத்தும்பீ.

தேடிய செல்வம், மனைவி, மக்கள், குலம், கல்வி இவற்றால் உண்டாகிற அறிவு மயக்கம். பிறப்பு, இறப்பு என்னும் பெருந்துன்பத்தில் மயங்கும் உலகம். என் மயக்கத்தைத் தெளிவித்த ஞான வடிவினனின் புகழ்பாடு வண்டே.

சட்டோ நினைக்க மனத்து அமுதுஆஞ் சங்கரனைக்
கெட்டேன் மறப்பேனோ கேடுபடாத் திருவடியை
ஒட்டாத பாவித் தொழும்பரை நாம் உருஅறியோம்
சிட்டாய சிட்டற்கே சென்றுஊதாய் கோத்தும்பீ.

நிலைபேறுடைய பொருளான சிவனைச் சிந்தித்திருப்பதால் நமக்கு இழப்பேதும் உண்டோ? இல்லை. எம்பெருமானை மனதில் இருத்திக் கொள்ளாத பாவிகளைக் காண நாம் சம்மதியோம். சிறப்பு மிக்க சிவபெருமானை, வண்டுகளின் தலைவனே, நீ வாழ்த்திப்பாடு.

ஒன்றாய் முளைத்து எழுந்து எத்தனையோ கவடுவிட்டு
நன்றாக வைத்து என்னை நாய்சிவிகை ஏற்றுவித்த
என்தாதை தாதைக்கும் எம்அனைக்கும் தம்பெருமான்
குன்றாத செல்வற்கே சென்றுஊதாய் கோத்தும்பீ.

தானே தனியொரு முதற்பொருளாய் நின்று, தன்னிடத்திருந்து கிளைகள் பலவும் தோற்றுவித்தான் இறைவன். நல்லோர் நடுவில் இந்த நாய்க்கும் இடமளித்தான். அவன் எனக்குத் தந்தை. என் தந்தைக்கும் தாய்க்கும் தந்தை. அரச வண்டே, அந்த அழிவற்ற அரும்பொருளைப் போற்றிக் கீதமிசைத்திடு.

கரணங்கள் எல்லாம் கடந்துநின்ற கறைமிடற்றன்
சரணங்களே சென்று சார்தலுமே தான்எனக்கு
மரணம் பிறப்பு என்ற இவைஇரண்டின் மயக்குஅறுத்த
கருணைக் கடலுக்கே சென்றுஊதாய் கோத்தும்பீ.

நீலகண்ட சிவன் கருவி, கரணங்களுக்கு எட்டாதவன். அவன் திருவடி பணியும் எனக்குப் பிறப்பு, இறப்பு பற்றிய மனக்கலக்கம் இல்லை. என் வினைகள் தீர்த்த கருணாகரனிடத்தே சென்று நீ ஊதுவாயாக.

நோயுற்று மூத்துநான் நுந்துகன்றாய் இங்கிருந்து
நாயுற்ற செல்வம் நயந்துஅறியா வண்ணம்எல்லாம்
தாயுற்று வந்துஎன்னை ஆண்டுகொண்ட தன்கருணைத்
தேயுற்ற செல்வற்கே சென்றுஊதாய் கோத்தும்பீ.

நான் நோய்வாய்ப்பட்டு அகால முதுமை அடைந்து தாய்ப்பசுவால் தள்ளப்பட்ட கன்றுபோல் இருக்கிறேன். பொருளின் அருமையை அறியாத நாய் போலும் அருளின் பெருமையை அறியாதவன் நான். ஆயினும், தாயென வந்து கருணையுடன் என்னை ஆட்கொண்டான் இறைவன். வண்டுகளின் தலைவனே, அந்தப் பெருமானுக்கே சென்று ஊதுவாயாக.

வல்நெஞ்சக் கள்வன் மனவலியன் என்னாதே
கல்நெஞ்சு உருக்கிக் கருணையினால் ஆண்டுகொண்ட
அன்னம் திளைக்கும் அணிதில்லை அம்பலவன்
பொன்அம் கழலுக்கே சென்றுஊதாய் கோத்தும்பீ.

என்னை வஞ்சகன், கள்ளத்தனம் உடையவன் என்று கருதி விலக்கிவிடாமல், என் கல் மனத்தைக் கரையச் செய்து ஆட்கொண் டான் தில்லை அம்பலவாணன். அவனது பொன்னடிகளைப் போற்றி நீ இன்னிசை பாடு.

நாயேனைத் தன்அடிகள் பாடுவித்த நாயகனைப்
பேயேனது உள்ளப்பிழை பொறுக்கும் பெருமையனைச்
சீஏதும் இல்லாதுஎன் செய்பணிகள் கொண்டருளும்
தாயான ஈசற்கே சென்றுஊதாய் கோத்தும்பீ.

நாயினும் கடையேனாகிய என்னைத் தனது திருவடிகளைப் போற்றிப் பாடச் செய்தான் இறைவன். எனது பேய்த் தன்மைகள் பொறுக்கும் பெருந்தன்மை உடையவன் அவன். நான் செய்யும் தொண்டுகளை இனிதே அவன் ஏற்றுக் கொள்கிறான். அவனது பெருமையை, தாயின் கனிவைப் போற்றும் வண்ணம் அரசவண்டே, நீ ஊதுவாயாக.

நான்தனக்கு அன்புஇன்மை நானும்தானும் அறிவோம்
தான்என்னை ஆட்கொண்டது எல்லாரும் தாம்அறிவார்
ஆன கருணையும் அங்குற்றே தான்அவனே
கோன்என்னைக் கூடக் குளிர்ந்துஊதாய் கோத்தும்பீ.

    இறைவனிடம் சிறிதும் அன்பில்லாதவன் நான் என்பதை அவனும் நானுமே அறிவோம். அவன் என்னை அடிமையாகக் கொண்டதை உலகமே அறியும். அவனது கருணை இத்தகையது. என் தலைவன் தானே வந்து என்னைக் கூடும்படி நீ இனிய இசையை எழுப்புவாயாக.

கருவாய் உலகினுக்கு அப்புறமாய் இப்புறத்தே
மருவார் மலர்க்குழல் மாதினொடும் வந்தருளி
அருவாய் மறைபயில் அந்தணனாய் ஆண்டுகொண்ட
திருவான தேவற்கே சென்றுஊதாய் கோத்தும்பீ.

    அரசவண்டே! தான் படைத்த உலகில் நிறைந்திருப்பதோடு அதற்கு அப்பாற்பட்டவனாகவும் இருக்கிறான் இறைவன். அருவநிலை யிலும் ஆட்கொள்பவன். வேத விற்பன்னரான சிவனிடம் சென்று நீ பாடுவாயாக.

நானும்என் சிந்தையும் நாயகனுக்கு எவ்விடத்தோம்
தானும்தன் தையலும் தாழ்சடையோன் ஆண்டிலனேல்
வானும் திசைகளும் மாகடலும் ஆயபிரான்
தேன்உந்து சேவடிக்கே சென்றுஊதாய் கோத்தும்பீ.

    சிவமும் சக்தியுமாய் வந்து பெருமான் என்னை ஆட்கொள்ளா திருந்தால் நான் சீரழிந்திருப்பேன். வானும், திசைகளும், கடலுமாய் விளங்கி நிற்கும் ஈசனின் திருவடிக்கே சென்று, அரசவண்டே, உனது இன்னிசையால் சேவை செய்திடு.

உள்ளப் படாத திருஉருவை உள்ளுதலும்
கள்ளப் படாத களிவந்த வான்கருணை
வெள்ளப் பிரான் எம்பிரான் என்னை வேறேஆட்
கொள்அப் பிரானுக்கே சென்றுஊதாய் கோத்தும்பீ.

    அவன் மனதால் நினைக்க இயலாதவன். ஆயினும் அவனது திருவுருவைச் சிவஞானத்தால் காணலாம். கண்டுவிட்டாலோ எல்லையற்ற அவனுடைய கருணையை, அவன் வழங்கும் அளவற்ற மகிழ்ச்சியை அனுபவிக்கலாம். அந்த மேலோனிடம் சென்று அரசவண்டே, நீ கானம் பாடு.

பொய்ஆய செல்வத்தே புக்குஅழுந்தி நாள்தோறும்
மெய்யாக் கருதிக் கிடந்தேனை ஆட்கொண்ட

ஐயாஎன் ஆருயிரே அம்பலவா என்று அவன்தன்
செய்ஆர் மலர்அடிக்கே சென்றுஊதாய் கோத்தும்பீ.

நிலையில்லாத பொருள்களை நிலையானவை என்று எண்ணிக் கிடந்த என்னை அவன் ஈடேற்றினான். வண்டினத்து அரசே! அவனிடம் சென்று ‘என் ஆருயிரே, அம்பலவா’ என்று நீ வாழ்த்தி அவனது சிவந்த திருவடிகளுக்கே நாதமெழுப்புவாய்?

தோலும் துகிலும் குழையும் சுருள்தோடும்
பால்வெள்ளை நீறும் பசுஞ்சாந்தும் பைங்கிளியும்
சூலமும் தொக்க வளையும் உடைத் தொன்மைக்
கோலமே நோக்கிக் குளிர்ந்துஊதாய் கோத்தும்பீ.

சிவன் யானைத் தோல், குண்டலம், திருநீறு, திரிசூலம் இவற்றைத் தாங்கியிருக்கிறான். அம்மை துகிலும், தோடும், சாந்தும், பச்சைக் கிளியும், வளையலும் அணிகளாகக் கொண்டிருக்கிறாள். இவ்விருவரின் சொரூபச் சிறப்புகளை அரசவண்டே, நீ வாழ்த்திப் பாடுவாயாக.

கள்வன் கடியன் கலதிஇவன் என்னாதே
வள்ளல் வரவர வந்து ஒழிந்தான் என்மனத்தே
உள்ளத்து உறுதுயர் ஒன்றுஒழியா வண்ணம்எல்லாம்
தெள்ளும் கழலுக்கே சென்றுஊதாய் கோத்தும்பீ.

என்னைக் கள்வன், கொடியவன், கடைப்பட்டவன் என்றெல்லாம் கருதிக்கொள்ளாமல், உதறித் தள்ளாமல் அருள் வள்ளலாகிய சிவன் மெல்லவே வந்து என்னுள் இடம்பெற்றான். என்னை வருத்தும் துயரங்களை அவன் திருமுன்னர், அரசவண்டே நீ சன்னக்குரலில் இன்னயமுடன் தெரிவிப்பாயாக.

பூமேல் அயனோடு மாலும் புகல் அரிதென்று
ஏமாறி நிற்க அடியேன் இறுமாக்க
நாய்மேல் தவிசுஇட்டு நன்றாய் பொருட்படுத்த
தீமேனி யானுக்கே சென்றுஊதாய் கோத்தும்பீ.

அரசவண்டே! சிவனாரைக் கண்டடைய இயலாமல் திருமாலும் நான்முகனும் திகைத்திருக்க, நானோ பெருமானைப் புகழ்ந்து பேசுவதில் களிப்படைகிறேன். தகுதிக்கு மேலான ஆசனத்தை நாய்க்குத் தந்ததுபோல் அவன் என்னை உயர்த்தியிருக்கிறான். அந்தச் செந்திருமேனியனின் சிறப்புகளை வியந்து நீயும் இசைப்பாயாக.

11. திருத்தெள்ளேணம்

(தில்லையில் அருளியது)

சிவனோடு அடைவு

திருமாலும் பன்றியாய்ச் சென்றுஉணராத் திருவடியை
உருநாம் அறியஓர் அந்தணனாய் ஆண்டுகொண்டான்
ஒருநாமம் ஓர்உருவம் ஒன்றும் இல்லாற்கு ஆயிரம்
திருநாமம் பாடிநாம் தெள்ளேணம் கொட்டாமோ.

திருமால் முதலான தேவர்களும் கண்டறியாத தன் திருவடியை, நாம் காணும்படி ஒரு வேதியனாய் உருக்கொண்டு வந்தான் இறைவன். நாம ரூபம் ஏதும் இல்லாத அப்பெருமானுக்கு ஆயிரம் திருநாமங்கள் சொல்லி நாம் தெள்ளேணம் கொட்டுவோம்.

திருவார் பெருந்துறை மேயபிரான் என்பிறவிக்
கருவேர் அறுத்தபின் யாவரையும் கண்டதில்லை
அருவாய் உருவமும் ஆயபிரான் அவன்மருவும்
திருவாரூர் பாடிநாம் தெள்ளேணம் கொட்டாமோ.

என் பிறவி வினையின் மூலவேரை அறுத்தவன் திருப்பெருந்துறை ஈசன். அதன்பின் அவனன்றி வேறெவரையும் நான் ஏறெடுத்துப் பார்ப்பதில்லை. அவன் உருவத்தோடும், உருவிலியாயும் இருக்கிறான். அவனுக்கு உகந்த திருவாரூர்த் தலத்தைப் புகழ்ந்து பாடி நாம் தெள்ளேணம் கொட்டுவோம்.

அரிக்கும் பிரமற்கும் அல்லாத தேவர்கட்கும்
தெரிக்கும் படித்துஅன்றி நின்றசிவம் வந்துநம்மை
உருக்கும் பணிகொள்ளும் என்பதுகேட்டு உலகமெல்லாம்
சிரிக்கும் திறம்பாடித் தெள்ளேணம் கொட்டாமோ.

திருமால், நான்முகன் முதலான தேவர்களே சிவனார் திருவடிவம் இன்னதென்று தெளிவாகத் தெரிந்திருக்கவில்லை. அவனோ நம்மை வந்து ஆட்கொண்டு மனமுருகச் செய்தான். பெருமானின் பரிவுணர்ச்சி கண்டு உலகோர் வியப்பதைப் பாடி நாம் தெள்ளேணம் கொட்டுவோம்.

அவமாய தேவர் அவகதியில் அழுந்தாமே
பவமாயம் காத்துஎன்னை ஆண்டுகொண்ட பரஞ்சோதி
நவம்ஆய செஞ்சுடர் நல்குதலும் நாம்ஒழிந்து
சிவம் ஆனவா பாடித் தெள்ளேணம் கொட்டாமோ.

தேவர்களும் பிறவி மாயைக்கு உட்பட்டவர்கள். சிவன் பிறவியாகிய மயக்கத்தில் இருந்து என்னைக் காத்து, எனக்கு ஆன்ம சோதியை வழங்கியருளினான். அதனால் சிவஞானம் என்னுள் தலையெடுத்தது. இதனைப் பாடி நாம் தெள்ளேணம் கொட்டுவோம்.

அருமந்த தேவர் அயன்திருமாற்கு அரியசிவம்
உருவந்து பூதலத்தோர் உகப்புஎய்தக் கொண்டருளிக்
கருவெந்து வீழக் கடைக்கணித்து என்உளம் புகுந்த
திருவந்தவா பாடித் தெள்ளேணம் கொட்டாமோ.

அமுதம் பருகிய தேவர்களும் காண அரிதான சிவன், உலக உயிர்களுக்கு இரங்கி, மானுட வடிவில் இவ்விடம் வந்தான். அவனது அருள் நோக்கில் என் பிறவித்துயர் நீங்கியது. பேரின்பம் அளித்த இறைவனைப் போற்றி நாம் தெள்ளேணம் கொட்டுவோம்.

அரையாடு நாகம் அசைத்தபிரான் அவனியின்மேல்
வரையாடு மங்கைதன் பங்கொடும்வந்து ஆண்டதிறம்
உரையாட உள்ளொளிஆட ஒண்மாமலர்க் கண்களில்நீர்த்
திரைஆடுமா பாடித் தெள்ளேணம் கொட்டாமோ.

ஆடும்பாம்பை கச்சையாகத் தனது இடுப்பில் கட்டிய எம்பெருமான், உமையாளுடன் உலகில் வந்து நம்மை ஆட்கொண்டான். அதனை விளக்க முடியாமல் எனது சொற்கள் தடுமாறுகின்றன. உள்ளொளி பெருகியதும் கண்ணீர் அலையாய் வீசியதும் கூறி நாம் தெள்ளேணம் கொட்டுவோம்.

ஆவா அரிஅயன் இந்திரன் வானோர்க்கு அரியசிவன்
வாவா என்று என்னையும் பூதலத்தே வலித்து ஆண்டுகொண்டான்
பூவார் அடிச்சுவடு என்தலைமேல் பொறித்தலுமே
தேவானவா பாடித் தெள்ளேணம் கொட்டாமோ.

வானவர்கள் அடைய முடியாத சிவன் என்மீது மனம் வைத்து என்னை ஆட்கொண்டான். தன் மலர் போன்ற திருவடியை என் தலைமீது அவன் வைத்ததும், நான் தெய்வத்தன்மை அடையப் பெற்றேன் என்று பாடித் தெள்ளேணம் கொட்டுவோம்.

கறங்குஓலை போல்வதுஓர் காயப்பிறப்போடு இறப்புஎன்னும்
அறம்பாவம் என்றுஇரண்டு அச்சம்தவிர்த்து என்னை ஆண்டுகொண்டான்
மறந்தேயும் தன்கழல்நான் மறவா வண்ணம் நல்கிய அத்
திறம்பாடல் பாடிநாம் தெள்ளேணம் கொட்டாமோ.

பனையோலைக் காற்றாடி போன்றது உடம்பு. இறப்பு, பிறப்பு என்று மாறி மாறிப் பாவங்களை அந்த உடம்பு அனுபவிக்கிறது. என் வினைகள் குறித்த அச்சத்தில் இருந்து சிவன் என்னைக் காப்பாற்றி

னான். நான் ஒருபோதும் அவனை மறவேன் அவனது அருள் திறத்தைப் பாடி நாம் தெள்ளேணம் கொட்டுவோம்.

கல்நார் உரித்துஎன்ன என்னையும்தன் கருணையினால்
பொன்னார் கழல்பணித்து ஆண்டபிரான் புகழ்பாடி
மின்நேர் நுடங்குஇடைச் செந்துவர்வாய் வெண்நகையீர்
தென்னா தென்னாஎன்று தெள்ளேணம் கொட்டாமோ.

ஒசிந்தாடும் இடையில் ஒளிமின்னலையும், செவ்வாயில் பவளத்தையும், பளிச்சிடும் வெண்பற்களையும் கொண்ட பெண்களே! வன்னெஞ்சனான என்னைத் தன்வசமாக்கி தனது திருவடிகளை வணங்கச் செய்தான் சிவன். அவனைத் 'தென்னா, தென்னா' என்று பாடித் தெள்ளேணம் கொட்டுவோம்.

கனவேயும் தேவர்கள் காண்பரிய கனைகழலோன்
புனவேய் அனவளைத் தோளியொடும் புகுந்தருளி
நனவே எனைப்பிடித்து ஆட்கொண்டவா நயந்துநெஞ்சம்
சினவேல் கண் நீர்மல்கத் தெள்ளேணம் கொட்டாமோ.

வீரக் கழலணிந்த மேலோன் திருவடியைத் தேவர்கள் தங்களுடைய கனவிலும் கண்டிருக்க மாட்டார்கள். அவன் உமையவளோடு நிலவுலகம் வந்து என்னை நனவில் ஆட்கொண்டான். அந்த அருட்தன்மையை நினைத்து, அவன்பால் கொண்ட விருப்பத்தில் கண்ணீர் சிந்தி தெள்ளேணம் கொட்டுவோம்.

கயல்மாண்ட கண்ணிதன் பங்கன் எனைக்கலந்து ஆண்டலுமே
அயல்மாண்டு அருவினைச் சுற்றமும்மாண்டு அவனியின்மேல்
மயல்மாண்டு மற்றுஉள்ள வாசகமாண்டு என்னுடைய
செயல்மாண்டவா பாடித் தெள்ளேணம் கொட்டாமோ.

பார்வதி மணாளன் என்னைத் தன் இயல்புக்கேற்ப மாற்றியமையால், மனவேற்றுமைகள் நீங்கிப்போயின. உலகப்பற்றும் ஒழிந்தது. எல்லாம் அவன் செயல் என்பதை உணர்ந்தேன். இந்த அதிசயத்தைப் பாடி நாம் தெள்ளேணம் கொட்டுவோம்.

முத்திக்கு உழன்று முனிவர்குழாம் நனிவாட
அத்திக்கு அருளி அடியேனை ஆண்டுகொண்டு
பத்திக் கடலுள் பதித்த பரஞ்சோதி
தித்திக்குமா பாடித் தெள்ளேணம் கொட்டாமோ.

தங்கள் ஆன்மலாபம் கருதி தவத்தோர் மிக அலைந்து வாட, எம்பெருமானோ யானைக்கு அருளினான். என்னையும் ஆட்கொண்டான். நம்மைப் பக்திக் கடலில் மூழ்கித் திளைக்கச் செய்த

இறைவன் நமக்கு இனியவனானான். ஒளிமயமான சிவன் உவகை கொள்ளத் தெள்ளேணம் கொட்டுவோம்.

பார்பாடும் பாதாளர்பாடும் விண்ணோர் தம்பாடும்
ஆர்பாடும் சாரா வகைஅருளி ஆண்டுகொண்ட
நேர்பாடல் பாடி நினைப்பரிய தனிப்பெரியோன்
சீர்பாடல் பாடிநாம் தெள்ளேணம் கொட்டாமோ.

நிலவுலகம், கீழுலகம், மேலுலகம் இவற்றிலோ வேறு எவற்றிலோ மீண்டும் நான் பிறவாதபடிக்கு ஈசன் என்னை ஆட்கொண்டருளி னான். சிவனது திருவிளையாடல் நேர்மையானது. அவனது பெருமையைப் பாடி தெள்ளேணம் கொட்டுவோம்.

மாலே பிரமனே மற்றுஒழிந்த தேவர்களே
நூலே நுழைவுஅரியான் நுண்ணியனாய் வந்துஅடியேன்
பாலே புகுந்து பரிந்துஉருக்கும் பாவகத்தால்
சேல்ஏர் கண்நீர்மல்கத் தெள்ளேணம் கொட்டாமோ.

வேதங்களும், பிரமாதி தேவர்களும் விளக்க முடியாத அதி சூட்சமப் பொருளே சிவன். என்னுள் புகுந்து என் மனதை நெகிழ்ந் துருகச் செய்யும் பேரியல்பு கொண்டவன் அவன். கண்ணீர்மல்க நாம் அவனைப் பாடித் தெள்ளேணம் கொட்டுவோம்.

உருகிப் பெருகி உளம்குளிர முகந்துகொண்டு
பருகற்கு இனிய பரங்கருணைத் தடங்கடலை
மருவித் திகழ்தென்னன் வார்கழலே நினைந்தடியோம்
திருவைப் பரவிநாம் தெள்ளேணம் கொட்டாமோ.

சிவயோகத்தில் மனம் கரைந்துருகி அமைதி காண்கிறது. அவனுடைய அன்பிரக்கத்தை அனுபவித்து ஆனந்தம் அடைகிறோம். இந்த ஞானச் செல்வத்தை நாம் போற்றித் தெள்ளேணம் கொட்டுவோம்.

புத்தன் புரந்தராதி அயன்மால் போற்றிசெயும்
பித்தன் பெருந்துறை மேயபிரான் பிறப்பறுத்த
அத்தன் அணிதில்லை அம்பலவன் அருட்கழல்கள்
சித்தம் புகுந்தவா தெள்ளேணம் கொட்டாமோ.

சிவன் எப்போதும் புதியவன் (கால மாறுபாடுகளைக் கடந்திருப்ப வன்). தேவர்கள் போற்றும் பித்தன் அவன். திருப்பெருந்துறையிலும், தில்லையம்பலத்திலும் விருப்புடன் வீற்றிருக்கின்றான். என் பிறவிப் பிணி தீர்த்த மேலோனின் திருவடிகள் என் உளம்புகுந்த தன்மை பாடித் தெள்ளேணம் கொட்டுவோம்.

உவலைச் சமயங்கள் ஒவ்வாத சாத்திரமாம்
சவலைக் கடல்உளனாய்க் கிடந்து தடுமாறும்
கவலைக் கெடுத்துக் கழல்இணைகள் தந்தருளும்
செயலைப் பரவி நாம் தெள்ளேணம் கொட்டாமோ.

பொய்ச் சமயங்களும், பொருந்தாத சாத்திரங்களும் உண்டு பண்ணும் மனக்குழப்பத்தைப் போக்கி என்னை ஆட்கொண்டான் இறைவன். என் கவலைகள் நீங்கின. அவனது அருட்திறத்தை வாழ்த்தி நாம் தெள்ளேணம் கொட்டுவோம்.

வான்கெட்டு மாருதம்மாய்ந்து அழல்நீர் மண்கெடினும்
தான்கெட்டல் இன்றிச் சலிப்புஅறியாத் தன்மையனுக்கு
ஊன்கெட்டு உயிர்கெட்டு உணர்வு கெட்டுஎன் உள்ளமும்போய்
நான்கெட்டவா பாடித் தெள்ளேணம் கொட்டாமோ.

பிரளய காலத்தில் வானும், காற்றும், நெருப்பும், நீரும், மண்ணும் ஒடுங்கக்கூடும். ஆனால், எக்காலத்திலும் தான் ஒடுங்கல் இல்லாது, தளர்வறியாது இருப்பவன் சிவபெருமான். அவன் பொருட்டு என் உடம்பு, ஆவி, மனம் இவை அடங்கி அவனிடம் ஐக்கியமாவதைப் பாடித் தெள்ளேணம் கொட்டுவோமாக.

விண்ணோர் முழுமுதல் பாதாளத்தார் வித்து
மண்ணோர் மருந்து அயன்மால்உடைய வைப்படியோம்
கண்ணார வந்துநின்றான் கருணைக் கழல்பாடித்
தென்னா தென்னாஎன்று தெள்ளேணம் கொட்டாமோ.

இறைவன் வான் உலகத்தார்க்கு முழுமுதற்கடவுள். கீழ் உலகத்தார்க்கு வித்து. பூவுலகினருக்கோ அமுதம். அவன் எனக்கு நேர்படக் காட்சி தந்தான். அவனது பெருமையைப் பாடித் தெள்ளேணம் கொட்டுவோம்.

குலம்பாடிக் கொக்குஇறகும் பாடிக் கோல்வளையாள்
நலம்பாடி நஞ்சுஉண்டவா பாடி நாள்தோறும்
அலம்பார் புனல்தில்லை அம்பலத்தே ஆடுகின்ற
சிலம்பாடல் பாடிநாம் தெள்ளேணம் கொட்டாமோ.

இறைவனது மேன்மையைப் பாடி அவன் சூடிய கொக்கிறகு மந்தாரைப் பூவைப் பாடி, உமாதேவியின் எழில் நலம் பாடி, சிவன் நஞ்சுண்ட தியாகத்தைப் பாடி தில்லைத் திருநடனத்தைப் பாடித் தெள்ளேணம் கொட்டுவோம்.

12. திருச்சாழல்

(தில்லையில் அருளியது)

சிவனுடைய காருண்யம்

பூசுவதும் வெண்ணீறு பூண்பதுவும் பொங்கு அரவம்
பேசுவதும் திருவாயால் மறைபோலும் காணேடீ
பூசுவதும் பேசுவதும் பூண்பதுவும் கொண்டுஎன்னை
ஈசன்அவன் எவ்வுயிர்க்கும் இயல்பானான் சாழலோ.

சரீரத்தில் பூசுவது வெண்ணீறு, சிரசில் அணிவதோ சீறுகிற பாம்பு. பேசுவது வேதம். இவற்றிடையே இசைவாக ஏதும் உண்டா? உண்டு. பிரபஞ்சத்தையும் உயிர்களையும் படைத்த இறைவன் தானே இயற்கையாகவும், உயிர்களின் இயல்பாகவும் இருக்கிறான்.

விளக்கம்: அழியக் கூடியது உயிர்கள், மாறிக் கொண்டே இருப்பது உலகம். சாசுவதமாக இருப்பது பரம்பொருள். இந்த மூன்று உண்மைகளை உணர்த்துகிறது இறைவனின் இருப்பு.

நேர்மறை, எதிர்மறை என இரட்டைத் தன்மை கொண்டது உலகம். எந்தப் பொருளை எரித்தாலும் முடிவில் எஞ்சுவது சாம்பல். நேர்மறையான வெண்ணீறு சிவனின் குறியீடானது. எதிர்மறை யானதும் தேவை என்பதை உணர்த்தவே சர்ப்பத்தை அவன் தலையில் தரித்தது.

என்அப்பன் எம்பிரான் எல்லார்க்கும் தான்ஈசன்
துன்னம்பெய் கோவணமாக் கொள்ளும்அது என்னேடீ
மன்னுகலை துன்னுபொருள் மறை நான்கே வான்சரடாத்
தன்னையே கோவணமாச் சாத்தினன்காண் சாழலோ.

எல்லார்க்கும் தந்தையாய், தலைவனாய், எப்பொருட்கும் இறைவனாய் விளங்கும் சிவனாருக்கு, இடையில் அணிதற்கு கந்தையன்றி வேறு கௌபீனம் (கச்சைச் சீலை) கிடைக்கவில்லையா?

ஏன் இல்லை. வேதங்கள்தான் அவனுக்கு அரைஞாண் ஆகவும், மெய்ப் பொருள் விளக்க நூல்கள் அவனுக்கு அரையாடையாகவும் அமைந்துள்ளதே!

கோயில் சுடுகாடு கொல்புலித்தோல் நல்ஆடை
தாயும்இலி தந்தைஇலி தான்தனியன் காணேடீ
தாயும்இலி தந்தைஇலி தான்தனியன் ஆயிடினும்
காயில் உலகு அனைத்தும் கல்பொடிகாண் சாழலோ.

உங்கள் இறைவனுக்கு சுடுகாடே வீடு, புலித்தோல்தான் ஆடை. தாய் தந்தையில்லாத தனியன். இவனும் ஒரு தெய்வமா? ‘தனியொருவன் என்றாலும் அவன் சினமுற்றால் உலகமே பொடிப் பொடியாகிவிடும்.’

விளக்கம்: உலகின் அழிவுத் தன்மையை உணர்த்தவே ‘கோயில் சுடுகாடு’ எனக் குறித்தார். பிறப்பும் இறப்பும் இருந்தால்தானே பெற்றோர்கள் இருக்க முடியும். இறைவன் ஏகன். அதனால்தான் ‘தாயுமிலி, தந்தையிலி, தான் தனியன்’ என்றான்.

அயனை அனங்கனை அந்தகனைச் சந்திரனை
வயனங்கள் மாயா வடுச்செய்தான் காணேடீ
நயனங்கள் மூன்றுடைய நாயகனே தண்டித்தால்
சயம்அன்றோ வானவர்க்குத் தாழ்குழலாய் சாழலோ.

‘தோழி! பிரம்மனையும், காமனையும், எமனையும், சந்திரனையும் சிவன் தாக்கினாரே; அதனால் அவருக்குப் பழிச்சொல் உண்டான தன்றோ? சிவனுக்கு மூன்று கண். தேவர்களேயானாலும் குற்றம் செய்தவர்களைத் தண்டிக்கவே அந்த மூன்றாவது கண் (நெற்றிக்கண்). தண்டனையளிப்பதன் மூலம் திருத்த முடிவது அவனுடைய வெற்றிதானே?’

தக்கனையும் எச்சனையும் தலைஅறுத்துத் தேவர்கணம்
தொக்கன வந்துஅவர்தம்மைத் தொலைத்ததுதான் என்னேடீ
தொக்கன வந்துஅவர்தம்மைத் தொலைத்தருளி அருள் கொடுத்தங்கு
எச்சனுக்கு மிகைத்தலை மற்றுஅருளினன்காண் சாழலோ.

தோழி, வேள்வி இயற்றிய தக்கனையும், வேள்விக்கு அதிதேவதை யான எச்சனையும் தலையறுத்த சிவனின் செயலை நியாயம் என்பதோ? தக்கனின் சிரமறுத்து ஆட்டுத் தலை பொருத்தியதும் எச்சனின் கழுத்தை அறுக்கச் செய்ததும்.

விளக்கம்: இறைவனுக்கு ஒவ்வாத காரியங்கள் முழுமையுறாது என்பதை உணர்த்தவே தக்கனின் வேள்வியைக் குலைத்ததும், வேள்விக் காரகனைத் தண்டித்ததும் எல்லாம் நியதிப்படியே நடந்தது.

அலரவனும் மாலவனும் அறியாமே அழல்உருவாய்
நிலமுதற்கீழ் அண்டம்உற நின்றதுதான் என்னேடீ
நிலமுதற்கீழ் அண்டம்உற நின்றிலனேல் இருவரும்தம்
சலமுகத்தால் ஆங்காரம் தவிரார்காண் சாழலோ.

தோழி! பிரமனும், திருமாலும் அறியாமல் திகைக்கும்படி சிவன் வானுக்கு மேலும் பூமிக்குக் கீழுமாய் ஒரு அக்கினித் தம்பமாய் வளர்ந்து நின்றது ஏன்? ‘இறைவன் அழல் உருவாய் அப்படி நிற்காவிடில் அவர்களுடைய அகந்தையல்லவா வளர்ந்திருக்கும்.’

விளக்கம்: அகந்தை படைத்தவர்களால் பரம்பொருளை அறியமுடியாது என்பதையே உணர்த்துவது அந்தப் புராணத் தகவல்.

மலைமகளை ஒருபாகம் வைத்தலுமே மற்றொருத்தி
சலமுகத்தால் அவன்சடையில் பாயும்அது என்னேடீ
சலமுகத்தால் அவன்சடையில் பாய்ந்திலனேல் தரணிஎல்லாம்
பிலமுகத்தே புகப்பாய்ந்து பெருங்கேடாம் சாழலோ.

'பார்வதியைத் தன் உடம்பில் ஒரு பங்காய் வைத்தவன் நீர் வடிவில் இன்னொருத்தியைத் தலையில் தாங்கியது ஏனோ?' 'கங்கையைத் தலையில் தாங்கியிராவிடில் உலகமே வெள்ளக்காடாய் அழிந்திருக்கும்.'

விளக்கம்: பாகீரதி (கங்கை)யும் பராசக்தியின் ஒரு அம்சமே.

கோலாலம் ஆகிக் குரைகடல்வாய் அன்றெழுந்த
ஆலாலம் உண்டான் அவன்சதுர்தான் என்னேடீ
ஆலாலம் உண்டிலனேல் அன்று அயன்மால் உள்ளிட்ட
மேலாய தேவர்எல்லாம் வீடுவர்காண் சாழலோ.

தோழி! அக்காலத்தில் பாற்கடலில் தோன்றிய நஞ்சினைச் சிவன் அமிர்தமாய் உண்டு வைத்தது என்ன பெருமையோ? சிவன் மட்டும் அந்த நஞ்சினை உண்ணாது இருந்திருந்தால் தேவர்கள் மட்டுமல்ல உலக உயிர்கள் அனைத்துமே அழிய நேர்ந்திருக்கும் என்பதை நீ அறியாயோ?

தென்பால் உகந்துஆடும் தில்லைச் சிற்றம்பலவன்
பெண்பால் உகந்தான் பெரும்பித்தன் காணேடீ
பெண்பால் உகந்திலனேல் பேதாய் இருநிலத்தோர்
விண்பால் யோகுஎய்தி வீடுவர்காண் சாழலோ.

தென்திசை நோக்கி ஆடும் தில்லைச் சிற்றம்பலத்தான் பெண் பாகத்தை விரும்பிப் பெரும்பித்தனானது தகுமோ? சிவசக்தி ஐக்கியமின்றேல் உலகம் ஏது, உயிர்கள் ஏது?

தான்அந்தம் இல்லான் தனைஅடைந்த நாயேனை
ஆனந்த வெள்ளத்து அழுத்துவித்தான் காணேடீ
ஆனந்த வெள்ளத்து அழுத்துவித்த திருவடிகள்
வான்உந்து தேவர்கட்குஓர் வான்பொருள்காண் சாழலோ.

தோழி! தான் முடிவில்லாத பெரியோன் என்று உன்னால் சொல்லப்பட்டவன், தன்னை விரும்பியடைந்த நாய் போன்ற என்னை இன்ப வெள்ளத்தில் திளைக்கச் செய்தான். இதனை அறிந்துகொள்.

இன்பத்தில் உன்னைத் திளைக்கச் செய்தவனின் திருவடிகள், விண்ணுலகத் தேவர்களுக்கோ ஒப்பற்ற பெரும் பொருள் ஆகும். அவன் உயிர்களுக்கு ஆனந்த உணர்வைத் தந்தாலும் அது அன்பு நோக்கிய கருணையால் மட்டுமே. (இன்ப வேட்கையால் அல்ல).

நங்காய்இது என்னதவம் நரம்போடு எலும்பும் அணிந்து
கங்காளம் தோள்மேலே காதலித்தான் காணேடீ
கங்காளம் ஆமாகேள் காலாந்தரத்து இருவர்
தங்காலம் செய்யத் தரித்தனன்காண் சாழலோ.

தோழி! நரம்பு, ஓடு, எலும்பு இவற்றை மாலையாய் அணிவது போதாதென்று, சிவன் முழு எலும்புக் கூட்டையும், தோளில் சுமக்க விரும்புவதேன்? இதென்ன தவவேடம்? மகாப் பிரளயத்தின் போது பிரம, விட்டுணுக்களின் வாழ்வு முடிந்து அவர்கள் மூலப்பிரகிருதியில் ஒடுங்குவார்கள் என்பதை அறிவிக்கவே பெருமான் எலும்புகளை அணிந்தது.

கான்ஆர் புலித்தோல் உடைதலைஊண் காடுபதி
ஆனால் அவனுக்குஇங்கு ஆட்படுவார் ஆரேடி
ஆனாலும் கேளாய் அயனும் திருமாலும்
வான்நாடர் கோவும் வழிஅடியார் சாழலோ.

அடிதோழி! அவன் உடுப்பது புலித்தோல், உண்பது மண்டை யோட்டில், உறைவது மயானத்தில் என்றால் உலகோர் எப்படி அவனுக்கு ஆட்படுவர்? அதுபற்றிச் சொல்கிறேன் கேள். நான்முகனும் திருமாலும், இந்திரனும் அவனுக்கு வழி வழியாய் அடிமைகள் தாம்.

மலைஅரையன் பொற்பாவை வாள்நுதலாள் பெண்திருவை
உலகறியத் தீவேட்டான் என்னும்அது என்னேடீ
உலகறியத் தீவேளாது ஒழிந்தனனேல் உலகுஅனைத்தும்
கலைநவின்ற பொருள்கள்எல்லாம் கலங்கிடும்காண் சாழலோ.

இமவான் பெற்ற மகளான உமாதேவியை அவன் அக்கினி சாட்சியாய் மணந்தது ஏன்? சிவன் உலகம் அறிய வேள்வித்தீயை வலம் வந்து அவளை மணந்தான். அவன் அவ்வாறு செய்யாதிருந்தால் உலகம் நூல்களில் சொல்லப்படும் நெறிமுறைகள் குறித்து கலக்கம் அடையும்.

தேன்புக்க தண்பணைசூழ் தில்லைச் சிற்றம்பலவன்
தான்புக்கு நட்டம் பயிலும்அது என்னேடீ
தான்புக்கு நட்டம் பயின்றிலனேல் தரணிஎல்லாம்
ஊன்புக்க வேற்காளிக்கு ஊட்டுஆம்காண் சாழலோ.

தில்லைக் கூத்தன் ஆலங்காட்டில் காளியோடு எதற்காகத் திருக்கூத்தாடினான். சிவன் அப்படிச் செய்திராவிட்டால் உலகமே எல்லைக் காளியின் மாமிசம் பொருந்திய சூலத்துக்கு இரையாகியிருக்கும்.

கடகரியும் பரிமாவும் தேரும் உகந்து ஏறாதே
இடபம்உகந்து ஏறியவாறு எனக்குஅறிய இயம்பேடீ
தடமதில்கள் அவைமூன்றும் தழல்எரித்த அந்நாளில்
இடபமதாய்த் தாங்கினான் திருமால்காண் சாழலோ.

தோழியே! அவன் யானை, குதிரை அல்லது இரதத்தில் ஏறாமல் எருதினை வாகனமாய்க் கொண்டது ஏன்? திரிபுரமெரித்த நாளில் திருமால் எருது உருக்கொண்டு சிவனைச் சுமந்தான் என்பதை நீ அறியாயோ? அது திருமால் விரும்பியேற்ற பணி. அதனால் சிவன் எருதையே உவப்புடன் தனது வாகனமாக்கிக் கொண்டான்.

நன்றாக நால்வர்க்கும் நான்மறையின் உட்பொருளை
அன்றுஆலின் கீழ் இருந்து அங்கு அறம்உரைத்தான் காணேடீ
அன்றுஆலின் கீழ் இருந்து அங்கு அறம்உரைத்தான் ஆயிடினும்
கொன்றான்காண் புரம் மூன்றும் கூட்டோடே சாழலோ.

கல்லால மரத்தின் கீழிருந்து சனகாதி முனிவர் நால்வர்க்கும், முன்பு வேதங்களில் சொல்லப்பட்டிருந்ததையே திரும்பவும் உபதேசித்ததில் என்ன சிறப்பு இருக்கிறது?

வேதங்களை உட்பொருளை உணராமல் ஓதிக் கொண்டிருந்தனர் முனிவர்கள். அவர்களுக்கு உண்மைப் பொருளை உணர்த்தி அவர்களை அமைதியும், ஞானமும் பெறச் செய்தான் அவன். திரிபுரமெரித்த சிவன் அறத்தை மட்டுமன்றி உலக நடைமுறையையும் உபதேசித்தான்.

அம்பலத்தே கூத்தாடி அமுதுசெயப் பலிதிரியும்
நம்பனையும் தேவன்என்று நண்ணும்அது என்னேடீ
நம்பனையும் ஆமாகேள் நான்மறைகள் தாமறியா
எம்பெருமான் ஈசாஎன்று ஏத்தினகாண் சாழலோ.

தோழியே! பொது இடத்தில் (அம்பலம்) கூத்தாடி, உண்பதற்கு பிச்சையேற்றுத் திரியும் சிவனை முழுமுதற் கடவுளாய் கொள்வது தகுமோ?

அண்டங்கள் அனைத்துக்கும் அவன் ஈசன். தனக்கென்று எதையும் கொண்டிராத அவனது ஆடலே உலகத்தை ஒழுங்காக இயங்கச் செய்கிறது.

சலம்உடைய சலந்தரன்தன் உடல்தடிந்த நல்ஆழி
நலம்உடைய நாரணற்கு அன்று அருளியவா றென்னேடீ
நலம்உடைய நாரணன்தன் நயனம் இடந்துஅரனடிக்கீழ்
அலர்ஆக இடஆழி அருளினன்காண் சாழலோ.

தோழி! சலந்தரன் என்னும் ஆணவமுடைய அசுரனை சக்ராயுதத்தால் அழித்த சிவன், அந்தச் சக்கரத்தைத் திருமாலுக்குக் கொடுத்தது ஏன்?

சிவனை வழிபட்டு வந்த திருமால் ஒரு சமயம் பூவொன்று குறைந்ததால் தன் கண் மலரையே பிடுங்கி அர்ச்சித்தார். அது காரணம் பற்றி சக்ராயுதத்தைச் சிவன் அவருக்கு வழங்கியது.

அம்பரமாம் புள்ளித்தோல் ஆலாலம் ஆரமுதம்
எம்பெருமான் உண்டசதுர் எனக்குஅறிய இயம்பேடீ
எம்பெருமான் ஏதுஉடுத்து அங்குஏது அமுது செய்திடினும்
தம்பெருமை தான்அறியாத் தன்மையன்காண் சாழலோ.

தோழி, புலித்தோலை உடுத்தியதும், நஞ்சினைக் குடித்ததும் தன் பெருமை தான் அறியாதவனின் செயல்தானே? சிவன் பிறர் பொருட்டே எந்தச் செயலையும் செய்கிறவன். தன் பெருமையைக் கருத்தில் கொள்ளாமல் எளியவனாய் இருந்துகொண்டு அருள் செய்பவன் அவன். அவனுடைய உடையும் உணவும் அவனுக்குச் சிறுமையாகாது.

அருந்தவருக்கு ஆலின்கீழ் அறம்முதலா நான்கினையும்
இருந்தவருக்கு அருளும்அது எனக்குஅறிய இயம்பேடீ
அருந்தவருக்கு அறம்முதல்நான்கு அன்றுஅருளிச் செய்திலனேல்
திருந்தவருக்கு உலகியற்கை தெரியாகாண் சாழலோ.

தோழியே, சனகாதி முனிவர்கட்கு அறம் முதலாகிய நான்கு பொருட்கள் பற்றி உரைத்த காரணம் என்னவோ? அன்று அறம் முதலானவற்றை அவர்களுக்குச் சிவன் சொல்லியிராவிடில், உலக இயல்புகளை அவர்கள் புரிந்து கொண்டிருக்க மாட்டார்கள்.

விளக்கம்: அறம், பொருள், இன்பம், வீடு இவை நான்கும் புருஷார்த்தங்கள். எவற்றை அடைவது, எவற்றையெல்லாம் செய்வது என்பதை அறிவிப்பவை.

13. திருப்பூவல்லி

(தில்லையில் அருளியது)

மாயை அகற்றல்

இணையார் திருவடி என்தலைமேல் வைத்தலுமே
துணையான சுற்றங்கள் அத்தனையும் துறந்தொழிந்தேன்
அணையார் புனல்தில்லை அம்பலத்தே ஆடுகின்ற
புணையாளன் சீர்பாடிப் பூவல்லி கொய்யாமோ.

சிவன் தனது திருவடிகளை என் சிரசின் மீது வைத்ததுமே ஞானம் வந்தது. மாயா காரியங்களாகிய உலகப் பற்றுகள் நீங்கின. அண்ணலின் புகழ்பாடிப் பூக்கொய்வோம்.

எந்தைஎந்தாய் சுற்றம் மற்றும்எல்லாம் என்னுடைய
பந்தம் அறுத்துஎன்னை ஆண்டுகொண்ட பாண்டிப்பிரான்
அந்த இடைமருதில் ஆனந்தத் தேன்இருந்த
பொந்தைப் பரவிநாம் பூவல்லி கொய்யாமோ.

இதயக்கோயிலில் வீற்றிருக்கும் இறைவனை அனுபவித்துணரும் போது, தாய், தந்தை, சுற்றம் போன்ற தளைகள் விடுபடும். அவனைப்போற்றிய வண்ணம் கொடியினின்றும் பூக்கொய்வோம்.

நாயின் கடைப்பட்ட நம்மையும்ஓர் பொருட்படுத்துத்
தாயின் பெரிதும் தயாஉடைய தம்பெருமான்
மாயப் பிறப்புஅறுத்து ஆண்டான்என் வல்வினையின்
வாயிற் பொடிஅட்டிப் பூவல்லி கொய்யாமோ.

தாயினும் மேலாய் அன்பிரக்கம் உடைய இறைவன் நாயினும் கீழான என்னையும் ஒரு பொருட்டாகக் கருதி, என்னை ஆண்டருளி னான். ஞானம் வாய்த்தது. வினைகள் அறுபட்டன.

பண்பட்ட தில்லைப் பதிக்குஅரசைப் பரவாதே
எண்பட்ட தக்கன் அருக்கன் எச்சன் இந்துஅனல்
விண்பட்ட பூதப் படை வீரபத்திரரால்
புண்பட்டவா பாடிப் பூவல்லி கொய்யாமோ.

தம்மை வியந்து கர்வித்திருந்த தட்சனையும், சூரிய சந்திரர் களையும், அக்கினி தேவனையும் வீரபத்ரன் தண்டித்தான். இறைவனை மதியாதவர்கள் துன்புற்ற நிகழ்வைப் பாடிக் கொடியினின்றும் பூக்கொய்வோம்.

**தேன்நாடு கொன்றை சடைக்குஅணிந்த சிவபெருமான்
ஊன்நாடி நாடிவந்து உள்புகுந்தான் உலகர்முன்னே
நான்ஆடி ஆடிநின்று ஓலமிட நடம்பயிலும்
வான்நாடர் கோவுக்கே பூவல்லி கொய்யாமோ.**

சிவபெருமான் மனித உருவெடுத்து உலகத்தார் கண்ணுற என்னைத் தேடி வந்தான். வந்து என் மனம் புகுந்தான். அதன் விளைவாகச் சிவஞானம் என்னுள் மிகவாகி நான் அவனையே வேண்டி நின்றேன். அத்தலைவனுக்காகப் பூவைக் கொடியில் இருந்து கொய்திடுவோம்.

**எரிமூன்று தேவர்க்கு இரங்கிஅருள் செய்தருளிச்
சிரமூன்று அறத்தன் திருப்புருவம் நெரித்தருளி
உருமூன்றும் ஆகி உணர்வுஅரிதாம் ஒருவனுமே
புரமூன்று எரித்தவா பூவல்லி கொய்யாமோ.**

தானே மும்மூர்த்திகளாகவும், அவர்களுக்கு அப்பாலாகவும் நிற்கிற இறைவன், முத்தீயின் வழியாக அவிசை ஏற்கிற தேவர்களுக்கு இரங்கி அருள் செய்தான். அவன் முப்புரம் எரித்து, மூன்று அசுரர் களின் தலையறுத்ததைக் கூறி பூவைக் கொடியினின்று கொய்வோம்.

விளக்கம்: மும்மூர்த்திகள் – பிரம்மா, விஷ்ணு, உருத்திரன். முத்தீ – காருகபத்தியம், ஆகவனீயம், தட்சிணாக்கினி. மூன்று அசுரர்கள் – தாருகாட்சன், கமலாட்சன், வித்யுன்மாலி.

**வணங்கத் தலைவைத்து வார்கழல்வாய் வாழ்த்தவைத்து
இணங்கத் தன் சீரடியார்கூட்டமும் வைத்து எம்பெருமான்
அணங்கொடு அணிதில்லை அம்பலத்தே ஆடுகின்ற
குணங்கூரப் பாடிநாம் பூவல்லி கொய்யாமோ.**

எம்பெருமானின் திருவடிகளை வணங்கவே அவன் எனக்குச் சிரமும், அத்திருவடிகளை வாழ்த்தவே வாயும் தந்தான். நல்லார் இணக்கமும் அவனால் அமைந்தது. தேவியோடு அழகிய திருவம்பலத்தில் நடனம் செய்யும் அவனது அருட்குணத்தைப் பாடி நாம் கொடிமலர் கொய்வோம்.

**நெறிசெய்து அருளித்தன் சீரடியார் பொன்னடிக்கே
குறிசெய்து கொண்டுஎன்னை ஆண்டபிரான் குணம்பரவி
முறிசெய்து நம்மை முழுது உடற்றும் பழவினையைக்
கிறிசெய்தவா பாடிப் பூவல்லி கொய்யாமோ.**

இறைவன் எனக்கு நல்லொழுக்க முறைகளை அருளினான். சிறப்புமிக்க அடியார்களின் சேவைக்கு என்னை ஆளாக்கினான். எனது பழைய வினைகளை அவன் இல்லையென்றாக்கினான்.

என்னை ஆட்கொண்டவனின் அருளை வியந்து பாடிப் பூக்கொய்வோம்.

பன்னாள் பரவிப் பணிசெய்யப் பாதமலர்
என்ஆகம் துன்னவைத்த பெரியோன் எழிற்சுடராய்க்
கல்நார் உரித்துஎன்னை ஆண்டுகொண்டான் கழல்இணைகள்
பொன்ஆன வாபாடிப் பூவல்லி கொய்யாமோ.

எந்நாளும் தன்னைப் போற்றிப் பணிவிடை செய்யவே தன் திருவடியை என் நெஞ்சில் பதித்தான். எனது வன்னெஞ்சைக் குழைவித்து அதை அன்பு மயமாக்கினான். அவனது திருவடிகளே எனது அருநிதியம். என்னுள் ஒளிபரப்பியிருக்கும் அந்த மேலோனின் புகழ்பாடிப் பூக்கொய்வோம்.

பேராசையாம் இந்தப் பிண்டம்அறப் பெருந்துறையான்
சீரார் திருவடிஎன் தலைமேல் வைத்தபிரான்
காரார் கடல்நஞ்சை உண்டுஉகந்த காபாலி
போரார் புறம்பாடிப் பூவல்லி கொய்யாமோ.

எம்பெருமான் தன் திருவடியை என் சிரசின் மீது வைத்து, எனது சரீர நாட்டத்தைப் போக்கிவிட்டான். அவன் நஞ்சுண்டதையும், முப்புரத்தில் போர் செய்ததையும் பாடிக் கொடியினின்று பூக்கொய்வோம்.

பாலும் அமுதமும் தேனுடனாம் பராபரமாய்க்
கோலம் குளிர்ந்துள்ளம் கொண்டபிரான் குரைகழல்கள்
ஞாலம் பரவுவார் நன்னெறியாம் அந்நெறியே
போலும் புகழ்பாடிப் பூவல்லி கொய்யாமோ.

பாலும், தேனும், அமுதும் ஒன்று சேர்ந்தாற்போல் இனி குளிர்விக்கும் திருவடியோடு தோன்றி மனங்கவரச் செய்தான் இறைவன். உலகம் அவனைப் போற்றுகிறது. நாமும் அவ்வாறே போற்றிப் பாடிப் பூக்கொய்வோமாக.

வானவன் மால்அயன் மற்றும்உள்ள தேவர்கட்கும்
கோனவனாய் நின்று கூடல்இலாக் குணக்குறியோன்
ஆனநெடுங்கடல் ஆலாலம் அமுதுசெய்யப்
போனகம் ஆனவா பூவல்லி கொய்யாமோ.

இந்திரன், நாரணன், நான்முகன் முதலான தேவர்கட்கு முதல்வன் அவன். அவனுக்கென்று தனிக்குணமோ, அடையாளமோ இல்லை. நஞ்சையும் அமுதாகக் கொண்டு சிவபெருமான் அருளால் உலகத்துத் தீமைகளும் நன்மை செய்யும் தன்மை கொண்டன. வியத்தற்குரிய அச்செயலைப் பாடிப் பூக்கொய்வோம்.

அன்றுஆல நீழல்கீழ் அருமறைகள் தான்அருளி
நன்றாக வானவர் மாமுனிவர் நாள்தோறும்
நின்றார ஏத்தும் நிறைகழலோன் புனைகொன்றைப்
பொன்தாது பாடிநாம் பூவல்லி கொய்யாமோ.

கல்லால மரத்தின் கீழிருந்து வேதங்களின் உட்பொருளை, வாழ்வின் நடைமுறையைக் கற்பித்தருளிய பெருமானின் மகிமைகளைத் தேவர்களும், முனிவர்களும் தினமும் போற்றி வழிபடுகின்றனர். அவனது திருவடிசேர் கொன்றை மாலையின் பூந்தாது பற்றிப் பாடுவோம். பாடியவண்ணம் பூக்கொய்வோம்.

படம்ஆக என்உள்ளே தன்இணைப்போது அவை அளித்துஇங்கு
இடம்ஆகக் கொண்டிருந்த ஏகம்பம் மேயபிரான்
தடம்ஆர் மதில்தில்லை அம்பலமே தான்இடமா
நடம்ஆடு மாபாடிப் பூவல்லி கொய்யாமோ.

என் உள்ளத்தில் அழித்து எழுதா அழகு ஓவியமாகிய இறைவன், என் உடம்பைத் தனது இருப்பிடமாக்கிக் கொண்டான். திருவேகம்பத்தில் ஏகாம்பரநாதனாய் நின்று அருள்பவனே, தில்லையம்பலத்திலும் நடம்புரிகின்றான்.

அங்கி அருக்கன் இராவணன் அந்தகன் கூற்றன்
செங்கண் அரிஅயன் இந்திரனும் சந்திரனும்
பங்கம்இல் தக்கனும் எச்சனும்தம் பரிசுஅழியப்
பொங்கியசீர் பாடிநாம் பூவல்லி கொய்யாமோ.

அக்கினி, சூரியன், சந்திரன், திருமால், இந்திரன், எமன், பிரம்மன் முதலான தேவர்களும் இராவணன் முதலான அசுரர்களும் சிவனது சினத்துக்கு ஆளாகித் தங்கள் சிறப்புத் தன்மையை இழந்தனர். அகந்தையை அழித்து அறிவு புகட்டியவனின் புகழ்பாடி நாம் பூக்கொய்வோம்.

திண்போர் விடையான் சிவபுரத்தார் போர்ஏறு
மண்பால் மதுரையில் பிட்டுஅமுது செய்தருளித்
தண்டாலே பாண்டியன் தன்னைப் பணிகொண்ட
புண்பாடல் பாடிநாம் பூவல்லி கொய்யாமோ.

மதுரையில் பிட்டு விற்ற தன் பக்தைக்காய் மண் சுமந்த பெருமான், பாண்டியனுக்கு படிப்பினை அளித்தான். ஆக்கவும் அழிக்கவும் வல்லவன் தன் அன்பருக்காய் அடிபடவும் தயங்காத மேன்மையைப் பாடிப் பூக்கொய்வோம்.

முன்னாய மால்அயனும் வானவரும் தானவரும்
பொன்னார் திருவடி தாம்அறியார் போற்றுவதே

என்ஆகம் உள்புகுந்து ஆண்டுகொண்டான் இலங்கு அணியாம்
பன்நாகம் பாடிநாம் பூவல்லி கொய்யாமோ.

பிரமாதி தேவர்களும் அறிந்திராத இறைவனின் திருவடி என் நெஞ்சில் பதிந்தது. அகந்தை மிக்கோர்க்கு அரிதான அனுபவம் அன்புடையோர்க்கு எளிதானதாகி விடுகிறது. அந்த அனுபவத்தை வியந்தபடி பூக்கொய்வோமாக.

சீரார் திருவடித் திண்சிலம்பு சிலம்புஒலிக்கே
ஆராத ஆசையதாய் அடியேன் அகம்மகிழத்
தேரார்ந்த வீதிப் பெருந்துறையான் திருநடஞ்செய்
பேரானந்தம் பாடிப் பூவல்லி கொய்யாமோ.

திருப்பெருந்துறைப் பெருமான் திருவடிச் சிலம்பொலியில் நான் சிந்தை வைத்தேன். அதில் தீராத ஆசை கொண்டேன். அவனது திருநடனத்தில் விளையும் பேரானந்தம். அந்த ஆனந்த நிலையைப் பாடியபடி பூக்கொய்வோம்.

அத்தி உரித்துஅது போர்த்தருளும் பெருந்துறையான்
பித்த வடிவுகொண்டு இவ்வுலகில் பிள்ளையுமாம்
முத்தி முழுமுதல் உத்தரகோச மங்கைவள்ளல்
புத்தி புகுந்தவா பூவல்லி கொய்யாமோ.

எம்பெருமான் யானைத் தோலைப் போர்த்தித் திருப்பெருந் துறையில் எழுந்தருளினான். அவனே உத்தரகோச மங்கைக்கும் அரசன். பித்துத் தன்மையையும், குழந்தைத் தன்மையையும் ஒருங்கே கொண்டவன். முத்திக்கு முழுமுதலாகி நம் புத்தியில் நுழைபவன். அவனது விந்தைச் செயல்களைப் போற்றியபடி நாம் பூக்கொய்வோம்.

மாவார ஏறி மதுரைநகர் புகுந்தருளித்
தேவார்ந்த கோலம் திகழப் பெருந்துறையான்
கோவாகி வந்துஎம்மைக் குற்றேவல் கொண்டுஅருளும்
பூவார் கழல்பரவிப் பூவல்லி கொய்யாமோ.

மதுரையில் குதிரைத் தலைவனாக வந்து எம்மை ஆட்கொண்ட சிவன், திருப்பெருந்துறையாளும் அரசனாய் எழுந்தருளியும் என்னைத் தன் பணிக்கு ஆளாக்கினான். அவனது திருவடி தொழுது பூக்கொய்வோமாக.

14. திருவுந்தியார்

(தில்லையில் அருளியது)

ஞான வெற்றி

வளைந்தது வில்லு விளைந்தது பூசல்
உளைந்தன முப்புரம் உந்தீபற
ஒருங்குடன் வெந்தவாறு உந்தீபற.

மேருவை வில்லாய் வளைத்து, சிவன் நடத்திய போரில் திரிபுரங்களும் வருந்தி, எரிந்தன. ஆயினும், வில் பயன்படுத்தப்படாமலேயே நேர்ந்த அழிவு அது. அந்த விந்தையைப் பாடி உந்தீ பறப்பாய் தோழி!

ஈர்அம்பு கண்டிலம் ஏகம்பர் தம்கையில்
ஓர்அம்பே முப்புரம் உந்தீபற
ஒன்றும் பெருமிகை உந்தீபற.

திருவேகம்பநாதர் கையில் காணப்பட்டது இரண்டு அம்புகளல்ல, ஓர் அம்புதான். முப்புரங்களும் எதிர்த்த போதும் அந்த ஓரம்பும் தேவைப்படாத ஒன்றாயிற்று என்று, தோழியே உந்தீ பறப்பாயாக.

விளக்கம் : சிவன் திரிபுரத்தையும் சிரித்தே எரித்ததால் அந்த ஓரம்பும் வேண்டப்படவில்லை.

தச்சு விடுத்தலும் தாம்அடி யிட்டலும்
அச்சு முறிந்தது என்று உந்தீபற
அழிந்தன முப்புரம் உந்தீபற.

தேவர்கள் அரும்பாடுபட்டு அமைத்த தேரில் சிவபெருமான் அடியெடுத்து வைத்ததுமே தேரின் அச்சு முறிந்தது. ஆனாலும் திரிபுரம் எரிந்ததென்று, தோழியே உந்தீ பறப்பாயாக.

உய்ய வல்லார்ஒரு மூவரைக் காவல்கொண்டு
எய்ய வல்லானுக்கே உந்தீபற
இளமுலை பங்கன்என்று உந்தீபற.

திரிபுரத்துப் போரில் உயிர் பிழைத்திருந்த அசுரர் மூவர். சிவபக்தி மிக்கவர் என்பதால் சிவன் அவர்களை துவாரபாலகர்கள் ஆக்கினார். இளமை மாறா அம்மையின் பங்கன் அவன் என்று உந்தீ பற.

சாடிய வேள்வி சரிந்திடத் தேவர்கள்
ஓடிய வாபாடி உந்தீபற
உருத்திர நாதனுக்கு உந்தீபற.

வீரபத்திரனின் பூதப்படை தாக்கியதில் தக்கனின் வேள்வி குலைந்தது. தப்பியோடினர் தேவர்கள். தலைவனாகிய உருத்திரன் பொருட்டு உந்தீ பறப்பாயாக.

ஆஆ திருமால் அவிப்பாகங் கொண்டன்று
சாவாது இருந்தான்என்று உந்தீபற
சதுர்முகன் தாதைஎன்று உந்தீபற.

பிரம்மாவின் தந்தையாகிய திருமால் தக்க வேள்வியில் அவிசினை ஏற்றதால், தாக்கப்பட்டும் உயிர்போகவில்லை.

வெய்யவன் அங்கி விழுங்கத் திரட்டிய
கையைத் தறித்தான்என்று உந்தீபற
கலங்கிற்று வேள்விஎன்று உந்தீபற.

அக்கினி தேவன் அவிசையுண்ண வளைத்த கை வெட்டுண்டது. தக்கனின் வேள்வி நிலை குலைந்ததைப் பாடி உந்தீ பற.

பார்ப்பதியைப் பகை சாற்றிய தக்கனைப்
பார்ப்பது என்னேஏடி உந்தீபற
பணைமுலை பாகனுக்கு உந்தீபற.

பார்வதியைத் தன் மகளென்றும் பாராமல் சிவனார் தேவி யென்றும் மதியாமல் பகைத்துப் பேசினான் தக்கன். சிவன் அவனை விட்டு வைக்கலாமோ என்று உந்தீபற.

புரந்தரனார் ஒரு பூங்குயில் ஆகி
மரந்தனில் ஏறினார் உந்தீபற
வானவர் கோன்என்றே உந்தீபற.

தக்கனுடைய வேள்விக்குச் சென்றிருந்த இந்திரன் வீரபத்திரனால் அழிக்கப்படுவோமோ என்று பயந்து, ஒரு குயிலாகி மரத்தில் ஒளிந்து கொண்டான். தேவர்களின் அரசனின் நிலையிதுவென உந்தீபற!

வெஞ்சின வேள்வி வியாத்திரனார் தலை
துஞ்சினவா பாடி உந்தீபற
தொடர்ந்த பிறப்புஅற உந்தீபற.

வேள்விக்கு அதிதேவதை எச்சன் தலை அறுபட்டு இறந்ததைப் பாடி உந்தீபற. நம் பிறவித் தொடர்ச்சி நீங்க உந்தீபற.

ஆட்டின் தலையை விதிக்குத் தலையாகக்
கூட்டியவா பாடி உந்தீபற
கொங்கை குலுங்கநின்று உந்தீபற.

தக்கனின் தலைவெட்டப்பட்டு, பதிலாக ஆட்டின் தலை பொருத்தப்பட்டதைப் பாடி உந்தீபற. கொங்கைகள் அசையப்பாடி உந்தீபற.

உண்ணப் புகுந்த பகன்ஒளித்து ஓடாமே
கண்ணைப் பறித்தவாறு உந்தீபற
கருக்கெட நாம்எலாம் உந்தீபற.

பன்னிரு சூரியர்களுள் ஒருவனான பகன் என்பான் ஓடி ஒளிந்து விடாதபடிக்கு அவனுடைய கண்கள் பறிக்கப்பட்டன. நாம் எல்லாரும் பிறவி அழியும்படி உந்தீ பறப்போம்.

விளக்கம்: பார்வையிழந்த பகனால் ஓட முடியவில்லை. விவேகம் என்னும் கண் இல்லாதவர் பிறவிப்பெருங்கடலைத் தாண்ட இயலாது.

நாமகள் நாசி சிரம் பிரமன்படச்
சோமன் முகம்நெரித்து உந்தீபற
தொல்லை வினைகெட உந்தீபற.

கலைமகள் மூக்கையிழந்தாள். நான்முகன் தலையை இழந்தான். சந்திரனின் முகம் தேய்க்கப்பட்டு பொலிவிழந்தது. இவர்கள் தக்கன் வேள்வியில் சேர்ந்து பங்கு கொண்டது குற்றமென உந்தீபற.

நான்மறை யோனும் மகத்துஇயமான்படப்
போம்வழி தேடுமாறு உந்தீபற
புரந்தரன் வேள்வியில் உந்தீபற.

நான்முகனும் வேள்வி காரகனாகிய தக்கனும் இறந்து போயினர். அந்நிலையில் தான் அழிவதும் உறுதி என்று அஞ்சிய இந்திரன் அங்கிருந்து தப்பியோடினான்.

சூரியனார் தொண்டை வாயினில் பற்களை
வாரி நெரித்தவாறு உந்தீபற
மயங்கிற்று வேள்விஎன்று உந்தீபற.

சூரியனுடைய பற்கள் உதிர்க்கப்பட்டன. யாகம் நிலை குலைந்தது என்றுகூறி உந்தீ பறப்பாயாக.

தக்கனார் அன்றே தலைஇழந்தார் தக்கன்
மக்களைச் சூழநின்று உந்தீபற
மடிந்தது வேள்விஎன்று உந்தீபற.

தன் மக்கள் சூழ வேள்வி செய்த தக்கன் தலையை இழந்தான். அவனுடைய வேள்வியும் அழிந்தது. சிவனார் முதன்மையை ஓதி உந்தீபற.

பாலகனார்க்கு அன்று பாற்கடல் ஈந்திட்ட
கோலச் சடையற்கே உந்தீபற
குமரன்தன் தாதைக்கே உந்தீபற.

வியாக்கிரபாத முனிவரின் மகனாகிய உபமன்யுவிற்கு பசி தீர்ப்பதற்காகவே பாற்கடலைப் படைத்தருளினான் சிவபெருமான். முருகனின் தந்தையாகிய இறைவன் பொருட்டே உந்தீபற.

நல்ல மலரின்மேல் நான்முகனார் தலை
ஒல்லை அரிந்ததுஎன்று உந்தீபற
உகிரால் அரிந்ததுஎன்று உந்தீபற.

பிரம்மாவின் ஐந்து தலைகளுள் ஒன்றைச் சிவன் தனது விரல் நகத்தால் கிள்ளியெறிந்தான். இதனைக் கூறி உந்தீபற.

தேரை நிறுத்தி மலைஎடுத்தான் சிரம்
ஈரைந்தும் இற்றவாறு உந்தீபற
இருபதும் இற்றதுஎன்று உந்தீபற.

தனது பாதையில் குறுக்கிட்டதென்று கயிலை மலையைப் பெயர்த்தெடுக்க முயன்றான் இராவணன். சிவன் கால் விரலால் அமுக்க அவனுடைய தோள் முறிந்தது.

ஏகாசம்இட்ட இருடிகள் போகாமல்
ஆகாசம் காவல்என்று உந்தீபற
அதற்கு அப்பாலும் காவல்என்று உந்தீபற.

வான்வெளியில் கதிரோனின் வெப்பத்தைப் பொருட்படுத்தாமல் அரையாடையோடு திரியும் முனிவர்களுக்கு சிவனே காவல். அவன் அண்டவெளிக்கு அப்பாலும் இருந்து காப்பவன்.

15. திருத்தோள் நோக்கம்

(தில்லையில் அருளியது)

பிரபஞ்ச சுத்தி

பூத்தாரும் பொய்கைப் புனல்இதுவே எனக்கருதிப்
பேய்த்தேர் முகக்குறும் பேதைகுணம் ஆகாமே
தீர்த்தாய் திகழ்தில்லை அம்பலத்தே திருநடம்செய்
கூத்தாஉன் சேவடி கூடும்வண்ணம் தோள்நோக்கம்.

அறிவு மயக்கம் கொண்டவர்கள், தங்கள் தாகம் தீர்க்கக் கானல் நீரையும் அள்ளிப்பருக முனைவார்கள். அவர்கள் அறிவுத் தெளிவு பெறத் தில்லை அம்பலத்தான் திருவடியை அடையும்படி நாம் கைகளை வீசி ஆடுவோம்.

என்றும் பிறந்துஇறந்து ஆழாமே ஆண்டுகொண்டான்
கன்றால் விளவுஎறிந்தான் பிரமன் காண்பரிய
குன்றாத சீர்த்தில்லை அம்பலவன் குணம்பரவித்
துன்றுஆர் குழலினீர் தோள்நோக்கம் ஆடாமோ.

பிறவி என்னும் துன்பக் கடலில் பிறந்து இறந்து அழுந்தாதபடி என்னை ஆட்கொண்டான் இறைவன். கன்றும் விளாம்பழமுமாய் வந்த அரக்கர்களை வீழ்த்திய நாரணனும், நான்முகனும் காணற் கரியவன் தில்லை அம்பலத்தான். அப்பெருமானின் புகழ்பாடி நாம் கைகளை வீசி ஆடுவோம்.

பொருள்பற்றிச் செய்கின்ற பூசனைகள் போல்விளங்கச்
செருப்புற்ற சீர்அடிவாய்க் கலசம் ஊன்அமுதம்
விருப்புற்று வேடனார் சேடுஅறிய மெய்குளிர்ந்துஅங்கு
அருள்பெற்று நின்றவா தோள்நோக்கம் ஆடாமோ.

கண்ணப்ப நாயனார் தம் வாயில் நீர் முதலியவற்றைக் கொண்டுவந்து பூசை செய்து சிவனது திருவருள் பெற்றார். அவரது இறையன்பு குறித்து நாம் கைகளை வீசி ஆடுவோமாக.

கற்போலும் நெஞ்சம் கசிந்துஉருகக் கருணையினால்
நிற்பானைப் போலஎன் நெஞ்சினுள்ளே புகுந்தருளி
நற்பாற் படுத்துஎன்னை நாடுஅறியத் தான்இங்ஙன்
சொற்பாலது ஆனவா தோள்நோக்கம் ஆடாமோ.

எம்பெருமான் எனது கல் நெஞ்சைக் கரைந்துருகச் செய்தான். நேர்படத் தோன்றி என்னுள் புகுந்தான். என்னை நல்வழிப்படுத்தி னான். உலகோர் அறியட்டும் என்பதற்காகவே அவனது அருட் தன்மையைச் சொல்லில் வெளிப்படுத்த என்னை நியமித்தான்.

நிலம்நீர் நெருப்புஉயிர் நீள்விசும்பு நிலாப்பகலோன்
புலன்ஆய மைந்தனோடு எண்வகையாய்ப் புணர்ந்து நின்றான்
உலகுஏழ் எனத்திசை பத்துஎனத் தான் ஒருவனுமே
பலவாகி நின்றவா தோள்நோக்கம் ஆடாமோ.

இறைவன் ஒருவனே அஷ்டமூர்த்தங்களாகவும், ஏழுலகங்களாகவும், பத்து திக்குகளாகவும் அமைந்தனன். அவன் பல்பொருளாகி நின்ற வகையைப் பாடி நாம் கைகளை வீசி ஆடுவோம்.

விளக்கம்: நிலம், நீர், நெருப்பு, வாயு, ஆகாயம், சூரியன், சந்திரன், ஆன்மா இவை எட்டும் அஷ்ட மூர்த்தங்கள். திசைகள் எட்டுடன் மண்ணையும் விண்ணையும் (கீழ், மேல்) கூட்டிட பத்துத் திக்குகள். பூலோகம், புவலோகம், சுவலோகம், சனலோகம், தபோலோகம், மகாலோகம், சத்தியலோகம் என உலகங்கள் ஏழு.

புத்தன் முதலாய புல்அறிவிற் பல்சமயம்
தத்தம் மதங்களில் தட்டுளுப்புப் பட்டுநிற்கச்
சித்தம் சிவமாக்கிச் செய்தனவே தவம்ஆக்கும்
அத்தன் கருணையினால் தோள்நோக்கம் ஆடாமோ.

சமயவாதிகள் பலரும் அறிவு குழம்பியவர்களாகத் தங்கள் சமயங் களையே மேலானதாகக் கருதிக் கொள்கின்றனர். நான் சித்தத்தைச் சிவமாக்கி, என் செயல்களைத் தவமாக்கினேன். இறைவனின் அன்பிரக்கத்தைப் பாடி நாம் கைகளை வீசி ஆடுவோம்.

தீதுஇல்லை மாணி சிவகருமம் சிதைத்தானைச்
சாதியும் வேதியன் தாதைதனைத் தாள்இரண்டும்
சேதிப்ப ஈசன் திருவருளால் தேவர்தொழப்
பாதகமே சோறு பற்றினவா தோள்நோக்கம்.

பிரும்மச்சாரியான சண்டேசுர நாயனார் பூசை செய்தபோது, அவருடைய தந்தை பாலைக் கொட்டிப் பூசையைக் கெடுத்தார். தந்தையின் காலை வெட்டினார் அவர். அது புண்ணியச் செயலாகி சிவகதி வாய்த்தது சண்டேசுரனுக்கு.

மானம் அழிந்தோம் மதிமறந்தோம் மங்கைநல்லீர்
வானம் தொழும்தென்னன் வார்கழலே நினைந்துஅடியோம்
ஆனந்தக் கூத்தன் அருள்பெறில் நாம் அவ்வணமே
ஆனந்தம் ஆகிநின்று ஆடாமோ தோள்நோக்கம்.

பருவமடைந்த நங்கையரே! நாம் ஆனந்தக் கூத்தனைச் சிந்தையில் வைத்ததால் அகந்தை நீக்கிப் பாகுபாடுகளைக் கடந்தவரானோம். தென்னன் திருவடி போற்றி, நம்மை மறந்து கைகளை வீசி ஆடுவோம்.

எண்உடை மூவர் இராக்கதர்கள் எரிபிழைத்துக்
கண்ணுதல் எந்தை கடைத்தலைமுன் நின்றதன்பின்
எண்ணிலி இந்திரர் எத்தனையோ பிரமர்களும்
மண்மிசை மால்பவர் மாண்டனர்காண் தோள்நோக்கம்.

திரிபுரம் பற்றியெரிந்த போது அதில் தப்பிப் பிழைத்த அரக்கர்கள் மூவர். அவர்கள் சிவபக்தி கொண்டவர்கள் என்பதால் துவார பாலகர்கள் ஆக்கப்பட்டனர். அதன் பிறகு இந்திரன், பிரம்மாக்கள் எத்தனையோ பேர் தோன்றி மறைந்தனர்.

பங்கயம் ஆயிரம் பூவினில்ஓர் பூக்குறையத்
தங்கண் இடந்துஅரன் சேவடிமேல் சாத்தலுமே
சங்கரன் எம்பிரான் சக்கரம் மாற்கு அருளியவாறு
எங்கும் பரவிநாம் தோள்நோக்கம் ஆடாமோ.

திருமால் ஆயிரம் தாமரை கொண்டு இறைவனை அர்ச்சித்த போது, ஒரு மலர் குறைய, தன் கண்மலர் பறித்து இறைவன் திருவடியில் சேர்ப்பித்தார். இறைவனும் தன் சக்ராயுதத்தை அவருக்கு உவந்தளித்தான்.

காமன் உடல்உயிர் காலன்பல் காய்கதிரோன்
நாமகள் நாசிசிரம் பிரமன் கரம்எரியைச்
சோமன் கலைதலை தக்கனையும் எச்சனையும்
தூய்மைகள் செய்தவா தோள்நோக்கம் ஆடாமோ.

மன்மதனின் உடல், எமனின் உயிர், சூரியனின் பல், கலைமகளின் மூக்கு, பிரமனின் தலை, அக்கினி தேவனின் கை, சந்திரனின் கலை (ஒளி), தக்கன், எச்சன் இவர்களின் தலை இவையெல்லாம் சேதிக்கப்பட்டன. அவ்விதமாய் அவர்கள் பாவம் போக்கி தூய்மை செய்யப்பட்டனர்.

பிரமன் அரிஎன்று இருவரும்தம் பேதைமையால்
பரமம் யாம்பரமம் என்றவர்கள் பதைப்புஒடுங்க
அரனார் அழல்உருவாய் அங்கே அளவுஇறந்து
பரம்ஆகி நின்றவா தோள்நோக்கம் ஆடாமோ.

தம்மை வியந்து கர்வித்திருந்த திருமாலுக்கும், நான்முகனுக்கும், அக்கினித் தம்பமாய் நின்று அகந்தை நீக்கி உண்மையறிவைப் புகட்டினான் சிவபெருமான். அந்த மேலான பொருளின் வரலாறு பாடி நாம் கைகளை வீசி ஆடுவோம்.

**ஏழைத் தொழும்பனேன் எத்தனையோ காலம்எல்லாம்
பாழுக்கு இறைத்தேன் பரம்பரனைப் பணியாதே
ஊழிமுதல் சிந்தாத நல்மணிவந்து என்பிறவித்
தாழைப் பறித்தவா தோள்நோக்கம் ஆடாமோ.**

எனது அறிவின்மை காரணமாக இறைவனை வணங்காமல் எவ்வளவோ காலத்தை வீணடித்தேன். அவனைச் சார்ந்தேன், எனது பிறவிவேர் களைந்தெடுக்கப்பட்டது. அந்த அதிசயத்தைப் பாடி நாம் கைகளை வீசி ஆடுவோம்.

**உரைமாண்ட உள்ஒளி உத்தமன்வந்து உளம்புகலும்
கரைமாண்ட காமப் பெருங்கடலைக் கடத்தலுமே
இரைமாண்ட இந்திரியப் பறவை இரிந்துஓடத்
துரைமாண்டவா பாடித் தோள்நோக்கம் ஆடாமோ.**

சொல்லுக்கு எட்டாத சோதி வடிவினனான சிவன் என்னுள் புகுந்தான். நான் ஆசைப் பெருங்கடலைக் கடந்தேன். பொறிகளாகிய பறவைகள் அஞ்சியோடின. மனம் உலகத்துக்கு அப்பால் சென்றதைப்பாடி, நாம் கைகளை வீசி ஆடுவோம்.

16. திருப்பொன்னூசல்

(தில்லையில் அருளியது)

அருட் சுத்தி

சீரார் பவளங்கால் முத்தங் கயிறாக
ஏராரும் பொற்பலகை ஏறி இனிதுஅமர்ந்து
நாராயணன் அறியா நாள்மலர்த்தாள் நாய்அடியேற்கு
ஊராகத் தந்தருளும் உத்தர கோசமங்கை
ஆரா அமுதின் அருள்தாள் இணைபாடிப்
போரார் வேற்கண்மடவீர் பொன்னூசல் ஆடாமோ.

வேலொத்த கண்படைத்த பெண்களே! நாம் நன்மணிகள் கொண்டு அலங்கரிக்கப்பட்ட பொன்னூஞ்சலில் ஆடுவோம். நாராயணனும் அறிந்திராத உத்தரகோசமங்கைப் பெருமான் திருவடியைப் பாடுவோம். பாடிய வண்ணம் ஆடுவோமாக.

மூன்றங்கு இலங்கு நயனத்தன் மூவாத
வான்தங்கு தேவர்களும் காணா மலர்அடிகள்
தேன்தங்கித் தித்தித்து அமுதூறித் தான்நெளிந்து அங்கு
ஊன்தங்கி நின்றுஉருக்கும் உத்தர கோசமங்கைக்
கோன்தங்கு இடைமருது பாடிக் குலமஞ்ஞை
போன்றுஅங்கு அனநடையீர் பொன்னூசல் ஆடாமோ.

தேவர்களும் அறியாத் திருவடிகள் படைத்த முக்கண்ணன். உத்தரகோச மங்கையன், அவன் எழுந்தருளியிருக்கும் திருவிடை மருதூரைப் பாடுவோம். நம் உடலை உருக்கி அருள் மயமாக்கும் இறைவனைப் போற்றிப் பொன்னூஞ்சல் ஆடுவோம்.

முன்ஈறும் ஆதியும் இல்லான் முனிவர்குழாம்
பல்நூறு கோடி இமையோர்கள் தாம்நிற்பத்
தன்நீறு எனக்குஅருளித் தன்கருணை வெள்ளத்து
மன்ஊற மன்னும்மணி உத்தர கோசமங்கை
மின்ஏறும் மாட வியன்மாளிகை பாடிப்
பொன்ஏறு பூண்முலையீர் பொன்னூசல் ஆடாமோ.

தோற்றமும் முடிவும் இல்லாதவன் சிவன். அவன் தேவர்களும் முனிவர்களும் எளிதில் பெற முடியாத அனுபவத்தை எனக்கு வழங்கினான். அந்த அருளாளனின் திருக்கோயிலைப் பாடி நாம் ஊஞ்சலாடுவோம்.

நஞ்சுஅமர் கண்டத்தன் அண்டத்தவர் நாதன்
மஞ்சுதோய் மாடமணி உத்தரகோசமங்கை
அஞ்சொலாள் தன்னோடும் கூடி அடியவர்கள்
நெஞ்சுளே நின்றுஅமுதம் ஊறிக் கருணைசெய்து
துஞ்சல் பிறப்புஅறுப்பான் தூய புகழ்பாடிப்
புஞ்சம்ஆர் வெள்வளையீர் பொன்னூசல் ஆடாமோ.

உமையொரு பாகன் எம் உள்ளத்தே நிலைத்து நின்று, அமுதம் சுரந்து, திருவருள் புரிந்து இருமை வினைகளை அறுப்பான். அவனது புகழ்பாடிப் பொன்னூஞ்சல் ஆடுவோம்.

ஆணோ அலியோ அரிவையோ என்றுஇருவர்
காணாக் கடவுள் கருணையினால் தேவர்குழாம்
நாணாமே உய்ய ஆட்கொண்டருளி நஞ்சுதனை
ஊண்ஆக உண்டருளும் உத்தர கோசமங்கைக்
கோண்ஆர் பிறைச்சென்னிக் கூத்தன் குணம்பரவிப்
பூண்ஆர் வனமுலையீர் பொன்னூசல் ஆடாமோ.

சிவனது அடி முடி காண முடியவில்லை திருமால் நான்முகன் இவர்களுக்கு. அவனை இனம் பிரித்து அறிய இயலாது எவருக்கும். அமரர்க்காய் நஞ்சுண்ட அமுதன் அவன். அந்த இளம்பிறையணிந்த கூத்தனின் புகழ்பாடி நாம் ஆடுவோம் பொன்னூஞ்சல்.

மாதுஆடு பாகத்தன் உத்தர கோசமங்கைத்
தாதாடு கொன்றைச் சடையான் அடியாருள்
கோதாட்டி நாயேனை ஆட்கொண்டுஎன் தொல்பிறவித்
தீதுஓடா வண்ணந் திகழப் பிறப்புஅறுப்பான்
காதாடு குண்டலங்கள் பாடிக் கசிந்துஅன்பால்
போதாடு பூண்முலையீர் பொன்னூசல் ஆடாமோ.

என்னை அடிமை கொண்டு, எனது முந்தை வினைகள் மூளாதபடிக்குச் செய்தான் இறைவன். கடையேனாகிய எனக்கு ஞானத்தை வழங்கினான். அவனது அன்பில் உருகி நாம் பொன்னூஞ்சல் ஆடுவோம்.

உன்னற்கு அரியதிரு உத்தர கோசமங்கை
மன்னிப் பொலிந்திருந்த மாமறையோன் தன்புகழே
பன்னிப் பணிந்துஇறைஞ்சப் பாவங்கள் பற்றுஅறுப்பான்
அன்னத்தின் மேல்ஏறி ஆடும் அணிமயில்போல்
என்அத்தன் என்னையும் ஆட்கொண்டான் எழில்பாடிப்
பொன்ஒத்த பூண்முலையீர் பொன்னூசல் ஆடாமோ.

திருஉத்தரகோசமங்கை இறைவன் தன்னைப் போற்றி வணங்குவோரின் பாவத்தைப் போக்குபவன். அவனைப் புகலாய்க் கொண்டவர்கள் அவனுக்கு உறவாகி விடுவர். அவனது சிறப்பைப் பாடி பொன்னூஞ்சல் ஆடுவோம்.

கோல வரைக்குடுமி வந்து குவலயத்துச்
சால அமுதுஉண்டு தாழ்கடலின் மீதுஎழுந்து
ஞால மிகப்பரிமேற் கொண்டு நமைஆண்டான்
சீலம் திகழும் திருஉத்தர கோசமங்கை
மாலுக்கு அரியானை வாயார நாம்பாடிப்
பூலித்து அகம்குழைந்து பொன்னூசல் ஆடாமோ.

உயிர்கள் ஈடேறும் பொருட்டு கயிலை விட்டு உலகினில் எழுந்தருளியவன் கடல் நஞ்சை அமுதாக்கினான். குதிரைப் பாகனாய் வந்து எமை ஆண்டருளினான்.

தெங்குஉலவு சோலைத் திருஉத்தர கோசமங்கை
தங்குஉலவு சோதித் தனிஉருவம் வந்தருளி
எங்கள் பிறப்புஅறுத்திட்டு எம்தரமும் ஆட்கொள்வான்
பங்குஉலவு கோதையும் தானும் பணிகொண்ட
கொங்குஉலவு கொன்றைச் சடையான் குணம்பரவிப்
பொங்குஉலவு பூண்முலையீர் பொன்னூசல் ஆடாமோ.

எம் போன்ற சாமானியரையும் ஆட்கொண்ட இறைவனின் பேதமற்ற தன்மையைப் புகழ்ந்து பொன்னூஞ்சல் ஆடுவோம்.

17. அன்னைப் பத்து

(தில்லையில் அருளியது)

ஆத்தும பூரணம்

சிறு பெண்ணொருத்தி தன் தாயிடம் இறைவனின் தன்மை களைக் கூறுவதாய் அமைந்த பகுதி. தலைவியின் நிலையைத் தோழி செவிலிக்குக் கூறுவதாகவும் கொள்ளலாம்.

வேத மொழியர் வெண்ணீற்றர் செம்மேனியர்
நாதப் பறையினர் அன்னே என்னும்
நாதப் பறையினர் நான்முகன் மாலுக்கும்
நாதர் இந்நாதனார் அன்னே என்னும்.

தாயே! திருவெண்ணீறு பூசிய சிவன் சிவந்த மேனியன், ஞான உபதேசம் செய்பவன், ஓசை வடிவினன். அவன் நான்முகனுக்கும் நாரணனுக்கும் முதல்வன்.

கண் அஞ்சனத்தர் கருணைக் கடலினர்
உள்நின்று உருக்குவர் அன்னே என்னும்
உள்நின்று உருக்கி உலப்புஇலா ஆனந்தக்
கண்ணீர் தருவரால் அன்னே என்னும்.

அஞ்சனம் (மை) தீட்டிய கண்ணினன், அவன் கருணைக் கடல். உணர்வில் நின்று என்னை உருக்கி, எனக்குப் பேரின்பம் தருபவன். எனது வற்றாத கண்ணீர் ஆனந்தம் பெறுதற்கானது.

நித்த மணாளர் நிரம்ப அழகியர்
சித்தத்து இருப்பரால் அன்னே என்னும்
சித்தத்து இருப்பவர் தென்னன் பெருந்துறை
அத்தர் ஆனந்தரால் அன்னே என்னும்.

தாயே! அவன் என்றும் மணவாளக் கோலத்தில் இருப்பவன். மங்காத அழகும் மாறாத இளமையும் கொண்டவன். திருப்பெருந்துறை ஈசன் நெஞ்சை விட்டு ஒருபோதும் நீங்காதவன்.

ஆடரப் பூண்உடைத் தோல்பொடிப் பூசிற்றுஓர்
வேடம் இருந்தவாறு அன்னே என்னும்
வேடம் இருந்தவா கண்டுகண்டு என்உள்ளம்
வாடும் இதுஎன்னே அன்னே என்னும்.

'தாயே! ஆடையாகப் புலித்தோலையும், ஆபரணமாகப் பாம்பை யும் கொண்டவனின் கோலம் கண்டு என் நெஞ்சம் வாடுகிறதே, என்ன காரணம்?' என்கிறாள் அவள்.

நீண்ட கரத்தர் நெறிதரு குஞ்சியர்
பாண்டிநன் நாடரால் அன்னே என்னும்

பாண்டிநன் நாடர் பரந்துஎழு சிந்தையை
ஆண்டன்பு செய்வரால் அன்னே என்னும்.

தாயே! அலைந்து திரியும் மனதை அடக்கியாண்டு அருள்புரியும் மேலோன் அன்றோ!

உன்னற்கு அரியசீர் உத்தர மங்கையர்
மன்னுவது என்நெஞ்சில் அன்னே என்னும்
மன்னுவது என்நெஞ்சில் மால்அயன் காண்கிலார்
என்ன அதிசயம் அன்னே என்னும்.

திருஉத்தரகோசமங்கையானின் சிறப்புகள் எண்ணி முடியாது. அவன் இமைப்பொழுதும் என்னை விட்டு அகலாமல் என் நெஞ்சில் நிலைத்துவிட்டான். உள்ளிருக்கும் அவனை ஏன் வெளியில் தேடுவது.

வெள்ளைக் கலிங்கத்தர் வெண்திரு முண்டத்தர்
பள்ளிக் குப்பாயத்தர் அன்னே என்னும்
பள்ளிக் குப்பாயத்தர் பாய்பரி மேற்கொண்டுஎன்
உள்ளம் கவர்வரால் அன்னே என்னும்.

'தாயே! வெள்ளுடைதரித்து, வெண்ணீறணிந்து எளிய கோலத்தில் வந்தான் அவன். பாய்ந்து செல்லும் குதிரைமேல் வந்து என் மனதைக் கவர்ந்து சென்றான்' என்கிறாள் அவள்.

தாளி அறுகினர் சந்தனச் சாந்தினர்
ஆள்எம்மை ஆள்வரால் அன்னே என்னும்
ஆள்எம்மை ஆளும் அடிகளார் தம்கையில்
தாளம் இருந்தவாறு அன்னே என்னும்.

அவன் அறுகம்புல் மாலையும், சந்தனப் பூச்சுமாகக் காட்சி அளித்தான். ஆளவந்தவன் கையில் ஏன் தாளம் இருந்ததோ?

தையல்ஓர் பங்கினர் தாபத வேடத்தர்
ஐயம் புகுவரால் அன்னே என்னும்
ஐயம் புகுந்தவர் போதலும் என்உள்ளம்
நையும்இது என்னே அன்னே என்னும்.

தாயே! உலக வாழ்க்கை நிலையற்றது என்பதை உணர்த்தத் தானோ அவர் பிட்சாடனக் கோலம் தாங்கினார்.

கொன்றை மதியமும் கூவிள மத்தமும்
துன்றிய சென்னியர் அன்னே என்னும்
துன்றிய சென்னியின் மத்தம் உன்மத்தமே
இன்றுஎனக்கு ஆனவாறு என்னே என்னும்.

கொன்றை மாலையும், வில்வதளமும், பிறைச்சந்திரனும், ஊமத்தையுமாக நெருங்கியமைந்த கோலம் என் சித்தத்தைக் கலங்கச் செய்கிறது (பக்திப் பித்தை உண்டு பண்ணுகிறது) தாயே!

18. குயிற் பத்து

(தில்லையில் அருளியது)

ஆத்தும விரக்கம்

கீதம் இனிய குயிலே கேட்டியேல் எங்கள் பெருமான்
பாதம் இரண்டும் வினவில் பாதாளம் ஏழினுக்கு அப்பால்
சோதி மணிமுடி சொல்லின் சொல்இறந்து நின்ற தொன்மை
ஆதிகுணம் ஒன்றும் இல்லான் அந்தம் இலான்வரக் கூவாய்.

குயிலே! எங்கள் பெருமானின் திருவடிகள் ஏழுலகும் கடந்து செல்லும். அவனது திருமுடியின் பெருமை உரைகடந்தது. அவன் முக்குண தேசமற்றவன். முடிவில்லாதவன். அவனை வருமாறு நீ கூவுவாயாக.

ஏர்தரும் ஏழ்உலகு ஏத்த எவ்உருவும் தன்னுருவாய்
ஆர்கலிசூழ் தென்இலங்கை அழகுஅமர் வண்டோதரிக்குப்
பேர்அருள் இன்பம்அளித்த பெருந்துறை மேயபிரானைச்
சீரிய வாயால் குயிலே தென்பாண்டி நாடனைக் கூவாய்.

குயிலே! இறைவன் எல்லார்க்கும் அருளும் தன்மையன். எவற்றின் (சடப்பொருள், உயிர்ப்பொருள்) உருவிலும் கலந்து நிற்பவன். இராவணன் மனைவி மண்டோதரிக்குக் குழந்தை வடிவில் காட்சியளித்தான். அந்தப் பெருந்துறைப் பெருமானின் வருகைக்காக நீ கூவிடு.

நீல உருவின் குயிலே நீள்மணி மாடம் நிலாவும்
கோல அழகில் திகழும் கொடிமங்கை உள்ளுறை கோயில்
சீலம் பெரிதும் இனிய திருஉத்தரகோசமங்கை
ஞாலம் விளங்க இருந்த நாயகனை வரக் கூவாய்.

நீலக்குயிலே! மணிமாடங்கள் நிறைந்த உத்தரகோச மங்கையில் கொடிபோன்ற உமையுடன் கூடியிருக்கும் பெருமானை வருக வென்று கூவுவாயாக.

சிவசக்தியை முதன்மையாகக் கொண்ட இடங்கள் எல்லாம் அழகு நிறைந்த இடங்களாம்.

தேன்பழச் சோலை பயிலும் சிறுகுயிலே இது கேள்நீ
வான்பழித்து இம்மண் புகுந்து மனிதரை ஆட்கொண்ட வள்ளல்
ஊன்பழித்து உள்ளம் புகுந்து என்உணர்வு அதுவாய ஒருத்தன்
மான்பழித்து ஆண்டமென் நோக்கிமணாளனை நீவரக் கூவாய்.

குயிலே! உமாதேவியின் நாயகனாகிய எம்பெருமான் சிவலோகம் விட்டு இப்புவியில் வந்திறங்கியது எனது உடம்பினை இகழ்ந்து, உள்ளம் புகுந்து உணர்வில் கலந்திடத்தான். உள்ளொளி பெருக்கும் அந்த அருள் வள்ளலை நீ கூவியழைத்திடு.

சுந்தரத்து இன்பக் குயிலே சூழ்சுடர் ஞாயிறுபோல
அந்தரத்தே நின்றுஇழிந்து இங்குஅடியவர் ஆசைஅறுப்பான்
முந்தும் நடுவும் முடிவும் ஆகிய மூவர் அறியாச்
சிந்துரச் சேவடியானைச் சேவகனை வரக் கூவாய்.

மும்மூர்த்திகளால் அறியப்படாதவனும், உலகில் தோற்றம், இருப்பு, முடிவு இவற்றுக்கு உரியவனுமாகிய பெருமான் அடியார்களின் பற்றுகளை ஒழிப்பதற்காகவே இங்கே வருகிறான். அவனை வருகவென்று கூவியழைப்பாய் இன்பக்குயிலே!

இன்பம் தருவன் குயிலே ஏழ்உலகும் முழுது ஆளி
அன்பன் அமுதுஅளித்து ஊறும் ஆனந்தன் வான்வந்த தேவன்
நன்பொன் மணிச்சுவடுஒத்த நற் பரிமேல் வருவானைக்
கொம்பின் மிழற்றும் குயிலே கோகழி நாதனைக் கூவாய்.

குயிலே, அவன் ஏழுலகையும் ஆள்பவன். அடியார்களின் உள்ளத்தில் ஆனந்த ஊற்றானவன். ஆனந்த வடிவினன். ஞான ஆகாயத்தில் (சிதாகாசத்தில்) இருந்து அடியார்களை ஆளும் பொருட்டன்றோ மனித உருவில் வந்தான். திருப்பெருந்துறைத் தலைவனைக் கூவி அழைப்பாயாக.

உன்னை உகப்பன் குயிலே உன்துணைத் தோழியும் ஆவன்
பொன்னை அழித்த நன்மேனிப் புகழில் திகழும் அழகன்
மன்னன் பரிமிசை வந்த வள்ளல் பெருந்துறை மேய
தென்னவன் சேரலன் சோழன் சீர்ப்புயங்கன் வரக் கூவாய்.

குயிலே, உன்னை விரும்புவேன், உனது தோழியுமாவேன். நிலைபேறுடைய இறைவனின் அழகு பொன்னைவெல்லும் பொலிவுடையது. பக்தனுக்குப் பரிந்து குதிரைப் பாகனாய் வந்தவனை வரவேற்று நீ கூவிடு.

வாஇங்கே நீ குயிற்பிள்ளாய் மாலொடு நான்முகன் தேடி
ஓவிஅவர் உன்னி நிற்ப ஒண்தழல் விண்பிளந்து ஓங்கி
மேவி அன்று அண்டம் கடந்துவிரிசுடராய் நின்ற மெய்யன்
தாவி வரும் பரிப்பாகன் தாழ்சடையோன் வரக் கூவாய்.

இளங்குயிலே! அரியும் பிரம்மனும் அறிந்துகொள்ள முடியாத பூரணன், ஒரு பக்தன் பொருட்டன்றோ விரைந்து செல்லும் குதிரைப் பாகனாக வந்தான். அவனை 'வருக' என்று கூவி அழைப்பாயாக.

கார்உடைப் பொன்திகழ் மேனிக் கடிபொழில் வாழும் குயிலே
சீர்உடைச் செங் கமலத்தில் திகழ்உரு ஆகிய செல்வன்
பாரிடைப் பாதங்கள் காட்டிப் பாசம் அறுத்துஎனை ஆண்ட
ஆர்உடை அம்பொனின் மேனி அமுதினை நீவரக் கூவாய்.

அடிமுடி காண முடியாதபடி நீக்கமற நிறைந்த சொரூபன் இதயத்தில் அன்றோ முதன்மை கொண்டு விளங்குகிறான். அதை அனுபவத்தில் அறிபவர்க்கு உலகப் பற்று அகன்றுவிடும். அவர்கள் மரணமிலாப் பெருவாழ்வை அடைவர்.

கொந்து அணவும்பொழில் சோலைக் கூங்குயிலே இது கேள்நீ
அந்தணன் ஆகிவந்துஇங்கே அழகிய சேவடி காட்டி
எம்தமர் ஆம்இவன் என்றுஇங்கு என்னையும் ஆட்கொண்டருளும்
செந்தழல் போல் திருமேனித் தேவர்பிரான் வரக் கூவாய்.

அன்பிரக்கம் உடைய சிவன் அழகிய வடிவெடுத்து இப்பிரபஞ் சத்துக்கு வந்தான். தன் திருவடி காட்டி, 'இவன் எம்மவன்' என்று என்னைத் தனக்கே உரியவனாக்கிக் கொண்டான். கூவும் குயிலே, அவனை 'வருக'வென்று கூவிடு.

19. திருத்தசாங்கம்

(தில்லையில் அருளியது)

அடிமை கொண்ட முறைமை

ஒரு தலைவி கிளியிடம் சொல்வதாக அமைந்தவை

ஏர்ஆர் இளங்கிளியே எங்கள் பெருந்துறைக்கோன்
சீர்ஆர் திருநாமம் தேர்ந்து உரையாய் ஆரூரன்
செம்பெருமான் வெண்மலரான் பாற்கடலான் செப்புவபோல்
எம்பெருமான் தேவர்பிரான் என்று.

இளமையும் அழகும் பொருந்திய கிளியே! எம்பெருமான், செம்பெருமான், ஆரூரன், தேவர் பிரான் என்று எந்தப் பெயரிட்டு அழைத்தாலும் அவன் இறைவன். எம் திருப்பெருந்துறை மன்னன்.

ஏதம்இலா இன்சொல் மரகதமே ஏழ்பொழிற்கும்
நாதன்நமை ஆளுடையான் நாடுஉரையாய் காதலவர்க்கு
அன்புஆண்டு மீளா அருள்புரிவான் நாடுஎன்றும்
தென்பாண்டி நாடே தெளி.

மாசில்லாத மரகதப் பச்சைக்கிளியே! தன் மீது அன்பு கொண்டவரை அன்பால் ஆட்கொண்டு, அவர்கள் மீண்டும் பிறவிக்கு வராதபடி அருள் செய்பவன் அவன். அவனுடைய நாடு தென்பாண்டி நாடு.

தாதாடு பூஞ்சோலைத் தத்தாய் நமைஆளும்
மாதுஆடும் பாகத்தன் வாழ்பதிஎன் கோதாட்டிப்
பத்தர்எல்லாம் பார்மேல் சிவபுரம்போல் கொண்டாடும்
உத்தரகோசமங்கை ஊர்.

மகரந்தப் பொழிவுடைய பூவனத்துக்கிளியே! மாதொருபாகன் வாழ்கின்ற ஊர் மண்ணுலகின் சிவபுரமாகப் போற்றப்படும் திருஉத்தர கோசமங்கை என்று சொல்வாயாக.

செய்யவாய்ப் பைஞ்சிறகின் செல்வீநம் சிந்தைசேர்
ஐயன் பெருந்துறையான் ஆறுஉரையாய் தையலாய்
வான்வந்த சிந்தை மலங்கழுவ வந்திழியும்
ஆனந்தம் காண்உடையான் ஆறு.

செவ்வாயும், பசுஞ்சிறகும் உடைய கிளியே! சிந்தையில் தேங்கும் மாசுகளைக் கழுவும் இடம் எம்மை ஆளாக உடையவனது ஆறு ஆகும். அது ஆனந்தப் பேராறு.

***கிஞ்சுகவாய் அஞ்சுகமே கேடில் பெருந்துறைக்கோன்
மஞ்சன் மருவும் மலைபகராய் நெஞ்சத்து
இருள்அகல வாள்வீசி இன்புஅமரும் முத்தி
அருளும்மலை என்பதுகாண் ஆய்ந்து.***

முருக்கம் பூப்போன்ற சிவந்த வாயினை உடைய அழகுக் கிளியே! திருப்பெருந்துறையின் மன்னன் மேகம் போன்றவன். அவன் தங்கிய மலை அக இருளை நீக்கி ஞானஒளி வீசுவதாம். அது முத்தியை வழங்கும் மலை. அதுவே நிலையான இன்பத்தை அளிப்பது.

***இப்பாடே வந்தியம்பு கூடுபுகல் என்கிளியே
ஒப்புஆடாச் சீர்உடையான் ஊர்வதென்னே எப்போதும்
தேன்புரையும் சிந்தையராய்த் தெய்வப்பெண் ஏத்திசைப்ப
வான்புரவி ஊரும் மகிழ்ந்து.***

கிளியே! கூட்டுக்குச் சென்றுவிடாமல் இங்கே வருவாயாக! சிவபிரான் சகுண பிரம்மமாய் (குணங்கள் நிரம்பிய கடவுள்) இடபம் (காளை) அவனது வாகனமாகும். அவன் நிர்க்குணனாய் (குணங்களற்றவன்) இருக்கும்போது ஞான ஆகாயமே (சிதாகாசம்) அவனுக்கு வாகனமாகி விடும்.

***கோல்தேன் மொழிக்கிள்ளாய் கோதுஇல் பெருந்துறைகோன்
மாற்றாரை வெல்லும் படைபகராய் ஏற்றார்
அழுக்குஅடையா நெஞ்சுஉருக மும்மலங்கள் பாயும்
கழுக்கடைகாண் கைக்கொள் படை.***

கொம்புத் தேனாய்க் கொஞ்சும் கிளியே! திருப்பெருந்துறைப் பெருமானின் படைக்கலம் திரிசூலம் ஆகும். அது ஞானத்தின் சின்னமாகும். அஞ்ஞானத்தில் தோன்றுகிற மும்மலங்களை அது அகற்றுகிறது.

***இன்பால் மொழிக்கிள்ளாய் எங்கள் பெருந்துறைகோன்
முன்பால் முழங்கும் முரசுஇயம்பாய் அன்பால்
பிறவிப் பகைகலங்கப் பேரின்பத்து ஓங்கும்
பருமிக்க நாதப் பறை.***

பால்போலும் கபடற்ற மொழி பேசும் கிளியே! திருப்பெருந்துறை ஈசன் உறைவிடத்தில் முழங்கும் பறை எதுவென்று அறிவாயோ? அது பிறவியென்னும் பகையைக் கலங்கடிக்கும் ஓங்காரத்துவம் என்னும் நாதப் பறையாம்.

***ஆய மொழிக்கிள்ளாய் அள்ளூறும் அன்பர்பால்
மேய பெருந்துறையான் மெய்த்தார்என் தீயவினை***

நாளும் அணுகாவண்ணம் நாயேனை ஆளுடையான்
தாளி அறுகாம் உவந்த தார்.

 ஆராய்ந்து மொழி பேசும் கிளியே! திருப்பெருந்துறைத் தலைவனாகிய எம்பெருமான் அணிகிற மாலை எதுவென அறிவாயோ? வில்வமும் அறுகும் கூடிய மாலையே அவன் விரும்பி அணிவது.

 விளக்கம்: வில்வ அருகுமாலை அவன் தூல வடிவில் அணிவது. உண்மையில் பிரபஞ்ச தத்துவங்களே அவனுடைய மாலை.

சோலைப் பசுங்கிளியே தூநீர்ப் பெருந்துறைக்கோன்
கோலம் பொலியும் கொடிகூறாய் சாலவும்
ஏதிலார் துண்ணென்ன மேல்விளங்கி ஏர்காட்டும்
கோதிலா ஏறுஆம் கொடி.

 பூவனத்துப் பச்சைக்கிளியே! திருப்பெருந்துறை மன்னனின் கொடி பகைவர் திடுக்கிட்டு அஞ்சும்படி கம்பீர அழகுடைய இடபக் கொடியாகும். ஆனால், அது நன்மையே செய்யும் கொடி.

 விளக்கம்: பகைவர்க்கு அச்சம் விளைவிப்பதால் 'ஏதிலார் துண்ணென்ன' எனக் குறித்தார். எனினும் அது நன்மையே பயக்கும் என்பதால் 'கோதிலாக் கொடி' என்றார்.

20. திருப்பள்ளியெழுச்சி

(திருப்பெருந்துறையில் அருளியது)

திரோதான சுத்தி

போற்றிஎன் வாழ்முதல் ஆகிய பொருளே
புலர்ந்தது பூங்கழற்கு இணைதுணை மலர்கொண்டு
ஏற்றிநின் திருமுகத்து எமக்குஅருள் மலரும்
எழில்நகை கொண்டுநின் திருவடி தொழுகோம்
சேற்றிதழ்க் கமலங்கள் மலரும்தண் வயல்சூழ்
திருப்பெருந் துறைஉறை சிவபெருமானே
ஏற்றுயர் கொடிஉடையாய் எமை உடையாய்
எம்பெருமான் பள்ளி எழுந்தருளாயே.

என் வாழ்வின் மூலப் பொருளே! உன்னை வணங்குகிறேன். உனது அருளுக்கு அறிகுறியாய் உன் முகத்தில் புன்னகையைக் காண்கிறேன். உன் அடிமை என்கிற சிறப்பினை எனக்கு அளித்தவனே. திருப்பெருந்துறை ஈசனே! உயிர்கள் துயர் நீங்கும் பொருட்டு நீ துயில் நீங்கி எழுவாயாக.

அருணண் இந்திரன் திசைஅணுகினன் இருள்போய்
அகன்றது உதயம்நின் மலர்த்திருமுகத்தின்
கருணையின் சூரியன் எழஎழ நயனக்
கடிமலர் மலரமற்று அண்ணல்எம் கண்ணாம்
திரள்நிரை அறுபதம் முரல்வன இவைஓர்
திருப்பெருந் துறைஉறை சிவபெருமானே
அருள்நிதி தரவரும் ஆனந்த மலையே
அலைகடலே பள்ளி எழுந்தருளாயே.

சூரியன் மேலெழும்போது உன் கருணையின் விரிவைக் காணமுடிகிறது. ஒளியில் மலரும் தாமரைபோல் உனது கண்கள் மலரட்டும். வண்டுகள் ரீங்கரிப்பது போல் எங்கள் வாழ்த்தொலி கேட்டனையோ. அருட்செல்வத்தை எங்களுக்கு வழங்கும் பேரின்ப மாலையே, கருணைக் கடலே, நீ திருப்பள்ளியினின்று எழுந்தருள் வாயாக.

கூவின பூங்குயில் கூவின கோழி
குருகுகள் இயம்பின இயம்பின சங்கம்
ஓவின தாரகை ஒளிஒளி உதயத்து
ஒருப்படு கின்றது விருப்பொடு நமக்குத்

தேவநற் செறிகழல் தாள்இணை காட்டாய்
திருப்பெருந் துறைஉறை சிவபெருமானே
யாவரும் அறிவுஅரியாய் எமக்கு எளியாய்
எம்பெருமான் பள்ளி எழுந்தருளாயே.

திருப்பெருந்துறைப் பெருமானே! குயில்கள் கூவின, பறவைகள் கீதமிசைத்தன. சூரியன் மேலெழ, நட்சத்திர ஒளி ஒடுங்கிற்று. உன் திருவடியை எங்களுக்கு இனிதே காட்டியருள்க. உன்னைத் தொழாதவர்களுக்கு நீ விளங்குவதில்லை. உனது பக்தர்களுக்கோ நீ வெளிப்படையானவன், உனது மகிமை ஓங்குக.

இன்னிசை வீணையர் யாழினர் ஒருபால்
இருக்கொடு தோத்திரம் இயம்பினர் ஒருபால்
துன்னிய பிணைமலர்க் கையினர் ஒருபால்
தொழுகையர் அழுகையர் துவள்கையர் ஒருபால்
சென்னியில் அஞ்சலி கூப்பினர் ஒருபால்
திருப்பெருந் துறைஉறை சிவபெருமானே
என்னையும் ஆண்டுகொண்டு இன்அருள் புரியும்
எம்பெருமான் பள்ளி எழுந்தருளாயே.

மங்கள வாத்திய ஒலி ஒருபக்கம், வேதமந்திர ஒலிமறுபக்கம். மாலைகளுடன் நின்றவர் இன்னொரு பக்கம். தொழுவோரும், ஆனந்தக் கண்ணீர் விடுவோரும், மனம் உருகுவோருமாய் அவரவரும் தாம் அறிந்தவகையில் உன்னை வணங்குகின்றனர். அடியேனையும் அடிமை கொண்டு இன்னருள்புரிய எம்பிரானே துயில் நீங்கி எழுவீராக.

பூதங்கள் தோறும் நின்றாய் எனின்அல்லால்
போக்கிலன் வரவிலன் எனநினைப் புலவோர்
கீதங்கள் பாடுதல் ஆடுதல் அல்லால்
கேட்டறியோம் உனைக் கண்டுஅறிவாரைச்
சீதங்கொள் வயல்திருப் பெருந்துறை மன்னா
சிந்தனைக்கும் அரியாய் எங்கள் முன்வந்து
ஏதங்கள் அறுத்துஎம்மை ஆண்டருள் புரியும்
எம்பெருமான் பள்ளி எழுந்தருளாயே.

திருப்பெருந்துறைப் பெருமானே! அனைத்து உயிர்களிலும் நீ இருக்கிறாய். ஐம்பூதங்களும் (நிலம், நீர், நெருப்பு, வாயு, ஆகாயம்) உன் இருப்பை உணர்த்தி நிற்கின்றன. போக்கும் வரவும் இல்லாதவன் (பிறப்பு இறப்பு அற்றவன்) என்று அறிஞர்கள் கூறுவர். உன்னைப் போற்றிப் பாடவும் ஆடவும் செய்வதன்றி யாரேனும் உன்னைக் கண்டதாய் நாங்கள் கேட்டும் அறிந்ததில்லை. நாங்கள் நேரில் காணும்படியாய் நீ பள்ளி எழுந்தருள்வாயாக.

***பப்பற வீட்டிருந்து உணரும் நின்அடியார்
பந்தனைவந்து அறுத்தார் அவர் பலரும்
மைப்புஉறு கண்ணியர் மானுடத்து இயல்பின்
வணங்குகின்றார் அணங்கின் மணவாளா
செப்புஉறு கமலங்கள் மலரும்தண் வயல்சூழ்
திருப்பெருந் துறைஉறை சிவபெருமானே
இப்பிறப்பு அறுத்துஎமை ஆண்டருள் புரியும்
எம்பெருமான் பள்ளி எழுந்தருளாயே.***

உமையம்மை மணவாளரே! எமை ஆட்கொண்டு அருளும் பெருமானே! மனம் அடங்கி பற்றினை விட்ட உனது மெய்யடியார்கள் உன்னிடம் வந்து பிறவித்தளை நீங்கப் பெற்றார்கள். அவர்களுக்கு வழிபாடு என்று எதுவும் தனியே தேவைப்படாது. அவர்கள் இயல்பாக அன்புக் கண்ணீர் பெருக்கும் தலைவியர் போல் உன்னை விடாது பற்றி நிற்கின்றனர். எங்கள் ஈசனே, எழுந்தருள்க.

***அதுபழச் சுவைஎன அமுதுஎன அறிதற்கு
அரிதுஎன எளிதுஎன அமரரும் அறியார்
இதுஅவன் திருஉரு இவன்அவன் எனவே
எங்களை ஆண்டுகொண்டு இங்கு எழுந்தருளும்
மதுவளர் பொழில்திரு உத்தர கோச
மங்கை உள்ளாய் திருப்பெருந்துறை மன்னா
எதுஎமைப் பணிகொளும் ஆறது கேட்போம்
எம்பெருமான் பள்ளி எழுந்தருளாயே.***

பரம்பொருள் கனிச்சுவை, இன்னமுது, அறிதற்கு அருமையானது, அறிதற்கு எளிதானது என்று பலரும் பலவாறு வாதிடுவர். தேவர்களாலும் அறிய முடியாத உன்னை மனபக்குவம் உள்ள பக்தர்கள் எளிதாக அறிந்து கொண்டு விடுகிறார்கள். உலகில் எண்ணற்ற வடிவங்களாகவும், வடிவற்றனாகவும் நீ இருக்கின்றாய். எங்கள் பணிகொண்டு எமக்கு அருள்வாயாக.

***முந்திய முதல்நடு இறுதியும்ஆனாய்
மூவரும் அறிகிலர் யாவர்மற்று அறிவார்
பந்தணை விரலியும் நீயும்நின் அடியார்
பழங்குடில் தொறும் எழுந்தருளிய பரனே
செந்தழல் புரைதிரு மேனியும் காட்டித்
திருப்பெருந்துறை உறை கோயிலும் காட்டி
அந்தணன் ஆவதும் காட்டிவந்து ஆண்டாய்
ஆரமுதே பள்ளி எழுந்தருளாயே.***

பெறுதற்கரிய நல்லமுதே! மும்மூர்த்திகளாலும் அறியப்படாத நீ எப்பொருட்கும் முதலாய், நடுவாய், முடிவாய் அமைந்தாய்.

அம்பிகை சமேதராய் உன் அடியார்களின் இல்லங்களிலும் உள்ளங்களிலும் எழுந்தருளினாய். தீப்போல் சிவந்த திருமேனி காட்டி, திருப்பெருந்துறைக் கோயில் காட்டி, அருள் செய்யும் தன்மை காட்டி அழிவில்லாப் பெரும் பொருளே பள்ளியெழுந்தருள்க.

விண்ணகத் தேவரும் நண்ணவும் மாட்டா
விழுப்பொருளே உன் தொழுப்படி யோங்கள்
மண்ணகத்தே வந்து வாழச் செய்தானே
வண் திருப்பெருந்துறையாய் வழிஅடியோம்
கண்ணகத்தே நின்று களிதரு தேனே
கடல் அமுதே, கரும்பே விரும்பும் அடியார்
எண்ணகத்தாய் உலகுக்கு உயிர் ஆனாய்
எம்பெருமான் பள்ளி எழுந்தருளாயே.

தேவர்களும் நெருங்க முடியாத பரம்பொருளே! உன் அடியார்களை ஈடேற்றுவதற்காகவே இம்மண்ணுலகிற்கு நீ இறங்கி வந்தனை. எங்கள் கண்ணுக்குள் நின்று களிப்பூட்டும் தேனே! அமுதமே! கரும்பே, உயிரின் மூலமே, எழுந்தருள்க.

புவனியில் போய்ப் பிறவாமையின் நாள்நாம்
போக்குகின்றோம் அவமே இந்தப்பூமி
சிவன்உய்யக் கொள்கின்ற வாறுஎன்று நோக்கித்
திருப்பெருந் துறைஉறைவாய் திருமாலாம்
அவன் விருப்புஎய்தவும் மலரவன் ஆசைப்
படவும்நின் அலர்ந்தமெய்க் கருணையும் நீயும்
அவனியில் புகுந்துஎமை ஆட்கொள்ள வல்லாய்
ஆரமுதே பள்ளி எழுந்தருளாயே.

திருப்பெருந்துறை ஈசனே! சிவனது அருளுக்குப் பாத்திரமாகி சிவஞானம் பெற நாமும் மண்ணுலகில் பிறந்திருக்கலாமே என்று தேவர்கள் விருப்பம் கொள்வர். எங்களை ஆட்கொள்ள அருட்சக்தியுடன் வந்த வல்லவரே, பள்ளியெழுந்தருள்வீராக.

21. கோயில் மூத்த திருப்பதிகம்

(தில்லையில் அருளியது)

அநாதியாகிய சற்காரியம்

உடையாள் உன்தன் நடுவுஇருக்கும் உடையாள் நடுவுள் நீஇருத்தி
அடியேன் நடுவுள் இருவீரும் இருப்பதானால் அடியேன்உன்
அடியார் நடுவுள் இருக்கும் அருளைப் புரியாய் பொன்னம்பலத்துஎம்
முடியா முதலே என்கருத்து முடியும் வண்ணம் முன்னின்றே.

பொற்சபையில் ஆடுகின்ற எமது முதல்வரே! உலகத் தோற்றத்தில் சக்தியை நீ மையமாகக் கொண்டனை. உலக ஒடுக்கத்தின் போது உமையம்மை உன்னை மையமாகக் கொண்டனள். உங்களால் ஆக்கப்பட்டவன் நான். எனது நெஞ்சில் நீ இருப்பது உண்மையெனில் உன் அடியார்கள் மத்தியில் என்னையும் வைத்திடு.

முன்நின்று ஆண்டாய் எனை முன்னம் யானும் அதுவே முயல்வுற்றுப்
பின்நின்று ஏவல் செய்கின்றேன் பிற்பட்டு ஒழிந்தேன் பெம்மானே
என்னின்று அருளி வரநின்று போந்திடு என்னாவிடில் அடியார்
உன்நின்று இவனார் என்னாரோ பொன்னம்பலக் கூத்து உகந்தானே.

பொன்னம்பலத்தே விரும்பி நடனம்புரிவோனே! முன்னே (திருப்பெருந்துறை) எனது எதிரில் வந்து என்னை ஆட்கொண்டாய். நானும் முயன்று உனக்குப் பணி செய்கின்றேன். ஆயினும், எனது பற்றுறுதி குறைந்ததாகக் கருதி (போதிய பக்குவமில்லை என்று எண்ணி) என்னைப் புறக்கணித்துவிடாதே! நீ புறக்கணித்தால் உன் அடியார்களுக்கு நான் அந்நியனாகி விடுவேன்.

உகந்தானே அன்புடை அடிமைக்கு உருகா உள்ளத்து உணர்வு இலியேன்
சகந்தான் அறிய முறையிட்டால் தக்கவாறு அன்றுஎன்னாரோ
மகம்தான் செய்து வழிவந்தார் வாழ வாழ்ந்தாய் அடியேற்குஉன்
முகம்தான் தாராவிடின் முடிவேன் பொன்னம் பலத்துஎம் முழுமுதலே.

எங்கள் முழுமுதற் பொருளே! பலன் கருதி வேள்வி புரிவோர்க்கு அருளும் நீ, பக்தியில் கதறியழுகிற என்னைப் பரிதவிக்கவிட்டால், நான் உலகறிய முறையிடுவேன். நீ அருளாதிருப்பின், 'இது உனக்குத் தகுதியன்று' என உன் அடியார்களே உன்னைக் குறைகூற மாட்டார்களோ? என்னைப் புறந்தள்ளினால் நான் இறந்துபடுவேன்.

முழுமுதலே ஐம்புலனுக்கும் மூவர்க்கும் என்தனக்கும்
வழிமுதலே நின் பழஅடியார் திரள்வான் குழுமிக்

கெழுமுதலே அருள் தந்துஇருக்க இரங்குங்கொல்லோ என்று
அழும் அதுவேஅன்றி மற்றுஎன் செய்கேன் பொன்னம்பலத்து அரைசே.

எப்பொருட்கும் இறைவனே! உன்னை நாடி அழுவது ஒன்றே நான் செய்யக்கூடியது. உன் அருளைப் பெற்ற பழவடியார்கள் அதனை அனுபவித்தபடி வானில் குழுமியுள்ளனர். நானோ உனது அருளுக்கு ஏங்கி அழுது நிற்கிறேன்.

அரைசே பொன்னம்பலத்து ஆடும் அமுதே என்றுஉன் அருள்நோக்கி
இரைதேர் கொக்குஒத்து இரவுபகல் ஏசற்று இருந்தே வேசற்றேன்
கரைசேர் அடியார் களிசிறப்பக் காட்சி கொடுத்துஉன் அடியேன்பால்
பிரைசேர் பாலின் நெய்போலப் பேசாது இருந்தால் ஏசாரோ.

உன் அருளை வேண்டி ஒரு கொக்கினைப் போல் நான் அல்லும் பகலும் காத்திருந்து வாட்டமுறுகின்றேன். உன் காட்சியில் அடியார்கள் விமோசனம் பெறுகிறார்கள். நீ என் வரைக்கும் பாலில் நெய்போன்று மறைந்து உறைகின்றாய். உன் பாரா முகத்தால் உலகின் பழிப்புக்கு நான் ஆளாவேன்.

ஏசா நிற்பர் என்னைஉனக்கு அடியான் என்று பிறர்எல்லாம்
பேசா நிற்பர் யான்தானும் பேணா நிற்பேன் நின்அருளே
தேசா நேசர் சூழ்ந்திருக்கும் திருவோ லக்கஞ் சேவிக்க
ஈசா பொன்னம்பலத்துஆடும் எந்தாய் இனித்தான் இரங்காயே.

பொற்சபையில் நடிக்கின்ற எந்தையே! உன்னுடைய பக்தன் என்பதற்காக என்னைப் பாராட்டுகிறவர்களும் உண்டு. இழித்துரைப் போரும் உண்டு. போற்றலும் தூற்றலும் ஒரு பொருட்டல்ல எனக்கு. உன் அருள் ஒன்றே போதும்.

இரங்கும் நமக்கு அம்பலக்கூத்தன் என்றுஎன்று ஏமாந்திருப்பேனை
அருங்கற்பனை கற்பித்து ஆண்டாய் ஆள்வார் இலிமாடு ஆவேனோ
நெருங்கும் அடியார்களும் நீயும் நின்று நிலாவி விளையாடும்
மருங்கே சார்ந்துவர எங்கள் வாழ்வே வாஎன்று அருளாயே.

எங்கள் வாழ்வாய் உள்ளவரே! அம்பலத்தாடும் பெருமானே! உன் அருளை எதிர்பார்த்திருந்த எனக்கு அருமையான உபதேசம் செய்வித்து ஆட்கொண்டாய். ஏதோ திடுதிப்பென்று மறைந்து விட்டாய். நான் இப்போது ஆள்வாரில்லாத செல்வம் போல் பயனற்று ஒழிவேனோ? உன் அடியார் திருக்கூட்டத்தில் என்னையும் நீ கூட்டிக் கொள்ள மாட்டாயா?

அருளாது ஒழிந்தால் அடியேனை அஞ்சேல் என்பார் ஆர்இங்குப்
பொருளா என்னைப் புகுந்துஆண்ட பொன்னே பொன்னம்பலக் கூத்தா

**மருளார் மனத்தோடு உனைப்பிரிந்து வருந்துவேனை வாஎன்றுஉன்
தெருளார் கூட்டங் காட்டாயேல் செத்தே போனாற் சிரியாரோ.**

என்னையும் ஒரு பொருட்டாகக் கொண்டு வலிய வந்து ஆட்கொண்ட பொன்னம்பலத்தானே! நீ எனக்கு அருளாது விலகினால் என்னை 'அஞ்சாதே' என்று ஆதரிப்பவர் யார்? நான் அறிவு கலங்கிய நிலையில் உன்னைப் பிரிந்து வருந்துகிறேன். உன் அன்பர் கூட்டத்தில் என்னையும் இணைத்துக் கொள். இல்லையேல் பிரிவுத்துயரில் நான் மடிவேன். உலகம் உன்னைப் பழிக்கும் படியாகும்.

**சிரிப்பார் களிப்பார் தேனிப்பார் திரண்டுதிரண்டுஉன் திருவார்த்தை
விரிப்பார் கேட்பார் மெச்சுவார் வெவ்வேறு இருந்து உன்திருநாமம்
தரிப்பார் பொன்னம்பலத்து ஆடும் தலைவா என்பார் அவர்முன்னே
நரிப்பாய் நாயேன் இருப்பேனோ நம்பி இனித்தான் நல்காயே.**

பக்தி மீதுற்ற நிலையில் உனது அன்பர்கள் சிரிக்கவும், களிக்கவும், தியானிக்கவும், உன் பெருமைகளை வியந்து பேசவும் விருப்புடன் கேட்கவும் செய்கின்றனர். உனது திருநாமங்களை மந்திரங்களாக அவர்கள் உச்சரிப்பார்கள். நான் முறையாக வழிபடத் தெரியாதவன் என்பதற்காக இகழப்படுவதோ? இனியேனும் இன்னருள் புரிவாயாக.

**நல்காது ஒழியான் நமக்கு என்றுஉன் நாமம் பிதற்றி நயனநீர்
மல்கா வாழ்த்தா வாய்குழறா வணங்கா மனத்தால் நினைந்துஉருகிப்
பல்கால் உன்னைப் பாவித்துப் பரவிப் பொன்னம்பலம் என்றே
ஒல்கா நிற்கும் உயிர்க்கு இரங்கி அருளாய் என்னை உடையானே.**

முதல்வனே! என்னை ஆளாய்க் கொண்ட நீ எனக்கும் அருள்வாய் என்று எண்ணியே உன் திருநாமம் போற்றியும், கண்ணீர் சிந்தியும், வாழ்த்தியும், மெய்யால் வணங்கியும், மனதால் நினைந்துருகியும், பலகாலும் உனது உருவைத் தியானித்தும், துதி செய்தும் தளர்வுற்றிருக்கும் என்னிடம் இரக்கம் காட்டுக.

22. கோயில் திருப்பதிகம்

(தில்லையில் அருளியது)

அனுபோக இலக்கணம்

மாறிநின்று என்னை மயக்கிடும் வஞ்சப்
புலன்ஐந்தின் வழிஅடைத்து அமுதே
ஊறிநின்று என்னுள் எழு பரஞ்சோதி
உள்ளவா காண வந்தருளாய்
தேறலின் தெளிவே சிவபெருமானே
திருப்பெருந்துறை உறை சிவனே
ஈறுஇலாப் பதங்கள் யாவையும் கடந்த
இன்பமே என்னுடை அன்பே.

திருப்பெருந்துறை சிவனே! அடையாளங்களைக் கடந்து நிற்கும் ஆனந்தமே! அன்புருவே! வஞ்சனை செய்யும் புலன்களின் வாயில்களை அடைத்து, அமுதம் சுரந்து என்னுள் விளங்கும் பேரொளியே! இவ்வுலகம் நிலையற்றது பரம்பொருளோ நுகர்ச்சிக்கு அப்பாற்பட்டது என்பதை எனக்கு உணர்த்தினாய். உன்னை உள்ளபடி காணும்படி நீ வந்தருள்வாய்.

அன்பினால் அடியேன் ஆவியோடு ஆக்கை
ஆனந்தமாய்க் கசிந்து உருக
என்பரம் அல்லா இன்அருள் தந்தாய்
யான்இதற்கு இலன்ஓர் கைம்மாறு
முன்புமாய்ப் பின்பும் முழுதுமாய்ப் பரந்த
முத்தனே முடிவிலா முதலே
தென்பெருந் துறையாய் சிவபெருமானே
சீர்உடைச் சிவபுரத்து அரைசே.

சிவபுரத்தரசே! எல்லாவற்றுக்கும் முன்னும் பின்னுமாய் முழுதுமாய் பரவி நிற்பவரே! அன்பு மிகுதியில் ஆவியும் உடலும் இன்பத்தில் கரையும்படி இன்னருள் புரிந்தாய். அதற்கான தகுதியும் என்னிடம் உண்டோ? நான் உனக்குப் பிரதியாய் எதையும் அளிக்கக் கூடுமோ?

அரைசனே அன்பர்க்கு அடியனேன் உடைய
அப்பனே ஆவியோடு ஆக்கை
புரைபுரை கனியப் புகுந்துநின்று உருக்கிப்
பொய்இருள் கடிந்த மெய்ச்சுடரே
திரைபொரா மன்னும் அமுதத் தெண்கடலே

திருப்பெருந்துறை உறை சிவனே
உரையுணர்வு இறந்துநின்று உணர்வதுஓர் உணர்வே
யான்உன்னை உரைக்குமாறு உணர்த்தே.

என் தந்தையே! உயிரோடு உடலும் உருகும்படி என் உள்ளத்தே புகுந்து நின்று உருகச் செய்தீர். அவ்விதமாய் அஞ்ஞானத்தைப் போக்கி, மெய்ஞ்ஞானத்தை என்னில் விளங்க வைத்தீர். சொல் கடந்த பெருஞ்சுடரே, அமுதக்கடலே! எனக்குப் பேருணர்வைத் தந்திடும்.

விளக்கம்: மனம், புத்தி, அகங்காரம் என்னும் அந்தக் கரணங்களின் தொடர்பற்றது.

உணர்ந்த மாமுனிவர் உம்பரோடு ஒழிந்தார்
உணர்வுக்கும் தெரிவரும் பொருளே
இணங்குஇலி எல்லா உயிர்கட்கும் உயிரே
எனைப் பிறப்புஅறுக்கும் எம்மருந்தே
திணிந்ததோர் இருளில் தெளிந்த தூவெளியே
திருப்பெருந்துறைஉறை சிவனே
குணங்கள்தாம் இல்லா இன்பமே உன்னைக்
குறுகினேற்கு இனிஎன்ன குறையே.

ஞானியரும், தேவர்களும் உன்னை முற்றாக அறிந்திருக்க மாட்டார்கள். ஒப்பில்லாதவனே, உயிர்களுக்கு மூலகாரணனே! பிறவிப் பிணி தீர்க்கும் மருந்தே, அகந்தை நீக்கும் ஒளியே! முக்குணம் கடந்த ஆனந்தமே. உன்னை அடைந்துவிட்ட எனக்கு வேறு என்ன குறை?

விளக்கம்: சத்துவம், தாமசம், இராசதம் என்பன முக்குணங்கள்.

குறைவுஇலா நிறைவே கோதுஇலா அமுதே
ஈறுஇலாக் கொழுஞ்சுடர்க் குன்றே
மறையுமாய் மறையின் பொருளுமாய் வந்துஎன்
மனத்திடை மன்னிய மன்னே
சிறைபெறா நீர்போல் சிந்தைவாய்ப் பாயும்
திருப்பெருந் துறைஉறை சிவனே
இறைவனே நீஎன் உடல்இடம் கொண்டாய்
இனிஉன்னை என் இரக்கேனே.

பரிபூரணனே! எங்கும் எதிலும் உள்ள நீ என்னுள்ளும் நிறைந்திருக்கிறாய். கரையற்ற பெருவெள்ளமாய் உனதருள் என்னுள் பெருகியிருக்க பிறிதொரு பொருளும் நான் வேண்டுவனோ?

இரந்துஇரந்து உருக என்மனத்துள்ளே
எழுகின்ற சோதியே இமையோர்
சிரம்தனில் பொலியும் கமலச் சேவடியாய்

திருப்பெருந் துறைஉறை சிவனே
நிரந்த ஆகாயம் நீர்நிலம் தீகால்
ஆயவை அல்லையாய் ஆங்கே
கரந்ததுஓர் உருவே களித்தனன் உன்னைக்
கண்ணுறக் கண்டுகொண்டு இன்றே.

என் அகவெளியில் விளங்குகின்ற பேரொளியே! உன்னை நினைந்துருகும் நிலை நீ தந்தது. பஞ்சபூதங்களாலான இவ்வுலகம் உனது படைப்பு. அதைக் கடந்தும் உன் இருப்பை நீ உணர்த்திட நிற்கிறாய்.

இன்றுஎனக்கு அருளி இருள்கடிந்து உள்ளத்து
எழுகின்ற ஞாயிறே போன்று
நின்றநின் தன்மை நினைப்பற நினைந்தேன்
நீஅலால் பிறிது மற்றுஇன்மை
சென்றுசென்று அணுவாய்த் தேய்ந்துதேய்ந்து ஒன்றாம்
திருப்பெருந் துறைஉறை சிவனே
ஒன்றும்நீ அல்லை அன்றிஒன்று இல்லை
யார் உன்னை அறியகிற்பாரே.

திருப்பெருந்துறையில் வீற்றிருக்கும் சிவபெருமானே! உன்னை அல்லாது பொருள்களில்லை. ஆயின் காணப்படுகிற பொருளெல்லாம் நீயாகாது. உன்னை அறிய வல்லவர் யார்? இருள் அகற்றி எழும் சூரியன்போல், அறியாமை நீக்கி வெளிப்படும் மேலோய், உன்னை அறிந்தவரே உண்மை அறிந்தவர். அவரே ஞானியர்.

பார்பதம் அண்டம் அனைத்துமாய் முளைத்துப்
பரந்ததுஓர் படர்ஒளிப் பரப்பே
நீர்உறு தீயே நினைவதேல் அரிய
நின்மலா நின்அருள் வெள்ளச்
சீர்உறு சிந்தை எழுந்ததோர் தேனே
திருப்பெருந் துறைஉறை சிவனே
யாருறவு எனக்குஇங்கு யார்அயல் உள்ளார்
ஆனந்தம் ஆக்கும் என்சோதி.

காண்கிற அனைத்தும் சிவனது வடிவம். கண்டுணரக் கூடியவர் உள்ளத்தில் அவன் இனிக்கின்ற தேன். சிவானந்தத்தில் திளைப்போர்க்கு உறவோர் என்றும் அயலார் என்றும் வேறுபாடுகள் இல்லை.

சோதியாய்த் தோன்றும் உருவமே அருவாம்
ஒருவனே சொல்லுதற்கு அரிய
ஆதியே நடுவே அந்தமே பந்தம்

அறுக்கும் ஆனந்தமா கடலே
தீதுஇலா நன்மைத் திருவருட் குன்றே
திருப்பெருந்துறைஉறை சிவனே
யாதுநீ போவது ஓர்வகை எனக்குஅருளாய்
வந்துநின் இணைஅடி தந்தே.

சோதியாகத் தோன்றும் உருவமே, சொல்லுதற்கு அருமை யானவனே! தீமை கலவாத நன்மையே, திருவருள் மலையே! நீ குருவாய் வந்து உன் திருவடிகளை எனக்குத் தந்தருளிய பின், நீங்கிச் செல்வாயெனில் அது என்ன நியாயம்? அதை எனக்கு நீ சொல்லத் தான் வேண்டும்.

தந்தது உன்தன்னைக் கொண்டது என்தன்னைச்
சங்கரா ஆர்கொலோ சதுரர்
அந்தம்ஒன்று இல்லா ஆனந்தம் பெற்றேன்
யாதுநீ பெற்றது ஒன்றுஎன்பால்
சிந்தையே கோயில் கொண்டஎம் பெருமான்
திருப்பெருந் துறைஉறை சிவனே
எந்தையே ஈசா உடல்இடம் கொண்டாய்
யான்இதற்கு இலன்ஓர் கைம்மாறே.

என் சித்தத்தைக் கோயிலாகக் கொண்ட சிவபிரானே! உன்னை எனக்குத் தந்தாய், என்னையும் நீ ஏற்றுக் கொண்டாய். என்னுள் நீ வந்து நிறைந்ததால் முடிவிலாத ஆனந்தத்தை நான் அடைந்தேன். என்னைக் கொண்டதால் உனக்கு விளைந்த பயன் யாதோ? என் தந்தையே! உனது அன்புக்குச் சமதையாய் நான் எதைக் கொடுப்பேன்?

23. செத்திலாப் பத்து

(திருப்பெருந்துறையில் அருளியது)

சிவானந்தம் அளவறுக் கொணாமை

பொய்யனேன் அகம்நெகப் புகுந்து அமுதுஊறும்
புதுமலர்க் கழல் இணையடி பிரிந்தும்
கையனேன் இன்னும் செத்திலேன் அந்தோ
விழித்திருந்து உள்ளக் கருத்தினை இழந்தேன்
ஐயனே அரசே அருட்பெருங் கடலே
அத்தனே அயன் மாற்கு அறிஒண்ணாச்
செய்ய மேனியனே செய்வகை அறியேன்
திருப்பெருந்துறை மேவிய சிவனே.

ஐயனே! மாயையில் பிறந்து, மாயையின் வசப்பட்டவன் நான். பொய்யனாகிய என் உள்ளத்தில் புகுந்து என்னை நெகிழ்வித்தவன், பின்பு ஏனோ என்னைவிட்டுச் சென்றாய். உனது நெருக்கத்தை இழந்த நான், இன்னும் இறவாதிருக்கிறேன். விழிப்புடன் இருந்தும் உன்னைக் கை நழுவவிட்ட நான் தற்போது செய்வதறியாது திகைக்கிறேன். உலக வாழ்வில் எனக்கிருந்த நாட்டம் என்னைப் பாழ்படுத்தியது.

புற்றுமாய் மரமாய்ப் புனல் காலே
உண்டியாய் அண்ட வாணரும் பிறரும்
வற்றி யாரும்நின் மலரடி காணா
மன்ன என்னைஓர் வார்த்தையுள் படுத்துப்
பற்றினாய் பதையேன் மனமிக உருகேன்
பரிகிலேன் பரியா உடல் தன்னைச்
செற்றிலேன் இன்னும் திரிதரு கின்றேன்
திருப்பெருந்துறை மேவிய சிவனே.

கடுந்தவம் இயற்றிப் புற்றாய் மரமாய் நின்றவர்கள், காற்றையும் நீரையும் புசித்தே தியானித்திருந்தவர்கள் என்று யாருமே உன் திருவடியைக் கண்டதில்லை. ஆனால் என்னை நீயோ வலிய ஆட்கொண்டு உபதேசித்தாய். என் மனம் உனக்காகத் துடித்ததில்லை, உன்னிடம் அன்பு வைத்து உருகவும் இல்லை. உலகியல் வாழ்வில் பற்று வைத்து இந்த உடம்பை நான் உதறாமல் இருக்கிறேன்.

புலைய னேனையும் பொருள்என நினைந்துஉன்
அருள் புரிந்தனை புரிதலும் களித்துத்
தலையினால் நடந்தேன் விடைப் பாகா

சங்கரா எண்ணில் வானவர்க்கு எல்லாம்
நிலையனே அலைநீர் விடம் உண்ட
நித்தனே அடையார் புரம் எரித்த
சிலையனே எனைச் செத்திடப் பணியாய்
திருப்பெருந்துறை மேவிய சிவனே.

உடற் பற்றுடைய என்னையும் ஒரு பொருட்டாய் நீ ஏற்றுக் கொண்டாய். கணப்பொழுதில் மிக உயர்ந்த இடத்தை எனக்கு வழங்கினாய். நானோ தலைகால் புரியாது செருக்குற்றேன். ஒரு விளையாட்டு போல் ஆலகால விஷம் உண்டாய், அரக்கரின் திரிபுரம் எரித்தாய். என் உடற்பற்றை நீக்குவது உனக்கொன்றும் இயலாத காரியமல்லவே.

அன்பராகி மற்று அருந்தவம் முயல்வார்
அயனும் மாலும்மற்று அழல்உறு மெழுகாம்
என்பராய் நினைவார் எனைப் பலர்
நிற்க இங்குஎனை எற்றினுக்கு ஆண்டாய்
வன்பராய் முருடு ஒக்கும் என்சிந்தை
மரக்கண் என்செவி இரும்பினும் வலிது
தென்பராய்த் துறையாய் சிவலோகா
திருப்பெருந்துறை மேவிய சிவனே.

திருமால், நான்முகன் முதலானோர் உன்னை முற்றாய் அறியும் முயற்சியில் இருக்க, மற்றும் பலர் உன் நினைவில் அனலில் இட்ட மெழுகாய் உருகுகின்றனர். அப்படியிருக்க நீ என்னை அடிமை கொள்ள எண்ணியது ஏன்? என் மனம் மரத்தின் கணுப்பகுதி போல் கடினமானது. உணர்வற்ற என் கண்கள் உன்னைக் காணும் தகுதி சிறிதும் இல்லாதவை. என் செவிகளோ இரும்பினும் வலியவை.

ஆட்டுத் தேவர்தம் விதிஒழித்து அன்பால்
ஐயனே என்றுஉன் அருள்வழி இருப்பேன்
நாட்டுத் தேவரும் நாடஅரும் பொருளே
நாதனே உனைப் பிரிவுறா அருளைக்
காட்டித் தேவநின் கழல்இணை காட்டிக்
காய மாயத்தைக் கழித்துஅருள் செய்யாய்
சேட்டைத் தேவர்தம் தேவர் பிரானே
திருப்பெருந்துறை மேவிய சிவனே.

தலைவனே! நான் புலன்களின் வழியே போகமாட்டேன். உலகோரின் ஊழ்வினைக் கொள்கைக்கும் உடன்பட மாட்டேன். கேள்விகள் மூலம் மேன்மை அடைய முயலும் வைதிக மார்க்கத்தைத்

தேர்ந்துகொள்ள மாட்டேன். என் உடலின் மயக்கத்தை ஒழித்து, உன்னைப் பிரியாதிருக்க இன்னருள் புரிவாய்.

அறுக்கிலேன் உடல் துணிபடத் தீப்புக்கு
ஆர்கிலேன் திருவருள் வகை அறியேன்
பொறுக்கிலேன் உடல் போக்கிடம் காணேன்
போற்றி போற்றி என்போர் விடைப்பாகா
இறக்கிலேன் உனைப் பிரிந்து இனிதிருக்க
என்செய்கேன் இதுசெய்க என்று அருளாய்
சிறைக்கணே புனல் நிலவிய வயல்சூழ்
திருப்பெருந்துறை மேவிய சிவனே.

அஞ்ஞானத்தில் எடுத்த பிறவியை வெறுத்து நான் உடலைத் துண்டங்களாக வெட்டவில்லை. தீயில் புகுந்து உயிரை மாய்த்துக் கொள்ளவும் இல்லை. உன் திருவருளைப் பெறுவதற்கான முறையும் அறிந்தேன் இல்லை. உடற்கூட்டைத் தாங்கி நிற்கவும் சகியேன். எங்கே புகலிடம் என்றும் தெரியவில்லை. உன்னைப் பிரிந்தும் நான் வாழ்கிறேன். செயல் வகை காணேன். 'இன்னது செய்' என்று எனக்கு அருள்வாயாக.

மாயனே மறிகடல் விடம் உண்ட
வானவா மணி கண்டத்துஎம் அமுதே
நாயினேன் உனைநினையவும் மாட்டேன்
நமசிவாய என்று உன்அடி பணியாப்
பேயன் ஆகிலும் பெருநெறி காட்டாய்
பிறைகுலாஞ் சடைப் பிஞ்ஞகனேயோ
சேயன் ஆகிநின்று அலறுவது அழகோ
திருப்பெருந்துறை மேவிய சிவனே.

மாயங்களில் வல்லவனே! நான் தொலைவில் நின்று கதறுவது பொருந்துமோ? தொடர்ந்து உன்னை நினைக்கவும் என்னால் முடியவில்லை. திருவைந்தெழுத்தை (நமசிவாய) ஓத வாய் ஒத்துழைப்பதில்லை. உன் திருவடியை வணங்க உடம்பு வளைந்து கொடுப்பதும் இல்லை. தியான முயற்சியற்ற இந்தப் பேயனுக்கு ஞானவழியைக் காட்டுவது உன் கடமையல்லவா?

போதுசேர் அயன் பொருகடல் கிடந்தோன்
புரந்தர ஆதிகள் நிற்க மற்றுஎன்னைக்
கோதுமாட்டி நின் குரைகழல் காட்டிக்
குறிக்கொள்க என்றுநின் தொண்டரில்கூட்டாய்
யாது செய்வதுஎன்று இருந்தனன் மருந்தே
அடியனேன் இடர்ப்படுவதும் இனிதோ

சீதவார் புனல் நிலவிய வயல்சூழ்
திருப்பெருந்துறை மேவிய சிவனே.

பெருமானே! என் மனமாசுகளைப் போக்கு. உன் திருவடிகளைக் காட்டு. அவற்றை நான் உறுதியாகப் பற்றிக் கொள்கிறேன். 'உனது நல்லடியார் கூட்டத்தில் என்னையும் சேர்த்துக் கொள்' என வேண்டினேன். என் எண்ணம் நிறைவேறவில்லை. நான் செய்வதறியாது திகைத்து நிற்கிறேன். உன் அடியனாகிய நான் துன்புறுதல் தகுமோ?

ஞாலம் இந்திரன் நான்முகன் வானவர்
நிற்க மற்றுஎனை நயந்துஇனிது ஆண்டாய்
காலன் ஆர்உயிர் கொண்ட பூங்கழலாய்
கங்கையாய் அங்கி தங்கிய கையாய்
மாலும் ஓலமிட்டு அலறும் அம்மலர்க்கே
மரக் கணேனையும் வந்திடப் பணியாய்
சேலும் நீலமும் நிலவிய வயல்சூழ்
திருப்பெருந்துறை மேவிய சிவனே.

சிவபிரானே! உலகங்களும் இந்திரன், நான்முகன், திருமால் என்று முதன்மைத் தேவர்களும் காணவிரும்பும் திருவடிகள் உன்னுடையவை. அவர்களெல்லாம் காத்திருக்க நீயோ என்னை விரும்பி ஆட்கொண்டாய். உணர்வற்ற கண்ணுடைய அடியேன் உன் பாதம் பணிந்திட அருள்வாய்.

வளைக் கையானொடு மலரவன் அறியா
வானவா மலைமாதுஒரு பாகா
களிப்புஎலாம் மிகக் கலங்கிடு கின்றேன்
கயிலை மாமலை மேவிய கடலே
அளித்து வந்துஎனக்கு ஆவ என்றருளி
அச்சம் தீர்த்தநின் அருட்பெருங் கடலில்
திளைத்தும் தேக்கியும் பருகியும் உருகேன்
திருப்பெருந்துறைமேவிய சிவனே.

கயிலை மலைவாசனே! நீ அடியேனிடம் அன்பிரக்கம் கொண்டாய். என் அச்சத்தைப் போக்கினாய். நான் உனது அருட் கடலில் ஆடிக்களித்து, ஆனந்தத் தேன் பருகிப் பரவசப்பட்டிருக்க வேண்டும். மாறாக உலகியல் சார்ந்த சுகபோகங்களில் திளைத்து, கர்வப்பட்டேன் என் நிலை வருந்தத்தக்கது.

24. அடைக்கலப் பத்து

(திருப்பெருந்துறையில் அருளியது)

பக்குவ நிண்ணயம்

செழுக்கமலத் திரள்அனநின் சேவடி சேர்ந்தமைந்த
பழுத்தமனத்து அடியருடன் போயினர் யான் பாவியேன்
புழுக்கண்உடைப் புன்குரம்பைப் பொல்லாக்கல்வி ஞானம்இலா
அழுக்குமனத்து அடியேன் உடையாய் உன் அடைக்கலமே.

உடையவனே! மனப்பக்குவமுற்ற அடியார்கள் உன் திருவடி சேர்ந்தனர். இழிவான உடலும், அஞ்ஞானமும், மன அழுக்கும் உடைய நானோ உன்னிடம் அடைக்கலம் வேண்டி நிற்கிறேன்.

வெறுப்பனவே செய்யும் என்சிறுமையை நின் பெருமையினால்
பொறுப்பவனே அராப் பூண்பவனே பொங்கு கங்கைசடைச்
செறுப்பவனே நின்திருவருளால் என் பிறவியைவேர்
அறுப்பவனே உடையாய் அடியேன் உன் அடைக்கலமே.

உடையவனே! உன் ஆபரணமாய் விளங்கும் பாம்புக்கு பெருமை வந்தது. கங்கைக்குப் பணிவு வந்தது. நானோ வெறுக்கத்தக்கவைகளைச் செய்து தாழ்வுற்றவன். என்னைப் பொறுத்துக் கொண்டு, என் பிறவித் தொடர்ச்சியை அறவே போக்கிவிடு.

பெரும்பெருமான் என்பிறவியை வேர்அறுத்துப் பெரும்பிச்சுத்
தரும்பெருமான் சதுரப்பெருமான் என் மனத்தினுள்ளே
வரும்பெருமான் மலரோன் நெடுமால் அறியாமல் நின்ற
அரும்பெருமான் உடையாய் அடியேன் உன் அடைக்கலமே.

உடையவனே! நீ பிறவியை வேரறுப்பவன். பித்தாகும்படி பக்தியுணர்வை ஊட்டுபவன். எதையும் செய்ய வல்லவன். என் சித்தத்தில் குடியிருப்பவன். பிரமனுக்கும் திருமாலுக்கும் அரிதான வனே! உன்னிடம் நான் அடைக்கலம்.

பொழிகின்ற துன்பப் புயல்வெள்ளத்தில் நின் கழற்புணைகொண்டு
இழிகின்ற அன்பர்கள் ஏறினர் வான்யான் இடர்க்கடல்வாய்ச்
சுழிசென்று மாதர்த் திரைபொரக் காமச்சுறவுஎறிய
அழிகின்றனன் உடையாய் அடியேன் உன் அடைக்கலமே.

உடையவனே! வினையாகிய மேகம் பொழிந்து பெருகும் வெள்ளத்தில் சிக்கும் அடியார்கள், உன் திருவடியைத் தெப்பமாய்க் கொண்டு முத்தி என்னும் கரையேறினர். நானோ துன்பக் கடலில்

பெண்கள் என்னும் அலையால் மோதுண்டு, காமம் என்கிற சுறா மீனிடம் அகப்பட்டு வருந்துகிறேன். உன்னிடம் என்னை ஒப்படைத்துக் கொண்டேன், என்னைக் காப்பாற்று.

சுருள்புரி கூழையர் சூழலில் பட்டுஉன் திறம்மறந்திங்கு
இருள்புரி யாக்கையிலே கிடந்து எய்த்தனன் மைத்தடங்கண்
வெருள்புரி மான்அன்ன நோக்கிதன் பங்க விண்ணோர் பெருமான்
அருள்புரியாய் உடையாய் அடியேன் உன் அடைக்கலமே.

உடையவரே! நான் சுருண்ட கூந்தலை உடைய பெண்களின் சரசங்களில் சிக்கி அல்லலுக்கு உள்ளானேன். உன் அருட்திறத்தை மறந்தது என் அறியாமை. நான் காமப் பிணியில் வாடிக் கருத்திழந்தேன். அஞ்ஞான இருளில் உழலும் என்னை ஆண்டுகொள். உன்னிடம் நான் அடைக்கலமானேன்.

மாழைமைப் பாவிய கண்ணியர் வன்மத்துஇடஉடைந்து
தாழியைப் பாவு தயிர்போல் தளர்ந்தேன் தடமலர்த்தாள்
வாழி எப்போது வந்துஎந்நாள் வணங்குவன் வல்வினையேன்
ஆழியப்பா உடையாய் அடியேன் உன் அடைக்கலமே.

ஐயனே! மாவடு பிளந்தாற் போன்ற விழிபடைத்த மாதர் உறவில், மத்திடை அலைப்புறும் தயிர்போல் நான் மனத்தளர்ச்சி அடைந்தேன். எனது தீவினையானது நல்லவற்றை நாடவிடாது என்னைச் சிதைக்கிறது. அதனால் உன் திருவடியில் பற்றின்றிக் கிடக்கிறேன். உன்னிடம் சரண் புகுந்த என்னைக் காப்பாற்று.

மின்கணினார் நுடங்கும் இடையார் வெகுளிவலையில் அகப்பட்டுப்
புன்கணனாய்ப் புரள்வேனைப் புரளாமல் புகுந்துஅருளி
என்கணிலே அமுதுஊறித் தித்தித்துஎன் பிழைக்குஇரங்கும்
அங்கணனே உடையாய் அடியேன் உன் அடைக்கலமே.

மின்னொளிக் கண்களும் மெல்லிடை அசைவும் கொண்ட பெண்களின் ஊடலில் துன்புறுகிறவன் நான். என் குற்றங்களைப் பொறுத்து, என்னைத் துன்பத்தில் இருந்து மீட்டருள்வாய். என்னை ஆள்பவனே! உனக்கு நான் அடைக்கலம்.

மாவடு வகிர் அன்ன கண்ணிபங்கா நின் மலர் அடிக்கே
கூவிடுவாய் கும்பிக்கே இடுவாய் நின் குறிப்பறியேன்
பாஇடை ஆடுகுழல் போல் கரந்து பரந்தது உள்ளம்
ஆகெடுவேன் உடையாய் அடியேன் உன் அடைக்கலமே.

உடையவனே! உன் திருவடிக்கு என்னை அழைத்துக்கொள், அல்லது என்னை நரகத்தில் தள்ளிவிடு. உன் திருவுள்ளக் குறிப்பு இன்னதென்று எனக்குத் தெரியவில்லை. என் மனம் நூற்பாவினூடே

ஓடுகின்ற குழல் போல படாதபாடு படுகிறது. உன்னிடம் அடைக்கலமானவன் கெட்டழியலாமோ?

பிறிவுஅறியா அன்பர்நின் அருட் பெய்கழல் தாள்இணைக்கீழ்
மறிவுஅறியாச் செல்வம்வந்து பெற்றார் உன்னை வந்திப்பதோர்
நெறிஅறியேன் நின்னையே அறியேன் நின்னையே அறியும்
அறிவுஅறியேன் உடையாய் அடியேன் உன் அடைக்கலமே.

உடையவனே! உன் அடியார்கள் உனது திருவடி சார்ந்து அழியாச் செல்வத்தைப் (வீடுபேறு) பெற்றனர். அந்தப் பேற்றினை நானும் பெற விரும்புகிறேன். ஆனால், அதற்கான உபாயங்களை, நெறிமுறைகளை அறிந்திருக்கவில்லை. ஏன், உன்னையும் நான் அறியேன், அறியும் திறனும் என்னிடம் இல்லை. நான் ஈடேறவகை செய்வாய், உன்னிடம் அடைக்கலமானேன்.

வழங்குகின்றாய்க்கு உன் அருளார் அமுதத்தை வாரிக்கொண்டு
விழுங்குகின்றேன் விக்கினேன் வினையேன் என் விதிஇன்மையால்
தழங்குஅரும் தேன்அன்ன தண்ணீர் பருகத்தந்து உய்யக்கொள்ளாய்
அழுங்குகின்றேன் உடையாய் அடியேன் உன் அடைக்கலமே.

உடையவனே! உன் அருளமுதை நீ வாரி வாரி வழங்குகிறாய். தீவினையாளனாகிய நானோ அமுதினை விழுங்குகையில் தொண்டையில் விக்கிக் கொண்டது. நீ இன்சுவை நீரைப் பருகத் தந்து என்னை ஈடேற்றுவாய்.

25. ஆசைப் பத்து

(திருப்பெருந்துறையில் அருளியது)

ஆத்தும இலக்கணம்

கருடக்கொடியோன் காண மாட்டாக் கழற்சேவடி என்னும்
பொருளைத் தந்துஇங்கு என்னை ஆண்ட பொல்லா மணியே ஓ
இருளைத் துரந்திட்டு இங்கேவா என்று அங்கே கூவும்
அருளைப் பெறுவான் ஆசைப் பட்டேன் கண்டாய் அம்மானே.

என் தலைவனே! உனது திருவடியென்னும் துளைபடாத சோதிமணியை எனக்குத் தந்தருளினாய். உலகியல் சார்ந்த வாழ்வில் உள்ள மயக்கத்தை நீக்கி, முத்திப் பேற்றினை நீ எனக்கு அருள வேண்டும் என்பதே என் ஆசை.

மொய்ப்பால் நரம்பு கயிறாக மூளை என்பு தோல் போர்த்த
குப்பாயம் புக்கு இருக்க கில்லேன் கூவிக்கொள்ளாய் கோவேயோ
எப்பாலவர்க்கும் அப்பாலாம் என் ஆரமு தேயோ
அப்பா காண ஆசைப் பட்டேன் கண்டாய் அம்மானே.

எலும்பு, மூளை, நரம்பு, தோல் இவற்றாலான சரீரம் அழியக் கூடியது. பெருமானே! உன்னைக் காண நான் ஆசைப்பட்டேன். தடையாக இருக்கும் பருவுடல் தவிர்த்து, உலகிற்கு அப்பால் இருக்கும் அமிர்த சொரூபத்தை வேண்டுகிறேன்.

சீவார்ந்து ஈமொய்த்து அழுக்கொடு திரியுஞ் சிறுகுடில் இது சிதையக்
கூவாய் கோவே கூத்தா காத்து ஆட்கொள்ளும் குருமணியே
தேவா தேவர்க்கு அரியானே சிவனே சிறிதுஎன் முகம்நோக்கி
ஆவா என்ன ஆசைப் பட்டேன் கண்டாய் அம்மானே.

மாசுகள் நிரம்பிய உடலிது, அருவருப்பான வாழ்க்கையிது. ஆத்ம சொரூபத்தில் ஈடுபாடு காட்டுவதே ஆன்ம சாதனைக்கு அவசியம். இந்த உடலைச் சிதைத்து என்னை அழைத்துக் கொள். எப்பொருட்கும் இறைவனான என் தலைவனே! எனக்காக இரங்கி என்னை ஆண்டுகொள்.

மிடைந்து எலும்பு ஊத்தைமிக்கு அழுக்குஊறல் வீறிலி நடைக்கூடம்
தொடர்ந்து எனைநலியத் துயர் உறுகின்றேன் சோத்தம் எம்பெருமானே
உடைந்துநைந்து உருகி உன்ஒளி நோக்கி உன்திரு மலர்ப்பாதம்
அடைந்து நின்றிடுவான் ஆசைப் பட்டேன் கண்டாய் அம்மானே.

தலைவனே! எலும்புகள் நெருங்கி, ஊன் மிகுந்து, அழுக்கு
நிறைந்த உடலிது. கீழ்மைக்கும் துன்பத்துக்கும் இருப்பிடமானது
உடல் வாழ்க்கை. எனக்கிது வேண்டாம். உள்ளொளி கண்டு,
உன்னருள் கொண்டு, உன் திருவடிகளில் நிலைத்திருக்கவே ஆசை.

அளிபுண் அகத்துப் புறந்தோல் மூடி அடியேன் உடையாக்கை
புளியம்பழம் ஒத்திருந்தேன் இருந்தும் விடையாய் பொடி ஆடி
எளிவந்து என்னை ஆண்டு கொண்ட என் ஆரமுதேயோ
அளியேன் என்ன ஆசைப் பட்டேன் கண்டாய் அம்மானே.

இறைவா! புளியம்பழம் அதன் ஓட்டில் ஒட்டாது இருப்பது
போன்று, நான் இந்த அற்பமான உடலில் எவ்விதப் பற்றுமில்லாது
இருக்கவேண்டும். உன் அருளுக்கு உகந்தவன் நான் என்று அறி
விப்பாய். அதுவே நான் ஆசைப்படுவது.

எய்த்தேன் நாயேன் இனிஇங்கு இருக்க கில்லேன் இல்வாழ்க்கை
வைத்தாய் வாங்காய் வானோர் அறியா மலர்ச் சேவடியானே
முத்தா உன்தன் முகஒளி நோக்கி முறுவல் நகைகாண
அத்தா சால ஆசைப் பட்டேன் கண்டாய் அம்மானே.

தலைவனே! போதும், போதுமிந்த உலக வாழ்க்கை. இதனை
நீயே முடிவுக்குக் கொண்டு வந்துவிடு. உன் முகத்தின் புன்னகையும்
அருளொளியும் கண்டு பேரானந்தத்தில் திளைக்கவே ஆசை.

பாரோர் விண்ணோர் பரவி ஏத்தும் பரனே பரஞ்சோதி
வாராய் வாரா உலகம் தந்து வந்து ஆட்கொள்வானே
பேரா யிரமும் பரவித் திரிந்து எம்பெருமான் எனஏத்த
ஆரா அமுதே ஆசைப் பட்டேன் கண்டாய் அம்மானே.

மண்ணவரும் விண்ணவரும் போற்றும் பெருமானே!
பக்குவமுற்றோர் முன் தோன்றி மீண்டும் வருதலில்லா முத்தியை
அவர்களுக்குக் கூட்டுவிக்கிறாய். தெவிட்டாத நல்லமுதே! உன்
ஆயிரம் திருநாமங்களை ஓதி, உன்னைத் துதிக்கவே ஆசை.

கையால் தொழுதுஉன் கழல்சேவடிகள் கழுமத் தழுவிக் கொண்டு
எய்யாது என்தன் தலைமேல் வைத்து எம்பெருமான் பெருமான் என்று
ஐயா என்றன் வாயால் அரற்றி அழல்சேர் மெழுகுஒப்ப
ஐயாற்று அரசே ஆசைப் பட்டேன் கண்டாய் அம்மானே.

ஐயனே! என் சிரமீது கரம் கூப்பி உன்னை வணங்கி உன்
திருவடி தாங்கி 'எம் பெருமானே!' என்று உன்னைப் போற்றி
அனலில் இட்ட மெழுகாய் உருகவே ஆசை.

செடி ஆர் ஆக்கைத் திறம்அற வீசிச் சிவபுர நகர்புக்குக்
கடி ஆர் சோதி கண்டு கொண்டுஎன் கண்ணிணை களிகூரப்

படிதான் இல்லாப் பரம்பரனே உன் பழ அடியார் கூட்டம்
அடியேன் காண ஆசைப் பட்டேன் கண்டாய் அம்மானே.

சிவபுரம் என்னும் நகரில்புகுந்து, உன் சன்னதியில் உன்னுடைய பழைய தொண்டர் கூட்டத்தில் இருந்து கொண்டு, சுயம்பிரகாசியே உன் சொரூபத்தைக் காணவே ஆசை.

வெஞ்சேல் அனைய கண்ணார்தம் வெகுளி வலையில் அகப்பட்டு
நைஞ்சேன் நாயேன் ஞானச் சுடரே நான்ஓர் துணைகாணேன்
பஞ்சேர் அடியாள் பாகத்து ஒருவா பவளத் திருவாயால்
அஞ்சேல் என்ன ஆசைப் பட்டேன் கண்டாய் அம்மானே.

ஞானச்சுடரே! மீனொத்த விழி படைத்த பெண்கள் ஊடிச் சினக்கையில் வாடி மெலிந்தவன் நான். உன்னையன்றி வேறு கதியில்லை எனக்கு. 'அஞ்சேல்' என்று உன் பவளத் திருவாயால் நீ சொல்வதைக் கேட்கவே ஆசை.

26. அதிசயப் பத்து

(திருப்பெருந்துறையில் அருளியது)

முத்தி இலக்கணம்

வைப்பு மாடுஎன்று மாணிக்கத்து ஒளிஎன்று மனத்திடை உருகாதே
செப்பு நேர்முலை மடவரலியர் தங்கள் திறத்திடை நைவேனை
ஒப்பு இலாதன உவமனில் இறந்தன ஒண்மலர்த் திருப்பாதத்து
அப்பன் ஆண்டுதன் அடியரிற் கூட்டிய அதிசயம் கண்டாமே.

இறைவனைச் சுயத்தில் ஒளிரும் மணியாக நான் நாடவில்லை. அவனது அருளை வைப்பு நிதியாகவும் கருதிக் கொள்ளவில்லை. அவனுக்காக உருகாத என் மனம், இளம்பெண்களின் வசமாகி வாடியது. ஒப்பற்றவனான எம்பெருமான் தன் அடியவர் கூட்டத்தில் என்னையும் சேர்த்துக் கொண்டது அதிசயமல்லவா!

நீதி ஆவன யாவையும் நினைக்கிலேன் நினைப்பவரொடும் கூடேன்
ஏதமே பிறந்துஇறந்து உழல்வேன்தனை என்அடியான் என்று
பாதி மாதொடும் கூடிய பரம்பரன் நிரந்தரமாய் நின்ற
ஆதி ஆண்டுதன் அடியரில் கூட்டிய அதிசயம் கண்டாமே.

நான் நேர்மையற்றவன், நல்லாரிடத்தே இணக்கம் கொள்ளாத வன். பிறவிக் கடலில் மூழ்கி மூழ்கி என்னைக் கரைசேர்த்து என் துன்பத்தைப் போக்கியருளினான் மாதொரு பாகனாகிய சிவன். இது அதிசயம்தானே!

முன்னை என்னுடை வல்வினை போயிட முக்கண் அதுஉடைஎந்தை
தன்னை யாவரும் அறிவதற்கு அரியவன் எளியவன் அடியார்க்குப்
பொன்னை வென்றதுஓர் புரிசடை முடிதனில் இளமதி அதுவைத்த
அன்னை ஆண்டுதன் அடியரில் கூட்டிய அதிசயம் கண்டாமே.

முக்கண்ணனாகிய எம்பெருமான் அன்பர்களுக்கு எளியவன், தாயைப் போல் தயவுடையவன். என் வல்வினை போக்கித் தன் திருக்கூட்டத்தில் என்னையும் அவன் சேர்த்துக் கொண்டான். அது அதிசயமன்றோ!

பித்தன் என்றுஎனை உலகவர் பகர்வதோர் காரணம் இதுகேளீர்
ஒத்துச் சென்றுதன் திருவருள் கூடிடும் உபாயம் அதுஅறியாமே
செத்துப் போய் அருநரகிடை வீழ்வதற்கு ஒருப்படுகின்றேனை
அத்தன் ஆண்டுதன் அடியரில் கூட்டிய அதிசயம் கண்டாமே.

உலகோர் என்னைப் பித்தன் என்றனர். காரணம், இறைவனின் அருளுக்குப் பாத்திரமாகும் தந்திரத்தை, நான் அறிந்திருக்கவில்லை. வீணே நரகில் விழவிருந்த என்னை இறைவன் தடுத்தாட்கொண்டு, தன் அடியார் கூட்டத்தில் எனக்கும் இடமளித்தது அதிசயமன்றோ!

பரவு வார் அவர் பாடுசென்று அணைகிலேன் பன்மலர் பறித்துஏத்தேன்
குரவு வார்குழலார் திறத்தே நின்று குடிகெடுகின்றேனை
இரவு நின்றுஎரி ஆடிய எம்இறை எரிசடை மிளிர்கின்ற
அரவன் ஆண்டுதன் அடியரில் கூட்டிய அதிசயம் கண்டாமே.

இறைவனைத் தொழுவோர் கூட்டத்தில் சேரவோ, பூக்கள் தூவிப் போற்றவோ நான் செய்யவில்லை. விரகத் தீயில் வெந்து கொண்டிருப்பவனை, பரமன் தனது அடியார்களுடன் சேர்த்துக் கொண்டது அதிசயமே.

எண்ணிலேன் திருநாமஅஞ்சு எழுத்தும்என் ஏழைமை அதனாலே
நண்ணிலேன் கலைஞானிகள் தம்மொடு நல்வினை நயவாதே
மண்ணிலே பிறந்திறந்து மண்ணாவதற்கு ஒருப்படு கின்றேனை
அண்ணல் ஆண்டுதன் அடியரில்கூட்டிய அதிசயம் கண்டாமே.

நான் திருவைந்தெழுத்தை ஓதியதில்லை. அறிஞர்கள் கூட்டுறவையும் தேடிக் கொள்ளவில்லை. இறைப்பணி செய்வதில் ஆர்வமற்றிருந்த என்னைத் தனது அடியவர் கூட்டத்தில் இறைவன் சேர்த்துக் கொண்டதும் அதிசயம்தான்.

பொத்தை ஊன்சுவர் புழுப்பொதிந்து உளுத்துஅசும்பு ஒழுகிய பொய்க்கூரை
இத்தை மெய்யெனக் கருதிநின்று இடர்க்கடல் சுழித்தலைப் படுவேனை
முத்து மாமணி மாணிக்க வயிரத்த பவளத்தின் முழுச்சோதி
அத்தன் ஆண்டுதன் அடியரில் கூட்டிய அதிசயம் கண்டாமே.

ஊத்தைச் சுவரும், ஒழுகிடும் கூரையும் கொண்ட ஒரு வீடே பொய்யான இந்த உடல். இதனை நிலையானது என்று நம்பியே துன்பக் கடலில் நான் உழல்கின்றேன். அப்படியிருந்தும் தன் அடியவர் கூட்டத்தில் இறைவன் எனக்கும் இடமளித்தது அதிசயம்தான்.

நீக்கி முன்எனைத் தன்னொடு நிலாவகை குரம்பையில் புகப்பெய்து
நோக்கி நுண்ணிய நொடியன சொற்செய்து நுகம்இன்றி விளாக்கைத்துத்
தூக்கி முன்செய்த பொய்அறத் துகள்அறுத்து எழுதரு சுடர்ச்சோதி
ஆக்கி ஆண்டுதன் அடியரில் கூட்டிய அதிசயம் கண்டாமே.

நான் பக்குவப்பட வேண்டும் என்பதற்காகவே தன்னுடன் என்னை நில்லாதபடி நீக்கி மானுட சரீரத்தில் புகுத்திய பெருமான், என்னைப் பக்குவப்படுத்திய பின், மந்திரோபதேசம் செய்வித்தான்.

உழுபடைக் கருவிகள் இல்லாமலே வயலை உழுவதுபோல் தன் திருவடியோடு என்னையும் அவன் இணைத்துக் கொண்டது அதிசயமே.

உற்ற ஆக்கையின் உறுபொருள் நறுமலர் எழுதரு நாற்றம் போல் பற்றல் ஆவதோர் நிலைஇலாப் பரம்பொருள் அப்பொருள் பாராதே பெற்றவா பெற்ற பயன்அது நுகர்ந்திடும் பித்தர்சொல் தெளியாமே அத்தன் ஆண்டுதன் அடியரில் கூட்டிய அதிசயம் கண்டாமே.

பூக்கள் தங்கள் வாழ்வின் அர்த்தத்தைப் புரிந்துகொண்டது போல் மணம் வீசுகின்றன. தான் தேகமெடுத்த பலனை மனிதர்கள் உணர்ந்தாரில்லை. போகத்தில் அழுந்திக் கிடப்பவர்களுள் நானும் ஒருவன். என்னை அந்தப் போக்கில் இருந்து விடுவித்து தன் வழியே இறைவன் கொண்டு சென்றது அதிசயம்தான்.

இருள்திணிந்து எழுந்திட்டதோர் வல்வினைச் சிறுகுடில் இதுவித்தைப் பொருள்எனக்களித்துஅருநரகத்திடை விழப்புகு கின்றேனைத் தெருளும் மும்மதில் நொடிவரை இடிதரச் சினப் பதத்தொடு செந்தீ அருளும் மெய்ந்நெறி பொய்ந்நெறி நீக்கிய அதிசயம் கண்டாமே.

இந்த உடல் அஞ்ஞானத்திலும் ஆணவத்திலும் இருண்டு கிடக்கிற சிறுகுடில். பொய்ந்நெறி கொண்ட நான் இந்த உடலை மதித்து நரகத்தில் விழ இருந்தேன். முப்புரம் எரித்த சிவனோ என் பொய்ந்நெறி தொலைத்து எனக்கு மெய்ந்நெறி காட்டியருளியதும் அதிசயம்தான்.

27. புணர்ச்சிப் பத்து

(திருப்பெருந்துறையில் அருளியது)

அத்துவித இலக்கணம்

சுடர் பொற்குன்றைத் தோளா முத்தை
வாளா தொழும்பு உகந்து
கடைபட்டேனை ஆண்டுகொண்ட
கருணாலயனைக் கருமால் பிரமன்
தடைபட்டு இன்னும் சாரமாட்டாத்
தன்னைத் தந்த என் ஆரமுதைப்
புடைபட்டு இருப்பது என்றுகொல்லோ என்
பொல்லா மணியைப் புணர்ந்தே.

கடைப்பட்டவனாகிய எனது பணியை ஏற்றுக் கொண்ட கருணாமூர்த்தியே! பொன்மலையே! துளைக்கப்படாத முத்தே! செதுக்கப்படாத மாணிக்கமே! தன்னை எனக்குத் தந்த அமுதமே. உன்னை நான் எப்போதைக்குமாகச் சேர்ந்திருப்பது எந்நாளோ?

ஆற்ற கில்லேன் அடியேன் அரசே
அவனி தலத்து ஐம்புலன்ஆய
சேற்றில் அழுந்தாச் சிந்தை செய்து
சிவன் எம்பெருமான் என்றுஏத்தி
ஊற்று மணல்போல் நெக்கு நெக்கு
உள்ளே உருகி ஓலம்இட்டுப்
போற்றி நிற்பது என்றுகொல்லோ என்
பொல்லா மணியைப் புணர்ந்தே.

எம்பெருமானே! ஐம்புலன்களாகிய சேற்றில் அழுந்தி வெளிவர இயலாது கலங்குகின்றேன். ஊற்றினையுடைய மணல் போன்று நெகிழ்ந்து நெகிழ்ந்து மனம் உருகும் நிலையடைந்தேன். உன்னைச் சிந்தையில் தேக்கி உன் திருநாமத்தை உச்சரித்து, உனது கருணையைப் போற்றிடும் நாள் எதுவோ?

நீண்டமாலும் அயனும் வெருவ
நீண்ட நெருப்பை விருப்பிலேனை
ஆண்டுகொண்ட என் ஆரமுதை
அள்ளூறு உள்ளத்து அடியார்முன்
வேண்டும் தனையும் வாய்விட்டு அலறி
விரையார் மலர் தூவிப்

பூண்டு கிடப்பது என்றுகொல்லோ
என் பொல்லா மணியைப் புணர்ந்தே.

    அடியார்க்கு அமுதம் போன்ற சிவனை, வாய்திறந்து அரற்றி, வாசமலர்களால் அர்ச்சித்து, அவனது மாணிக்கத் திருவடிகளில் நான் சிரம் வைத்துக் கிடக்கும் நாள் எந்நாளோ?

அல்லிக் கமலத்து அயனும் மாலும்
அல்லாதவரும் அமரர்கோனும்
சொல்லிப் பரவும் நாமத்தானைச்
சொல்லும் பொருளும் இறந்த சுடரை
நெல்லிக் கனியைத் தேனைப் பாலை
நிறை இன்அமுதை அமுதின் சுவையைப்
புல்லிப் புணர்வது என்றுகொல்லோ
என் பொல்லா மணியைப் புணர்ந்தே.

    சொல்லும் பொருளும் கடந்த சோதியானவனைத் தேவரும் பிறரும் ஆயிரம் திருநாமம் கூறி வாழ்த்துகின்றனர். அந்த நெல்லிக்கனியை, தேனாய் பாலாய் தித்திப்பவனை, சிதைவற்ற மாணிக்கம் போன்றவனை நான் சேர்ந்து அனுபவிக்கும் நாள் எதுவோ?

திகழத் திகழும் அடியும் முடியும்
காண்பான் கீழ்மேல் அயனும் மாலும்
அகழப் பறந்தும் காணமாட்டா
அம்மான் இம்மாநில முழுதும்
நிகழப் பணிகொண்டு என்னை ஆட்கொண்டு
ஆவா என்ற நீர்மை எல்லாம்
புகழப் பெறுவது என்றுகொல்லோ
என் பொல்லா மணியைப் புணர்ந்தே.

    அயன் வான்வெளியில் பறந்தும், திருமால் மண்ணை அகழ்ந்தும் அறியவொண்ணாப் பொருளாய் – அக்கினித் தம்பமாய் நின்றான் சிவன். அகண்டசோதி (அளவற்ற வடிவம்) யான அத்தலைவன் அன்பிரக்கத்துடன் வந்து என்னை ஆட்கொண்டான். அவனது சீர்மை போற்றி நான் அவனுடன் சேர்ந்து கொள்வது எந்நாளோ?

பரிந்து வந்து பரமஆனந்தம்
பண்டே அடியேற்கு அருள் செய்யப்
பிரிந்து போந்து பெருமாநிலத்தில்
அருமால் உற்றேன் என்றுஎன்று
சொரிந்த கண்ணீர் சொரிய உள்நீர்
உரோமம் சிலிர்ப்ப உகந்து அன்பாய்ப்

புரிந்து நிற்பது என்றுகொல்லோ
என் பொல்லா மணியைப் புணர்ந்தே.

முன்பொரு சமயம் விரும்பி வந்து பரமானந்தத்தை அருளினான் இறைவன். நானோ அவனைப் பிரிந்து நிலவுலகில் தங்கி மயக்க முற்றேன். அவனைச் சிந்தித்திருந்தே என் கண்கள் நீர் சிந்தும், அன்பு மீதுற்று மயிர்க் கூச்செறியும். இனி அண்ணலுக்கு அடிமை பூண்டு ஆன பணியை அவனுக்கு நான் செய்யும் நாள் என்று வருமோ?

நினையப் பிறருக்கு அரிய நெருப்பை
நீரைக் காலை நிலனை விசும்பைத்
தனை ஒப்பாரை இல்லாத் தனியை
நோக்கித் தழைத்துத் தழுத்த கண்டம்
கனையக் கண்ணீர் அருவி பாயக்
கையும் கூப்பிக் கடிமலரால்
புனையப் பெறுவது என்றுகொல்லோ
என் பொல்லா மணியைப் புணர்ந்தே.

பரமனும், அவன் படைத்த பஞ்சபூதங்களாலாகிய பிரபஞ் சமும் வேறு வேறல்ல. அவனது அன்பரல்லாத எவரும் அதை அறிந்திருக்கவில்லை. அவன் ஒப்புவமையற்ற தனிப்பொருள். அவனைக் கண்டு உவகை கொண்டு, தொண்டை தழுதழுத்து ஒலி செய்ய, கண்ணீர் அருவியாகப் பெருக, மணம் மிக்க மலர்களால் அலங்கரிப்பது எப்போது?

நெக்குநெக்கு உள் உருகிஉருகி
நின்றும் இருந்தும் கிடந்தும் எழுந்தும்
நக்கும் அழுதும் தொழுதும் வாழ்த்தி
நானாவிதத்தால் கூத்தும் நவிற்றிச்
செக்கர் போலும் திருமேனிதிகழ
நோக்கிச் சிலிர்சிலிர்த்துப்
புக்கு நிற்பது என்றுகொல்லோ
என் பொல்லா மணியைப் புணர்ந்தே.

பக்தி முதிர்வில் உள்ளம் உருகி நின்றும், இருந்தும், கிடந்தும், எழுந்தும், சிரித்தும், அழுதும், தொழுதும், வாழ்த்தியும், கூத்தாடி மயிர் சிலிர்த்து – சிவனது சிவந்த திருமேனி அழகில் (என்னை மறந்து) நான் கலந்து கொள்வது எக்காலமோ?

தாதாய் மூஏழ் உலகுக்கும்
தாயே நாயேன்தனை ஆண்ட
பேதாய் பிறவிப் பிணிக்குஓர் மருந்தே
பெருந்தேன் பில்க எப்போதும்

ஏதா மணியே என்றுஎன்று ஏத்தி
இரவும் பகலும் எழிலார்பாதப்
போதுஆய்ந்து அணைவது என்றுகொல்லோ
என் பொல்லா மணியைப் புணர்ந்தே.

பழைமையான ஏழுலகிற்கும் தந்தையும் தாயும் ஆனவனே! கடையேனாகிய என்னை விருப்புடன் ஏற்றுக் கொண்டவனே. பிறவிப் பிணிக்கு மருந்தே! அமிர்த தாரையே, ஞானஒளியே என்று துதித்து, அவனது திருவடி மலரைச் சிரத்திலணிந்து நான் சேர்கின்ற நாள் எதுவோ?

காப்பாய் படைப்பாய் கரப்பாய் முழுதும்
கண்ணார் விசும்பின் விண்ணோர்க்குஎல்லாம்
மூப்பாய் மூவா முதலாய் நின்ற
முதல்வா முன்னே எனை ஆண்ட
பார்ப்பானே எம் பரமா என்று
பாடிப்பாடிப் பணிந்து பாதப்
பூப்போது அணைவது என்று கொல்லோ
என் பொல்லா மணியைப் புணர்ந்தே.

படைத்தல், காத்தல், மறைத்தல் செய்யும் இறைவனே! என்றும் மாறா இளமை உடையவனே! பக்குவப்படும் முன்பே என்னை ஆட்கொண்ட வேதியனே! உன்னைப் பாடிப்பாடி உன் திருவடித் தாமரையில் பொருந்திக் கொள்ளும் நாள் எதுவோ?

28. வாழாப் பத்து

(திருப்பெருந்துறையில் அருளியது)

முத்தி உபாயம்

பாரொடு விண்ணாய்ப் பரந்த எம்பரனே
பற்றுநான் மற்றுஇலேன் கண்டாய்
சீரொடு பொலிவாய் சிவபுரத்துஅரசே
திருப்பெருந் துறைஉறை சிவனே
ஆரொடு நோகேன் ஆர்க்குஎடுத்து உரைக்கேன்
ஆண்டநீ அருளிலை யானால்
வார்கடல் உலகில் வாழ்கிலேன் கண்டாய்
வருக என்று அருள்புரியாயே.

பிரபஞ்சத்திலும், அண்டவெளிக்கு அப்பாலும் தன் இருப்பை உணர்த்தி ஆட்சிபுரிபவனே! உன்னையே நான் கதியெனக் கொண்டேன். நீ என்னை ஆட்கொண்டபின், அருளாவிடில் நான் யாரிடம் போயுரைப்பேன்? இங்கே வாழ விரும்பாத என்னை உன் திருவடிக்கே நீ அழைத்துக்கொள்.

வம்பனேன் தன்னை ஆண்டமா மணியே
மற்றுநான் பற்றுஇலேன் கண்டாய்
உம்பரும் அறியா ஒருவனே இருவர்க்கு
உணர்வுஇறந்து உலகம் ஊடுருவும்
செம்பெருமானே சிவபுரத்துஅரசே
திருப்பெருந் துறைஉறை சிவனே
எம்பெருமானே என்னை ஆள்வானே
என்னைநீ கூவிக் கொண்டருளே.

திருமால் நான்முகன் முதலான தேவர்களின் அறிவுக்கும் எட்டாத அரும்பொருளே! எவ்விதச் சாதனையிலும் ஈடுபடாத என்னை ஆட்கொண்டவனே! உனக்கே நான் சொந்தம். உன் அருள் அன்றி வேறு ஒன்றை வேண்டேன்.

பாடிமால் புகழும் பாதமே அல்லால்
பற்றுநான் மற்றுஇலேன் கண்டாய்
தேடிநீ ஆண்டாய் சிவபுரத்துஅரசே
திருப்பெருந் துறைஉறை சிவனே
ஊடுவது உன்னோடு உவப்பதும் உன்னை
உணர்த்துவது உனக்கு எனக்கு உறுதி

வாடினேன் இங்கு வாழ்கிலேன் கண்டாய்
வருக என்று அருள்புரியாயே.

சிவலோக நாதனே! நான் பிணங்கி நிற்பதும் இணக்கம் கொள்வதும் உன்னோடுதான். உன்னைக் கண்டால் உண்டு மகிழ்ச்சி. நான் குறைகளைத் தெரிவிப்பதும் உன்னிடமே. இவ்வுலகில் தனித்து விடப்பட்ட என்னை வாவென்று அழைத்து அருளை வழங்கிடு.

வல்லை வாள்அரக்கர் புரம் எரித்தானே
மற்றுநான் பற்றுஇலேன் கண்டாய்
தில்லைவாழ் கூத்தா சிவபுரத்து அரசே
திருப்பெருந் துறைஉறை சிவனே
எல்லைமூஉலகும் உருவி அன்று இருவர்
காணும்நாள் ஆதிஈறு இன்மை
வல்லையாய் வளர்ந்தாய் வாழ்கிலேன் கண்டாய்
வருக என்று அருள்புரியாயே.

சிவபுரத்தரசே! அடிமுடி காணாதபடிக்கு ஏழ் உலகும் ஊடுருவி நின்றவரே! திருமாலும் நான்முகனும் அளவிட்டறிய முடியாத சமர்த்தனே! உன்னுடன் இணைந்திருக்கும் பெருவாழ்வே நான் விரும்புவது. உன்னைப் பிரிந்து என்னால் வாழமுடியாது. என்னை வருகவென்று அருள்புரிவாயாக.

பண்ணின் நேர்மொழியாள் பங்கநீ அல்லால்
பற்றுநான் மற்றுஇலேன் கண்டாய்
திண்ணமே ஆண்டாய் சிவபுரத்து அரசே
திருப்பெருந் துறைஉறை சிவனே
எண்ணமே உடல்வாய் மூக்கொடு செவிகண்
என்றுஇவை நின்கணே வைத்து
மண்ணின்மேல் அடியேன் வாழ்கிலேன் கண்டாய்
வருக என்று அருள்புரியாயே.

சிவலோக நாதனே! உன்னையே ஆதாரமாகக் கொண்டிருப்பவன் நான். ஐம்பொறிகளையும் (மெய், வாய், கண், மூக்கு, செவி) அறிவுக் கருவியாகிய மனத்தையும் உன்னிடத்தே வைத்துவிட்டு இம்மண்ணுலகில் நான் வாழக்கூடுமோ? என்னை உன்பால் வருகவென்று அருள்புரிவாயாக.

பஞ்சின் மெல்அடியாள் பங்கநீ அல்லால்
பற்றுநான் மற்றுஇலேன் கண்டாய்
செஞ்செவே ஆண்டாய் சிவபுரத்து அரசே
திருப்பெருந் துறைஉறை சிவனே
அஞ்சினேன் நாயேன் ஆண்டுநீ அளித்த

அருளினை மருளினால் மறந்த
வஞ்சனேன் இங்கு வாழ்கிலேன் கண்டாய்
வருக என்று அருள்புரியாயே.

திருப்பெருந்துறை சிவபெருமானே! என் அறியாமை காரணமாக உனது அன்பிரக்கத்தை மறந்தேன். அதை எண்ணி அஞ்சுகின்றேன். இந்த வஞ்சகனின் மனமயக்கத்தைத் தீர்த்து, உன்னிடம் அழைத்து அருள்புரிவாயாக.

பரிதிவாழ் ஒளியாய் பாதமே அல்லால்
பற்றுநான் மற்றுஇலேன் கண்டாய்
திருஉயர் கோலச் சிவபுரத்து அரசே
திருப்பெருந் துறைஉறை சிவனே
கருணையே நோக்கிக் கசிந்து உளம்உருகிக்
கலந்துநான் வாழுமாறு அறியா
மருளனேன் உலகில் வாழ்கிலேன் கண்டாய்
வருக என்று அருள்புரியாயே.

ஒளிவடிவானவனே! உன் அருட்திறத்தைக் கருத்தில் கொண்டு, உனக்காக உள்ளம் கனிந்துருகி, உன்னோடு கலந்து வாழும் வகையை அறியாதவன் நான். ஆயினும், என்னை நீ ஏற்றருள வேண்டும்.

பந்தணை விரலாள் பங்கநீ அல்லால்
பற்றுநான் மற்றுஇலேன் கண்டாய்
செந்தழல் போல்வாய் சிவபுரத்து அரசே
திருப்பெருந் துறைஉறை சிவனே
அந்தம்இல் அமுதே அரும்பெரும் பொருளே
ஆரமுதே அடியேனை
வந்துஉய ஆண்டாய் வாழ்கிலேன் கண்டாய்
வருக என்று அருள்புரியாயே.

உமையொரு பாகனே! சிவலோக நாதனே! செம்மையான நெருப்பு போன்றவனே, அருமையான அமுதமே! என்னையும் நீ ஈடேறச் செய்தாய். உன்னை எப்படிப் பிரிந்து வாழ்வேன்? என்னை வருக என்றழைத்து அருள்புரிவாய்.

பாவநாசா உன் பாதமே அல்லால்
பற்றுநான் மற்றுஇலேன் கண்டாய்
தேவர்தம் தேவே சிவபுரத்து அரசே
திருப்பெருந் துறைஉறை சிவனே
மூஉலகு உருவ இருவர் கீழ்மேலாய்
முழங்குஅழலாய் நிமிர்ந்தானே

மா உரியானே வாழ்கிலேன் கண்டாய்
வருக என்று அருள்புரியாயே.

பாவத்தைப் போக்குகின்றவனே! தேவர்களின் தலைவனே! நீ அக்கினித் தம்பமாய் நின்று நான்முகன் திருமால் இவர்களின் அகந்தையை அழித்தாய். நீயே எனது பற்றுக்கோடு. என்னை வா என்றழைத்து அருள்புரிவாயாக.

பழுதுஇல் தொல்புகழாள் பங்கநீ அல்லால்
பற்றுநான் மற்றுஇலேன் கண்டாய்
செழுமதி அணிந்தாய் சிவபுரத்து அரசே
திருப்பெருந் துறைஉறை சிவனே
தொழுவனோ பிறரைத் துதிப்பனோ எனக்குஓர்
துணையென நினைவனோ சொல்லாய்
மழ விடையானே வாழ்கிலேன் கண்டாய்
வருக என்று அருள்புரியாயே.

பிறைசூடிய பெருமானே! உன்னையன்றி வேறொன்றை நான் ஆதாரமாகக் கொள்ளவில்லை. பிறதெய்வங்களை வாழ்த்தி வணங்கு வேனோ, எனக்குத் துணையென்று மனதாலும் நினைப்பேனோ? உனைப் பிரிந்து இவ்வுலகில் நான் வாழமாட்டேன். என்னை ஆண்டு கொள்ளும்.

29. அருட் பத்து

(திருப்பெருந்துறையில் அருளியது)

மகா மாயாசுத்தி

**சோதியே சுடரே சூழ்ஒளி விளக்கே
சுரிகுழல் பணைமுலை மடந்தை
பாதியே பரனே பால்கொள் வெண்ணீற்றாய்
பங்கயத்து அயனும் மால்அறியா
நீதியே செல்வத் திருப்பெருந் துறையில்
நிறைமலர்க் குருந்தம் மேவியசீர்
ஆதியே அடியேன் ஆதரித்து அழைத்தால்
அதெந்துவே என்று அருளாயே.**

பேரொளி வடிவினனே! மாதொரு பாகம் வைத்தவனே! நீ மானுட வடிவெடுத்து குருந்த மரத்தடியில் குருவாய் வந்து அமர்ந்தாய். உன்னை ஆர்வமுடன் நான் அழைக்கிறேன். 'எதற்காக அழைக்கிறாய்?' என்று கேட்க மாட்டாயா?

**நிருத்தனே நிமலா நீற்றனே நெற்றிக்
கண்ணனே விண்உளோர் பிரானே
ஒருத்தனே உன்னை ஓலம்இட்டுஅலறி
உலகுஎலாம் தேடியும் காணேன்
திருத்தமாம் பொய்கைத் திருப்பெருந்துறையில்
செழுமலர்க் குருந்தம் மேவியசீர்
அருத்தனே அடியேன் ஆதரித்து அழைத்தால்
அதெந்துவே என்று அருளாயே.**

எம்பெருமானே! உன்னை உலகம் முழுதும் நான் தேடுகிறேன். ஒப்பற்ற தனிப்பொருளே! எனக்கு நேர்படக் காட்சி கொடு. உனது தொண்டன் நான். அடியேன் விரும்பி அழைக்கிறேன். அஞ்சாதே என்று சொல்லி அருள்புரிவாய்.

**எங்கள் நாயகனே என்உயிர்த் தலைவா
ஏலவார் குழலிமார் இருவர்
தங்கள் நாயகனே தக்கநற் காமன்
தனதுஉடல் தழல்எழ விழித்த
செங்கண் நாயகனே திருப்பெருந் துறையில்
செழுமலர்க் குருந்தம் மேவியசீர்
அங்கணா அடியேன் ஆதரித்து அழைத்தால்
அதெந்துவே என்று அருளாயே.**

என் உயிர்த் தலைவனே! உமாதேவி கங்கா தேவி இருவரின் நாயகனே! காமனின் உடல் பற்றியெரிய நெற்றிக்கண் திறந்தவனே! எனது அன்பின் அழைப்பை ஏற்று, அஞ்சாதே என்று அருள் புரிவாயாக.

கமல நான்முகனும் கார்முகில் நிறத்துக்
கண்ணனும் நண்ணுதற்கு அரிய
விமலனே எமக்கு வெளிப்படாய் என்ன
வியன்தழல் வெளிப்பட்ட எந்தாய்
திமிலநான் மறைசேர் திருப்பெருந் துறையில்
செழுமலர்க் குருந்தம் மேவியசீர்
அமலனே அடியேன் ஆதரித்து அழைத்தால்
அதெந்துவே என்று அருளாயே.

நான்முகனும் திருமாலும் வேண்டிக் கொண்டதற்கு இணங்க உமது நீக்கமற்ற சொரூபத்தை (அளவுபடாத வடிவம்) எம் தந்தையே நீர்வெளிப்படுத்திக் கொண்டீர். எனக்கும் காட்சிதர வேண்டும் என நான் விரும்புகிறேன்.

துடிகொள் நேரிடையாள் சுரிகுழல் மடந்தை
துணைமுலைக் கண்கள்தோய் சுவடு
பொடிகொள் வான்தழலில் புள்ளிபோல் இரண்டு
பொங்கு ஒளிதங்கு மார்பினனே
செடிகொள் வான்பொழில்சூழ் திருப்பெருந் துறையில்
செழுமலர்க் குருந்தம் மேவியசீர்
அடிகளே அடியேன் ஆதரித்து அழைத்தால்
அதெந்துவே என்று அருளாயே.

அம்பிகை மணாளனே! உன் பொலிவும் பெருமைகளும் அழைப்புக்குச் செவிசாய்க்கும் தாய்மையும் அவளிடம் இருந்தே உனக்கு வந்தன. எனது அச்சத்தைப் போக்கி அருள்செய்வாயாக.

துப்பனே தூயாய் தூயவெண்ணீறு
துதைந்துஎழு துளங்குஒளி வயிரத்து
ஒப்பனே உன்னை உள்குவார் மனத்தில்
உறுசுவை அளிக்கும் ஆரமுதே
செப்பமா மறைசேர் திருப்பெருந் துறையில்
செழுமலர்க் குருந்தம் மேவியசீர்
அப்பனே அடியேன் ஆதரித்து அழைத்தால்
அதெந்துவே என்று அருளாயே.

உன்னை ஞானவடிவினன் என்றும், சோதிமயமானவன் என்றும் தியானிப்பவர்க்கு நீ அருள் புரிகின்றாய். இடைவிடாது உன்னையே

நினைத்திருப்பர்க்கு இனிக்கின்ற அமுதே, உன்னிடம் வேண்டி நிற்கும் என்மீது கருணை காட்டு.

மெய்யனே விகிர்தா மேருவே வில்லா
மேவலர் புரங்கள் மூன்றுளரித்த
கையனே காலால் காலனைக் காய்ந்த
கடுந்தழல் பிழம்புஅன்ன மேனிச்
செய்யனே செல்வத் திருப்பெருந் துறையில்
செழுமலர்க் குருந்தம் மேவியசீர்
ஐயனே அடியேன் ஆதரித்து அழைத்தால்
அதெந்துவே என்று அருளாயே.

வெவ்வேறு வடிவம் எடுப்பவனே! முப்புரம் எரித்தவனே! எமனைக் காலால் உதைத்துக் கடிந்தவனே! உன்னை விரும்பி அழைக்கின்றேன். அது ஏன் என்று கேட்டு அருள்புரிவாயாக.

முத்தனே முதல்வா முக்கணா முனிவா
மொட்டுஅறா மலர்பறித்து இறைஞ்சிப்
பத்தியாய் நினைந்து பரவுவார் தமக்குப்
பரகதி கொடுத்து அருள் செய்யும்
சித்தனே செல்வத் திருப்பெருந் துறையில்
செழுமலர்க் குருந்தம் மேவியசீர்
அத்தனே அடியேன் ஆதரித்து அழைத்தால்
அதெந்துவே என்று அருளாயே.

'பாசம் நீங்கியவனே! முக்கண்ணனே! முத்தியளிக்கும் முதல்வனே, பரிபக்குவ வடிவினனே (நித்திய சித்தன்)' என்று உன்னைப் போற்றித் தொழுகிற சீவர்கள் தூய்மை அடைகின்றனர். அடியேன் உன்னை விரும்பியழைக்கிறேன். அஞ்சேல் என்று அருள்புரிவாயாக.

மருளனேன் மனத்தை மயக்கற நோக்கி
மறுமையோடு இம்மையும் கெடுத்த
பொருளனே புனிதா பொங்குவாள் அரவம்
கங்கைநீர் தங்கு செஞ்சடையாய்
தெருளும் நான்மறைசேர் திருப்பெருந் துறையில்
செழுமலர்க் குருந்தம் மேவியசீர்
அருளனே அடியேன் ஆதரித்து அழைத்தால்
அதெந்துவே என்று அருளாயே.

இம்மை, மறுமை என்கிற இரண்டிலும் பற்று வைக்காத அறிவுநுட்பத்தைத் தந்தவனே! நீயே மெய்ப்பொருள் நீயே புனிதன்.

அருளின் உறைவிடமானவனே! என் அழைப்புக்கு செவி சாய்ப் பாயாக.

திருந்துவார் பொழில்சூழ் திருப்பெருந் துறையில்
செழுமலர்க் குருந்தம் மேவியசீர்
இருந்தவாறு எண்ணி ஏசறா நினைந்திட்டு
என்னுடை எம்பிரான் என்றென்று
அருந்தவா நினைந்தே ஆதரித்து அழைத்தால்
அலைகடல் அதனுளே நின்று
பொருந்தவா கயிலை புகுநெறி இதுகாண்
போதராய் என்று அருளாயே.

அன்று திருப்பெருந்துறையில் நீ வீற்றிருந்து என்னை ஆட்கொண்ட நிகழ்வை இன்னும் நினைத்துப் பார்க்கிறேன். மீண்டும் அந்நிலை வாய்க்குமோ என்றெண்ணி வருந்துகிறேன். அரிய தவக்கோலத்தை உடையவனே! உன்னை அழைக்கிறேன், வருவாயாக. 'கயிலை புகும் வழியை எனக்குக் காட்டு. இங்கிருந்து என்னை மீட்டெடுத்து உன் வசமாக்கிக் கொள்.'

30. திருக்கழுக்குன்றப் பதிகம்

(திருக்கழுக்குன்றத்தில் அருளியது)

குரு தரிசனம்

பிணக்கு இலாத பெருந்துறைப் பெருமான்
உன் நாமங்கள் பேசுவார்க்கு
இணக்கு இலாததோர் இன்பமே வரும்
துன்பமே துடைத்து எம்பிரான்
உணக்கு இலாததுஓர் வித்து மேல்
விளையாமல் என்வினை ஒத்தபின்
கணக்கு இலாத் திருக்கோலம் நீவந்து
காட்டினாய் கழுக்குன்றிலே.

திருப்பெருந்துறை ஈசனே! உலர்த்தி பக்குவப்படுத்தப்படாத விதையைப் போன்றது (முதிர்ச்சியற்ற) எனது செயல்கள். ஐயனே! ஞானத்தை வழங்கி என்னைப் பக்குவப்படுத்தினாய், என் பிறவித் துன்பங்கள் நீங்கின. உனது ஆயிரம் திருநாமங்களில் திருவைந் தெழுத்தே போதும் பேரின்பத்தைப் பெற்றுத் தருவதற்கு. பரமகுருவே, திருக்கழுக்குன்றத்தில் மீளவும் உனது ஆசாரியக் கோலத்தை உன்னருளால் நான் காண முடிந்தது.

பிட்டு நேர்பட மண் சுமந்த
பெருந்துறைப் பெரும் பித்தனே
சட்ட நேர்பட வந்தி லாத
சழக்கனேன் உனைச் சார்ந்திலேன்
சிட்டனே சிவலோகனே சிறு
நாயினும் கடையாய வெம்
கட்ட னேனையும் ஆட்கொள்வான் வந்து
காட்டினாய் கழுக்குன்றிலே.

நீ பிட்டுக்கு மண் சுமந்ததில் வெளிப்பட்டது பக்தர்களிடத்தே உனக்குள்ள பரிவு. சிவபுரத்தை உடையவனே! உன்னுடன் முறையாகப் பொருந்திக் கொள்ளும் திருத்தமில்லாதவன் நான். நாயினும் கடையேன். துன்பத்தையுடைய என்னையும் அடிமை கொண்டருள திருக்கழுக்குன்றத்தில் எழுந்தருளி உன் திருக்கோலம் காட்டியருளினாய்.

மலங்கினேன் கண்ணின் நீரை மாற்றி
மலம் கெடுத்த பெருந்துறை

விலங்கினேன் வினைக் கேடனேன் இனி
மேல் விளைவது அறிந்திலேன்
இலங்குகின்ற நின் சேவடிகள்
இரண்டும் வைப்பிடம் இன்றியே
கலங்கினேன் கலங்காமலே வந்து
காட்டினாய் கழுக்குன்றிலே.

என் கண்ணீர் துடைத்து, வினைகள் தீர்த்த திருப்பெருந்துறைப் பெருமானே! உன்னைப் புறக்கணித்ததால் செயல்வகை அறியாது நின்றேன். உன்னிடமிருந்து விலகிய எனக்கு முன்போல் உன் திருவடியைச் சிரசில் தாங்கும் பேறு உண்டோ என்று கலங்கினேன். என் கலக்கத்தை மாற்றித் திருக்கழுக்குன்றத்தில் பெருமானே காட்சி தந்தனை.

பூண் ஒணாதலர் அன்பு பூண்டு
பொருந்தி நாள்தொறும் போற்றவும்
நாண் ஒணாதலர் நாணம் எய்தி
நடுக்கடலுள் அழுந்தி நான்
பேண் ஒணாத பெருந்துறைப் பெருந்
தோணி பற்றி உகைத்தலுங்
காண் ஒணாத் திருக்கோலம் நீவந்து
காட்டினாய் கழுக்குன்றிலே.

தூய அன்புடைய அடியார்கள் நாளும் உன்னைத் தொழுதிடக் கண்டும், நான் மட்டும் உன்னை வணங்கிட நாணமுற்றேன். துன்பக் கடலில் மூழ்கிக் கொண்டிருந்த என்னை, தோணியென வந்து நீ கரைசேர்த்தாய். உன் திருக்கோலத்தை மீண்டும் திருக்கழுக் குன்றத்தில் காட்டியருளினாய்.

கோல மேனி வராகமே குணம்
ஆம் பெருந்துறைக் கொண்டலே
சீலம் ஏதும் அறிந்திலாத என்
சிந்தை வைத்த சிகாமணி
ஞாலமே கரியாக நான்உனை
நச்சி நச்சிட வந்திடும்
காலமே உனைஓத நீ வந்து
காட்டினாய் கழுக்குன்றிலே.

பொன்னாய் ஒளிரும் மேனியனே! அருள் பொழியும் மேகமே! என் உள்ளத்தில் ஒளிவீசும் சிகாமணி (தலைமணி) நீ! உன்னை நான் விரும்புவதை உலகறியும். என்னை ஆட்கொண்ட கால வடிவமே! உன்னை நான் போற்றித் துதிக்கும்படி திருக்கழுக்குன்றத்தில் உன் திருக்கோலத்தை நீ காட்டியருளினாய்.

பேதம் இல்லது ஓர் கற்பு அளித்த
பெருந்துறைப் பெருவெள்ளமே
ஏதமே பல பேச நீ எனை
ஏதிலார் முனம் என்செய்தாய்
சாதல் சாதல் பொல்லாமை அற்ற
தனிச்சரண் சரண்ஆம் எனக்
காதலால் உனைஓத நீ வந்து
காட்டினாய் கழுக்குன்றிலே.

பேதமில்லாத நீதி நெறியைப் (அத்துவித ஞானம்) பெற்றவர் உலகப் பொருட்களை வேறுபடுத்திப் பார்ப்பதில்லை. ஆனால், என்னிடம் குற்றம் கண்டு அநேகரும் என்னைப் பழித்தனர். அவ்வாறு நிகழ, ஐயனே நீ என்ன செய்தாய்? இதுதான் என் நிலைமை என்றால் இழிவு எனக்கல்ல. உன் திருவடியைப் புகலிடமாகக் கொண்டேன். உன்னை நான் போற்றிப் பாடும் வண்ணம் திருக்கழுக்குன்றத்தில் உன் திருக்கோலம் காட்டியருளினாய்.

இயக்கி மார் அறுபத்து நால்வரை
எண்குணம் செய்த ஈசனே
மயக்கம் ஆயதுஓர் மும்மலப் பழ
வல் வினைக்குள் அழுந்தவும்
துயக்க அறுத்துஎனை ஆண்டுகொண்டு நின்
தூய்மலர்க் கழல் தந்துஎனைக்
கயக்க வைத்து அடியார் முனேவந்து
காட்டினாய் கழுக்குன்றிலே.

இசைவல்ல இயக்கியரான (கந்தர்வர்) அறுபத்திநான்கு பெண்களுக்கு எண்குணம் அளித்த இறைவனே! மும்மலத்தில் (ஆணவம், கன்மம், மாயை) அழுந்திக் கிடந்த என்னை, என் தளர்ச்சி நீக்கி ஆண்டுகொண்டாய். நீ திருக்கழுக்குன்றத்தில் எனக்கு அருள் நாட்டத்தை ஊட்டினாய்.

31. கண்ட பத்து
(தில்லையில் அருளியது)

நிருத்த தரிசனம்

இந்திரிய வயம்மயங்கி இறப்பதற்கே காரணமாய்
அந்தரமே திரிந்துபோய் அருநரகில் வீழ்வேற்குச்
சிந்தைதனைத் தெளிவித்துச் சிவமாக்கி எனையாண்ட
அந்தம்இலா ஆனந்தம் அணிகொள் தில்லைகண்டேனே.

ஐம்பொறிகளின் ஆதிக்கத்தில் சிக்கிய வாழ்வு மரணத்துக்கும், நரகத்துக்குமே வகை செய்யும். அவற்றின் பிடியில் இருந்து மீள்வதே மெய்ப்பொருளை அடைதற்கான உபாயம். எம்பெருமான் என்னை மீட்டு ஆனந்தமளித்த பெருநிலை எனக்குத் தில்லையில் வாய்த்தது.

வினைப்பிறவி என்கின்ற வேதனையில் அகப்பட்டுத்
தனைச்சிறிதும் நினையாதே தளர்வுஎய்திக் கிடப்பேனை
எனைப்பெரிதும் ஆட்கொண்டு என்பிறப்புஅறுத்த இணைஇலியை
அனைத்துலகும் தொழும் தில்லை அம்பலத்தே கண்டேனே.

சிவசிந்தனையில் இருப்பவர் வினையால் விளையும் இன்ப துன்பங்களில் பாதிக்கப்படுவதில்லை. நானோ வினைவசப்பட்டு உன்னை நினையாதிருந்தேன். என்னைத் தளைகளில் இருந்து விடுவித்த ஒப்பிலாப் பெருமானே உன்னைத் தில்லை அம்பலத்தில் கண்டேன்.

உருத்தெரியாக் காலத்தே உள்புகுந்துஎன் உளம்மன்னிக்
கருத்துஇருத்தி ஊன்புக்குக் கருணையினால் ஆண்டுகொண்ட
திருத்துருத்தி மேயானைத் தித்திக்கும் சிவபதத்தை
அருத்தியினால் நாய்அடியேன் அணிகொள் தில்லைகண்டேனே.

அறியாப் பருவத்திலிருந்தே என் உடலையும் உள்ளத்தையும் தன்வசமாக்கிக் கொண்டான் அம்பலத்தாடுவான். திருத்துருத்தித் தலத்தில் எழுந்தருளிய பெருமானை தில்லையில் காணும் பேறு அடியேனுக்குக் கிடைத்தது. ஞானத்தை வழங்கி என்னை ஆண்டு கொண்டவனின் கருணையை எண்ணும்போது என் விருப்பம் அதிகரிக்கிறது.

கல்லாத புல்அறிவின் கடைப்பட்ட நாயேனை
வல்லாளனாய் வந்து வனப்புஎய்தி இருக்கும்வண்ணம்
பல்லோரும் காண என்தன் பசுபாசம் அறுத்தானை
எல்லோரும் இறைஞ்சுதில்லை அம்பலத்தே கண்டேனே.

சிற்றறிவுடைய அற்பன் நான். என்னை அறிவில் மேம்படச் செய்தான் அவன். என்னுள் இருந்த ஆணவம், கன்மம், மாயை என்கிற முக்குற்றங்களைப் போக்கி, என் ஆன்ம உபாதையை நீக்கியவனை நான் தில்லையம்பலத்தில் கண்டுகொண்டேன்.

சாதிகுலம் பிறப்புஎன்னும் சுழிப்பட்டுத் தடுமாறும்
ஆதம்இலி நாயேனை அல்லல்அறுத்து ஆட்கொண்டு
பேதைகுணம் பிறர்உருவம் யான்எனதுஎன் உரைமாய்த்துக்
கோதுஇல் அமுதானானைக் குலாவுதில்லை கண்டேனே.

சாதி, குலம், பிறவி என்கிற சுழலில் சிக்கித் தடுமாறுகிறது அறிவு. பாகுபடுத்திப் பார்க்கும் போக்கு அறியாமையில் வருவது, அகந்தையைத் தருவது. என்னைக் குற்றமில்லாதவனாக்கிய அமிர்த சாகரனை நான் தில்லையில் கண்டேன்.

பிறவிதனை அறமாற்றிப் பிணிமூப்பு என்ற இவைஇரண்டும்
உறவினொடும் ஒழியச்சென்று உலகுடைய ஒருமுதலைச்
செறிபொழில்சூழ் தில்லைநகர்த் திருச்சிற்றம்பலம் மன்னி
மறையவரும் வானவரும் வணங்கிடநான் கண்டேனே.

பிறவியோடு ஒட்டிக் கொண்டிருக்கும் பிணிமூப்பு இவற்றோடு, பந்தம், பாசம் என்கிற தளைகளையும் நீக்கினான் உலக முதல்வன். தில்லைச் சிற்றம்பலத்தில் நின்றாடும் பெருமானை வேதியரும், விண்ணகத்துத் தேவர்களும் வந்து வணங்குவதை நான் கண்டேன்.

பத்திமையும் பரிசும்இலாப் பசுபாசம் அறுத்தருளிப்
பித்தன்இவன் எனஎன்னை ஆக்குவித்துப் பேராமே
சித்தம்எனும் திண்கயிற்றால் திருப்பாதம் கட்டுவித்த
வித்தகனார் விளையாடல் விளங்குதில்லை கண்டேனே.

கற்பிதமான எண்ணங்களை (சீவ உபாதைகள்) விட்டு விட்டால் மனம் சிவஞானத்தில் ஒன்ற முடியும். ஆன்ம வளர்ச்சிக்குத் தடையான எனது பற்றுகளை நீக்கிய இறைவன் ஏனோ என்னைப் பித்தனைப் போல் அலைய விட்டான். அதேசமயம் தன்னை விட்டு நான் விலகாதபடிக்குத் தன் திருவடியில் என்னைக் கட்டுண்டு கிடக்கவும் செய்தான். அந்தப் பெரியோனைத் தில்லையில் நான் கண்டேன்.

அளவுஇலாப் பாவகத்தால் அமுக்குண்டுஇங்கு அறிவுஇன்றி
விளைவுஒன்றும் அறியாதே வெறுவியனாய்க் கிடப்பேனுக்கு
அளவுஇலா ஆனந்தம் அளித்துஎன்னை ஆண்டானைக்
கனவுஇலா வானவரும் தொழும்தில்லை கண்டேனே.

அடுக்கடுக்கான எண்ணங்களால் அழுத்தப்பட்ட நான் அறிவிழந்தேன். இனிவரும் காலத்தில் என்ன நிகழும் என்பதும் அறியாதிருந்தேன். பயனற்றுக் கிடந்த எனக்கு அளவற்ற இன்பத்தைக் கொடுத்து என்னை அவன் ஆண்டருளினான். என்னிடம் பேரன்பு கொண்டவனை நான் தில்லையம்பலத்தே கண்டேன்.

பாங்கினொடு பரிசுஒன்றும் அறியாத நாயேனை
ஓங்கிஉளத்து ஒளிவளர உலப்புஇலா அன்புஅருளி
வாங்கிவினை மலம்அறுத்து வான்கருணை தந்தானை
நான்குமறை பயில்தில்லை அம்பலத்தே கண்டேனே.

இறைஞானமும் அதன் பயனும் அறியாதவன் நான். என்னுள் ஆன்ம ஒளி மேம்படச் செய்து, அன்பையும் அருளிச் செய்தான் இறைவன். என் வினைகளை நீக்கிய பெருமானை நான்கு வேதங்களும் முழங்குகின்ற தில்லையம்பலத்தில் நான் கண்டேன்.

பூதங்கள் ஐந்தாகிப் புலனாகிப் பொருளாகிப்
பேதங்கள் அனைத்துமாய்ப் பேதமில்லாப் பெருமையனைக்
கேதங்கள் கெடுத்துஆண்ட கிளர்ஒளியை மரகதத்தை
வேதங்கள் தொழுதேத்தும் விளங்குதில்லை கண்டேனே.

ஐம்பூதங்களாகி, புலன்களாகி மற்ற எல்லாப் பொருள்களுமாகி அவற்றுக்கு ஏற்ப வேறுபாடுகளும் காட்டுகிற இறைவன் தன்னளவில் வேறுபடாது விளங்கும் பெருமை உடையவன். அவன் துன்பங்கள் போக்கி எம்மை ஆண்டருளும் ஒளிப்பொருள். வேதங்கள் வணங்கித் துதிக்கும் தில்லையம்பலத்தில் அவனைக் கண்டேன்.

32. பிரார்த்தனைப் பத்து

(திருப்பெருந்துறையில் அருளியது)

சதாமுத்தி

கலந்து நின் அடியாரோடு அன்று வாளா களித்திருந்தேன்
புலர்ந்து போன காலங்கள் புகுந்துநின்றது இடர்பின்நாள்
உலர்ந்து போனேன் உடையானே உலவா இன்பச் சுடர்காண்பான்
அலந்து போனேன் அருள்செய்யாய் ஆர்வம் கூர அடியேற்கே.

அன்று நீ என்னை ஆட்கொண்டபொழுது, உனது அடியார் களுடன், நான் என்னை மறந்தவனாகக் கூடிக் களித்திருந்தேன். அந்த நாட்கள் கழிந்தபின், துன்பத்தில் வாடும் நிலை தொடர்ந்தது. என் வாழ்வின் ஒளியே, உன்னைக் காணும் பொருட்டு நான் அலைந்தேன். என் கலக்கம் நீங்கி, அருள் நாட்டத்தில் நான் மேலும் ஊக்கமடைய வேண்டும். என்னை உடையானே! உன்மீதான எனது அன்பு மிகும்படி அருள் செய்வாயாக.

அடியார் சிலர் உன்அருள் பெற்றார் ஆர்வம்கூர யான் அவமே
முடைஆர் பிணத்தின் முடிவுஇன்றி முனிவால் அடியேன் மூக்கின்றேன்
கடியேனுடைய கடு வினையைக் களைந்துஉன் கருணைக் கடல்பொங்க
உடையாய் அடியேன் உள்ளத்தே ஓவாது உருக அருளாயே.

இறைநாட்டம் உடையவர்கள், பெருமானே, உனது அருளைப் பெற்றார்கள். நானோ முடைநாற்றம் உடைய உடல்மீது நாட்டம் வைத்தவன். இளகாத மனம் என்னுடையது. சற்றும் குறையாத வெறுப்பில் வயது முதிர்ந்தேன். எனது கொடிய வினைதீர்த்து என்னுள் உனது கருணை கடல் போல் பொங்க அருள்புரிவாயாக.

அருளார் அமுதப் பெருங்கடல்வாய் அடியார் எல்லாம் புக்குஅழுந்த
இருளார் ஆக்கைஇது பொறுத்தே எய்த்தேன் கண்டாய் எம்மானே
மருளார் மனத்துஓர் உன்மத்தன் வருமால் என்றுஇங்கு எனைக்கண்டார்
வெருளாவண்ணம் மெய்அன்பை உடையாய் பெறநான் வேண்டுமே.

அடியார்கள் எல்லாரும் உன் அருளென்னும் கடலில் ஆடிக் களித்திருக்க, நானோ இவ்வுடம்பைச் சுமந்து மனம் இளைக்கின்றேன். இன்று என் நிலையைக் காண்பவர்கள் என்னைப் பித்தன் என்றே விலக்குவர். உடையவனே! உனது உண்மையான அன்புகொண்டு நான் ஈடேற வேண்டும்.

வேண்டும் வேண்டும் மெய்யடியார் உள்ளே விரும்பி எனைஅருளால்
ஆண்டாய் அடியேன் இடர்களைந்த அமுதே அருமாமணி முத்தே

தூண்டா விளக்கின் சுடர்அனையாய் தொண்டனேற்கும் உண்டாம்கொல்
வேண்டாது ஒன்றும் வேண்டாது மிக்க அன்பே மேவுதலே.

உனது அருளை நாடிய அன்பர் கூட்டத்தில் எனக்கும் இடமளித்தாய். சுயமாய் ஒளிரும் சோதியே! உன்னுடைய அன்பிருந்தால் போதும், உன் மீதான எனது அன்பு மேலும் அதிகரிக்க வேண்டும். உன்னை அடைதற்கு உதவாத எதுவும் (உடம்பு உட்பட) எனக்கு வேண்டாம்.

மேவும் உன்தன் அடியாருள் விரும்பி யானும் மெய்ம்மையே
காவி சேரும் கயல்கண்ணாள் பங்கா உன்தன் கருணையினால்
பாவியேற்கும் உண்டாமோ பரமஆனந்தப் பழங்கடல் சேர்ந்து
ஆவி யாக்கை யான்எனது என்று யாதும் இன்றி அறுதலே.

மீனொத்த, நீலமலர் விழி படைத்த உமையின் பாகனே! உண்மையில் நான் விரும்புவதெல்லாம் உன் அடியார்கள் மத்தியில் நானும் இருப்பதையே. ஆவி, உடல், நான், எனது என்னும் பற்றுகளை விட்டொழிக்கும் பக்குவநிலை எனக்கும் வாய்க்குமோ?

அறவே பெற்றார் நின்அன்பர் அந்தம்இன்றி அகம்நெகவும்
புறமே கிடந்து புலைநாயேன் புலம்புகின்றேன் உடையானே
பெறவே வேண்டும் மெய்யன்பு பேரா ஒழியாய் பிரிவுஇல்லா
மறவா நினையா அளவுஇலா மாளா இன்ப மாகடலே.

நிலைமாறும் நீலக் கடல் அல்ல உன் அருளில் விளையும் ஆனந்தக் கடல். உனது அடியார் கூட்டத்துக்கு வெளியே கிடந்து, வருந்திப் புலம்புகிற நான், உண்மை அன்பால் அந்தப் பொங்குமாங் கடலில் புகவேண்டும்.

கடலே அனைய ஆனந்தம் கண்டார் எல்லாம் கவர்ந்துஉண்ண
இடரே பெருக்கி ஏசற்றுஇங்கு இருத்தல் அழகோ அடிநாயேன்
உடையாய் நீயே அருளிதி என்றுஉணர்த்தாது ஒழிந்தே கழிந்தொழிந்தேன்
சுடர்ஆர் அருளால் இருள்நீங்கச் சோதீ இனித்தான் துணியாயே.

உன்னைக் கண்ட அடியார்கள் ஆனந்தக் கடலில் இறங்கி வேணுமட்டும் பருகினார்கள். நானோ துன்பத்தை அதிகரித்துக் கொண்டு துயரத்தில் மூழ்குவது சரியோ? நீயே அருள் செய்வாய் என்றெண்ணி நான் சும்மா இருந்து கெட்டேன். இனியேனும் என் அறியாமை இருள் நீக்கி என்னை ஆண்டுகொள்.

துணியா உருகா அருள்பெருகத் தோன்றும் தொண்டர்இடைப்புகுந்து
திணியார் மூங்கில் சிந்தையேன் சிவனே நின்று தேய்கின்றேன்
அணியார் அடியார் உனக்குஉள்ள அன்பும் தாராய் அருள்அளியத்
தணியாது ஒல்லை வந்தருளித் தளிர்ப்பொற் பாதம் தாராயே.

உனது அடியார்கள் மனப்பக்குவமுற்றவர்கள். என் மனமோ மூங்கிலைப் போல் நெகிழ்ச்சியற்றது. அவர்களை விடவும் அதிக அன்புடன் உன் திருவடியை நான் பணியவேண்டும். உண்மைத் தன்மையை என்னுள் ஓங்கச் செய்வாயாக.

தாரா அருள்ஒன்று இன்றியே தந்தாய் என்று உன்தமரெல்லாம்
ஆரா நின்றார் அடியேனும் அயலார் போல அயர்வேனோ
சீர்ஆர் அருளால் சிந்தனையைத் திருத்தி ஆண்ட சிவலோகா
பேரானந்தம் பேராமை வைக்க வேண்டும் பெருமானே.

இனி மிச்சமின்றி உன்னருளை முழுதாகத் தந்தனை என்று என் அடியார்கள் மகிழ்ந்திருந்தனர். நான் மட்டும் பொருந்தாதவனாக நின்று வருந்த வேண்டுமா? சிவலோக நாதனே! என் மனதைச் செம்மைப் படுத்தி என்றும் மாறாப் பேரின்பத்தை எனக்குத் தருவாயாக.

மான்ஓர் பங்கா வந்திப்பார் மதுரக் கனியே மனம்நெகா
நான்ஓர் தோளாச் சுரைஒத்தால் நம்பி இத்தால் வாழ்ந்தாயே
ஊனே புகுந்த உனை உணர்ந்தே உருகிப் பெருகும் உள்ளத்தைக்
கோனே அருளுங் காலந்தான் கொடியேற்கு என்றோ கூடுவதே.

மான்போலும் மருண்ட பார்வையுடைய உமையம்மை பாகனே! உன்னடி பணிவார்க்கு இன்பத்தை உவந்தளிக்கும் கனியே! என்னை ஏனோ உதவாத சுரைக்குடுக்கைபோல் ஒதுக்கிவிட்டாய்? உன்னை உணர்ந்து என் மனம் உருகவேண்டும். கொடுமையுடைய எனக்கு உனதருள் கூடுவது எக்காலம்?

கூடிக்கூடி உன் அடியார் குனிப்பார் சிரிப்பார் களிப்பாராய்
வாடிவாடி வழிஅற்றேன் வற்றல் மரம்போல் நிற்பேனோ
ஊடிஊடி உடையாயொடு கலந்து உள்உருகிப் பெருகிநெக்கு
ஆடிஆடி ஆனந்தம் அதுவேயாக அருள்கலந்தே.

இறைவா! உனது அடியவர்கள் உன்னோடு ஆடிப்பாடி பேரின்பத்தை அனுபவிக்கின்றனர். நெறியற்ற நானோ பட்ட மரம் போல் வாட்டமுற்று நிற்கின்றேன். ஊடிப் பின் கூடுவதில் உள்ளது இன்பம். உன்னோடு நானும் சேர்ந்தாடி ஆனந்த மயமாகிட அருள் செய்வாயாக.

33. குழைத்த பத்து

(திருப்பெருந்துறையில் அருளியது)

ஆத்தும நிவேதனம்

**குழைத்தால் பண்டைக் கொடுவினைநோய் காவாய் உடையாய் கொடுவினையேன்
உழைத்தால் உறுதி உண்டோ தான் உமையாள் கணவா எனை ஆள்வாய்
பிழைத்தால் பொறுக்க வேண்டாவோ பிறைசேர் சடையாய் முறையோ என்று
அழைத்தால் அருளாது ஒழிவதே அம்மானே உன் அடியேற்கே.**

என்னை ஆள்பவனே! தீவினை நோய் என்னைத் தீண்டுகிற போது (நான் வருத்தமுறாதபடிக்கு) என்னை நீயே காத்தருள வேண்டும். என்னால் ஆவது ஒன்றுமில்லை. என்னிடம் பிழை யிருப்பின் நீதான் மன்னித்து ஆதரிக்க வேண்டும். என் முறையீட்டைக் கேளாமல், கேட்டு அருளாமல் இருப்பது உனக்குத் தகுதியாகுமோ?

**அடியேன் அல்லல் எல்லாம்முன் அகலஆண்டாய் என்றிருந்தேன்
கொடிஏர் இடையாள் கூறாஎம் கோவே ஆஆ என்றருளிச்
செடிசேர் உடலைச் சிதையாது எத்துக்கு எங்கள் சிவலோகா
உடையாய் கூவிப் பணிகொள்ளாது ஒறுத்தால் ஒன்றும் போதுமே.**

சிவலோக நாதனே! உன்னால் எனது துன்பங்கள் நீங்கும் என்று நான் சிந்தை மகிழ்ந்திருந்தேன். ஆனால், நீயோ துன்பத்திற்கு இடமான உடம்பை அழித்து எனக்கு இன்பத்தைத் தரவில்லை. என்னை உனது பணிக்கு அழைத்துக் கொள்ளாமல் இப்படி உடம்பில் வைத்துத் துன்புறுத்துவது என்ன நியாயம்?

**ஒன்றும் போதா நாயேனை உய்யக் கொண்ட நின்கருணை
இன்றே இன்றிப் போய்த்தோதான் ஏழை பங்கா எம்கோவே
குன்றே அனைய குற்றங்கள் குணம்ஆம் என்றே நீகொண்டால்
என்தான் கெட்டது இரங்கிடாய் எண்தோள் முக்கண் எம்மானே.**

'இவன் எதற்கும் உதவாத ஈனன்' என்று அறிந்திருந்தும் நீ என்னை ஈடேற்றத் திருவுளம் கொண்டாய். அன்றிருந்த நின்கருணை இன்று எங்கே போயிற்று. என் குற்றங்களைக் குணமாகக் கொண்டால் உனக்கேதும் குறையாகுமோ? என்மீது இரங்கி அருள்புரிவாயாக.

**மான்நேர் நோக்கி மணவாளா மன்னே நின்சீர் மறப்பித்துஇவ்
ஊனேபுக என்தனை நூக்கி உழலப் பண்ணு வித்திட்டாய்
ஆனால் அடியேன் அறியாமை அறிந்து நீயே அருள்செய்து
கோனே கூவிக் கொள்ளும்நாள் என்றுஎன்று உன்னைக் கூறுவதே.**

உன் திருவுருவை மறந்தவனாய் இவ்வுடலில் என்னை இருக்கச் செய்தாய். உலகெங்கும் உனைத்தேடி அலையவிட்டாய். என் அறியாமையை அகற்றி எப்போது உன்னுடன் சேர்த்துக் கொள்ளப் போகிறாய்? அதன்பின் உன்னை நான் போற்றிப் பாடுவது எப்போது?

கூறும் நாவே முதலாகக் கூறும் கரணம் எல்லாம்நீ
தேறும் வகைநீ திகைப்பும்நீ தீமை நன்மை முழுதும்நீ
வேறு ஓர் பரிசுஇங்கு ஒன்றில்லை மெய்ம்மை உன்னை விரித்துஉரைக்கின்
தேறும் வகைஎன் சிவலோகா திகைத்தால் தேற்ற வேண்டாவோ.

சிவலோக நாதனே! உரைக்கின்ற நாவாகவும், நினைக்கின்ற மனதாகவும் இருப்பது நீயே. எனது அறிவும், திறனும் உன்னால் அமைந்தன. நன்மையும் தீமையும் நீ உகந்தபடியே. உனக்கு வேறாய் எதுவும் இல்லை. நான் திகைப்புறும் நிலைகளில் நீதான் என்னைத் தெளிவிக்க வேண்டும்.

வேண்டத் தக்கது அறிவோய்நீ வேண்ட முழுதும் தருவோய்நீ
வேண்டும் அயன்மாற்கு அரியோய்நீ வேண்டி என்னைப் பணிகொண்டாய்
வேண்டி நீயாதுஅருள் செய்தாய் யானும் அதுவே வேண்டின் அல்லால்
வேண்டும் பரிசு ஒன்று உண்டுஎன்னில் அதுவும் உன்தன் விருப்புஅன்றே.

உயிர்களின் தேவைகளை நீ உணர்ந்திருக்கிறாய். ஆனால், வேண்டிக் கேட்பின் வேண்டியதை மட்டும் வழங்கிடுவாய். நீ எனக்கு விருப்புடன் செய்கிற எதையும் நான் விரும்பியேற்கிறேன். என் தனி விருப்பம் ஏதேனும் உண்டோ என்று கேட்டால் அது உன்னிடத்தில் எனக்குள்ள அன்பேயாகும்.

அன்றே என்தன் ஆவியும் உடலும் உடைமை எல்லாமும்
குன்றே அனையாய் என்னைஆட் கொண்டபோதே கொண்டிலையோ
இன்றோர் இடையூறு எனக்குண்டோ எண்தோள் முக்கண் எம்மானே
நன்றே செய்வாய் பிழை செய்வாய் நானோ இதற்கு நாயகமே.

என் தலைவனே! எனது இன்ப, துன்ப அனுபவங்களுக்கு நான் காரணமல்ல. முன்பு, நீயென்னை ஆட்கொண்டபோதே என் உடல் பொருள் ஆவி அனைத்தும் உன்னுடையதாயிற்று.

நாயிற்கடைஆம் நாயேனை நயந்துநீயே ஆட்கொண்டாய்
மாயப் பிறவி உன்வசமே வைத்திட்டு இருக்கும் அதுவன்றி
ஆயக் கடவேன் நானோதான் என்னதோ இங்கு அதிகாரம்
காயத்து இடுவாய் உன்னுடைய கழற்கீழ் வைப்பாய் கண்ணுதலே.

எனது கீழ்மைகளை எண்ணாமல், என்னை விரும்பி நீயே ஆட்கொண்டாய். மாயையின் பாற்பட்ட பிறவியிது. இப்பிறப்பை உன்னிடம் ஒப்புவித்து, உன் ஆணைப்படி நடப்பேன். எதையும்

ஆராய்கிற அதிகாரம் எனக்கில்லை. உலகியல் சார்ந்த வாழ்வில் என்னை விட்டுவைப்பதோ உன் திருவடி நிழலில் சேர்த்துக் கொள்வதோ உன் விருப்பம்.

**கண்ணார் நுதலோய் கழல்இணைகள் கண்டேன் கண்கள் களிகூர
எண்ணாது இரவும் பகலும்நான் அவையே எண்ணும் அது அல்லால்
மண்மேல் யாக்கை விடுமாறும் வந்துஉன் கழற்கே புகுமாறும்
அண்ணா எண்ணக் கடவேனோ அடிமைசால அழகு உடைத்தே.**

என் கண்கள் குளிர உன் திருவருட் காட்சி கிடைக்கப் பெற்றேன். அந்தத் திருவடிகளை என் சிந்தையில் பதித்துக் கொண்டேன். நான் அறிந்ததும், என்னால் ஆவதும் அவ்வளவே. அதுவன்றி உடலைத் துறப்பதையும், உன் திருவடி சேரும் விதத்தையும் நானாக எப்படித் தீர்மானிக்க முடியும்? என் அடிமைத் தன்மை அத்தகையது.

**அழகே புரிந்திட்டு அடிநாயேன் அரற்று கின்றேன் உடையானே
திகழா நின்ற திருமேனி காட்டி என்னைப் பணிகொண்டாய்
புகழே பெரிய பதம்எனக்குப் புராண நீ தந்து அருளாதே
குழகா கோல மறையோனே கோனே என்னைக் குழைத்தாயே.**

பேரழகே, பெரும்பொருளே! உன்னைக் காண விரும்பி உன் அடிமையாகிய நான் அழுது அரற்றினேன். உன் திருமேனி காட்டி என்னை உனது ஊழியக்காரனாகும்படி பணித்தாய். புகழ் வடிவினனே! தீயிலிட்ட பொன்னாகத் துன்பத்தில் என்னைப் புடம் போட்டாய். நான் துன்புற்றதால் வாய்க்கட்டும் உன் திருவடிப்பேறு!

34. உயிருண்ணிப்பத்து

(திருப்பெருந்துறையில் அருளியது)

சிவானந்தம் மேலிடுதல்

பைந்நாப்பட அரவுஏர் அல்குல் உமைபாகம் அதாய்என்
மெய்ந்நாள் தொறும்பிரியா வினைக்கேடா விடைப்பாகா
செந்நாவலர் பரசும்புகழ்த் திருப்பெருந்துறை உறைவாய்
எந்நாள்களித்து எந்நாள் இறுமாக்கேன் இனியானே.

வினைத் தொடர்பை அறுப்பவனே! திருப்பெருந்துறை ஈசனே! செந்நாப் புலவர் போற்றும் சிறப்புடையவனே! உன் அருளைப் பெற்ற மகிழ்ச்சியில் நான் தன் வசமற்று இருப்பது எப்போது?

நான்ஆர் அடிஅணைவான் ஒருநாய்க்குத் தவிசுஇட்டு இங்கு
ஊன்ஆர் உடல்புகுந்தான் உயிர் கலந்தான் உளம் பிரியான்
தேனார்சடை முடியான் மன்னு திருப்பெருந்துறை உறைவான்
வானோர்களும் அறியாததோர் வளம் ஈந்தனன் எனக்கே.

அண்ணலின் திருவடி சேரும் தகுதி எனக்கேது? அவன் நாய்க்கு ஆசனமளிப்பது போல் எனக்கு நல்லருள் புரிந்தான். என் உடல், உயிர், உள்ளம் கலந்து பேரின்பம் அளித்தான். அவ்விதமாகத் தேவர்களும் அறியமுடியாத செல்வத்தை அவன் எனக்குத் தந்தருளினான்.

எனைநான் என்பது அறியேன் பகல்இரவுஆவதும் அறியேன்
மனவாசகம் கடந்தான் எனை மத்தோன்மத்தன் ஆக்கிச்
சினமால் விடை உடையான்மன்னு திருப்பெருந்துறை உறையும்
பனவன் எனைச் செய்த படிறு அறியேன் பரஞ் சுடரே.

என்னை ஆட்கொண்ட பெருமான் வாக்கிற்கும் மனதுக்கும் எட்டாதவன். ஆன்ம ஒளியாய் விளங்குபவன். என்னைப் பெரும் பித்தனாக்கினான். அவன் செய்த வஞ்சனையால் நான் என்னை அறியாதவனாய், நழுவிச் செல்லும் இரவுபகலை அறியாதவனாய் இருக்கிறேன்.

வினைக்கேடரும் உளரோபிறர் சொல்லீர் வியன்உலகில்
எனைத்தான் புகுந்து ஆண்டான் எனது என்பின்புரை உருக்கிப்
பினைத்தான் புகுந்து எல்லே பெருந்துறையில் உறைபெம்மான்
மனத்தான் கண்ணின் அகத்தான் மறுமாற்றத்து இடை யானே.

அவன் எனது உள்ளத்தில் புகுந்தான். உடலிலும், உயிரிலும் நிறைந்தான். கண்ணில் அவன், சொல்லில் அவன். இருவினையழிக்கும் திறன் அவனையன்றி வேறு எவருக்கு உண்டு.

பற்றுஆங்கு அவைஅற்றீர் பற்றும் பற்றுஆங்கு அதுபற்றி
நற்றுஆம் கதிஅடைவோம் எனின் கெடுவீர் ஓடிவம்மின்
தெற்றுஆர் சடைமுடியான் மன்னு திருப்பெருந்துறை இறைசீர்
கற்றுஆங்கு அவன்கழல் பேணினரொடும் கூடுமின்கலந்தே.

உலகப் பற்றுகளை ஒழித்து இறைப்பற்றுடையவராக இருங்கள். நற்பேற்றினை அடையும் எண்ணமிருந்தால் அவனது புகழை ஓதுங்கள், அடியார்களோடு இணக்கம் கொள்ளுங்கள்.

கடலின் திரைஅதுபோல்வரு கலக்கம் மலம்அறுத்துஎன்
உடலும் எனது உயிரும்புகுந்து ஒழியாவண்ணம் நிறைந்தான்
சுடரும் சுடர்மதிசூடிய திருப்பெருந்துறை உறையும்
படரும் சடைமகுடத்து எங்கள் பரன்தான் செய்த படிறே.

பிறை சூடிய பெருமான் தன் செஞ்சடையே திருமுடியாகக் கொண்டான். ஓயாது அடிக்கும் கடலலைபோல் என்னுள் உருவெடுக்கும் பாசங்களை அழித்து, என் உடம்பிலும் உயிரிலும் நீக்கமற நிறைந்தான் அவன். அந்த மேலோன் செய்த மாயம் இத்தகையது.

வேண்டேன் புகழ்வேண்டேன் செல்வம் வேண்டேன் மண்ணும் விண்ணும்
வேண்டேன் பிறப்பு இறப்பு சிவம் வேண்டார்தமை நாளும்
தீண்டேன் சென்று சேர்ந்தேன்மன்னு திருப்பெருந்துறை இறைதாள்
பூண்டேன் புறம்போகேன் இனிப் புறம்போகல் ஒட்டேனே.

எனக்குப் புகழோ, செல்வமோ வேண்டாம். மண்ணுலக வாழ்வோ, விண்ணுலக பதவியோ வேண்டாம். பிறப்பு, இறப்பு என்னும் சுழற்சியில் சிக்க வேண்டாம். சிவசிந்தை இல்லாதவர் உறவும் வேண்டாம். அண்ணலின் திருவடியில் தலை வைத்துக் கிடந்தால் போதும்.

கோல்தேன் எனக்கு என்கோ குரைகடல்வாய் அமுதுஎன்கோ
ஆற்றேன் எங்கள் அரனே அருமருந்தே எனது அரசே
சேற்றார் வயல் புடைசூழ்தரு திருப்பெருந்துறை உறையும்
நீற்றார்தரு திருமேனி நின்மலனே உனையானே.

திருப்பெருந்துறையில் வீற்றிருக்கும் மாசற்ற ஈசனே! உன்னை நான் கொம்புத் தேன் என்பேனோ? பாற்கடலில் எனக்குக் கிடைத்த அமுதம் என்பேனோ? உன்னை என்னவென்று சொல்வேன்? உனை விட்டு எங்கே செல்வேன்?

எச்சம் அறிவேன் நான்எனக்கு இருக்கின்றதை அறியேன்
அச்சோ எங்கள் அரனே அருமருந்தே எனதுஅமுதே
செச்சை மலர்புரை மேனியன் திருப்பெருந்துறை உறைவான்
நிச்சம் என நெஞ்சில்மன்னி யான்ஆகி நின்றானே.

பெருமானே! என் நெஞ்சத்தில் புகுந்து கலந்து நின்றாய். உலகமெல்லாம் காண்கின்ற நான் உள்ளிருக்கும் உன்னைக் கண்டுணரவில்லை.

வான் பாவிய உலகத்தவர் தவமே செய அவமே
ஊன் பாவிய உடலைச்சுமந்து அடவி மரம் ஆனேன்
தேன்பாய்மலர்க் கொன்றைமன்னு திருப்பெருந்துறை உறைவாய்
நான் பாவியன் ஆனால் உனை நல்காய் எனலாமே.

சிவபிரானே! விண்ணுலகத் தேவரெல்லாம் உன்னையெண்ணி தவம் செய்கின்றனர். நானோ கானகத்து மரம்போல் உடல் தாங்கி நிற்கின்றேன். என்னைத் தீவினையேன் எனக்கருதி நீ அருளாமல் விடலாமோ?

35. அச்சப் பத்து

(தில்லையில் அருளியது)

ஆனந்தம் உறுதல்

புற்றில்வாள் அரவும் அஞ்சேன் பொய்யர்தம் மெய்யும் அஞ்சேன்
கற்றைவார் சடைஎம் அண்ணல் கண்ணுதல் பாதம் நண்ணி
மற்றும்ஓர் தெய்வம் தன்னை உண்டுஎன நினைந்து எம்பெம்மாற்கு
கற்றிலாதவரைக் கண்டால் அம்ம நாம் அஞ்சுமாறே.

நான் புற்றில் இருக்கும் பாம்புக்கு அஞ்சமாட்டேன். பொய்யை மெய்போல் உரைப்பவரைக் கண்டு அஞ்சமாட்டேன். ஆனால், நெற்றிக் கண்ணுடைய எம்பெருமான் அருளைப் பெற வந்த பின்னும், மற்றொரு தெய்வத்தின்பால் மனம் வைப்பவரைக் கண்டால் அஞ்சுவேன்.

வெருவரேன் வேட்கை வந்தால் வினைக்கடல் கொளினும் அஞ்சேன்
இருவரால் மாறு காணா எம்பிரான் தம்பிரானாம்
திருவுரு அன்றி மற்றுஓர் தேவர் எத்தேவர் என்ன
அருவரா தவரைக் கண்டால் அம்ம நாம் அஞ்சுமாறே.

நான் பேராசைக்கு அஞ்சமாட்டேன், வினை மூண்டு வரும் விளைவுக்கு அஞ்சமாட்டேன். சிவனார் திருவடி கண்டுமகிழாமல் மற்ற தேவர்களை மதிப்போரைக் கண்டால் எனக்கு ஏற்படும் அச்சத்துக்கு அளவேது?

வன்புலால் வேலும் அஞ்சேன் வளைக்கையார் கடைக்கண் அஞ்சேன்
என்புஎலாம் உருக நோக்கி அம்பலத்து ஆடுகின்ற
என்பொலா மணியை ஏத்தி இனிது அருள் பருகமாட்டா
அன்பு இலாதவரைக் கண்டால் அம்ம நாம் அஞ்சுமாறே.

பெருவலிமை கொண்ட வேலுக்கு அஞ்சமாட்டேன். அழகிய பெண்களின் கடைக்கண் பார்வைக்கு அஞ்சமாட்டேன். அம்பலத்தாடுவான் அருள் பெற ஆர்வம் இல்லாதவரைக் கண்டால் அஞ்சுவேன்.

கிளியனார் கிளவி அஞ்சேன் அவர்கிறி முறுவல் அஞ்சேன்
வெளியநீறு ஆடும் மேனி வேதியன் பாதம் நண்ணித்
துளிஉலாம் கண்ணர் ஆகித் தொழுதுஅழுது உள்ளம் நெக்குஇங்கு
அளி இலாதவரைக் கண்டால் அம்ம நாம் அஞ்சுமாறே.

பெண்களின் கொஞ்சு மொழிக்கோ, வஞ்சகம் நிறைந்த புன்னகைக்கோ நான் அஞ்சமாட்டேன். எம் இறைவனின் திருவடியை அடைந்து, உள்ளம் நெகிழ்ந்து உருகாதவரைக் கண்டால் அஞ்சுவேன்.

பிணிஎலாம் வரினும் அஞ்சேன் பிறப்பினோடு இறப்பும் அஞ்சேன்
துணிநிலா அணியினான் தன் தொழும்பரோடு அழுந்தி அம்மால்
திணிநிலம் பிளந்தும் காணாச் சேவடி பரவி வெண்ணீறு
அணிகிலா தவரைக் கண்டால் அம்ம நாம் அஞ்சுமாறே.

நான் பிணிகள் வருமெனில் அஞ்சமாட்டேன், பிறப்பு, இறப்பு பற்றிய அச்சம் எனக்கில்லை. பிறைசூடிய பெருமானின் அடியார் கூட்டத்துடன் பழகவும், திருநீறு அணியவும் தயங்குவோர் தமைக் கண்டால் அஞ்சுவேன்.

வாள்உலாம் எரியும் அஞ்சேன் வரை புரண்டிடினும் அஞ்சேன்
தோள்உலாம் நீற்றன் ஏற்றன் சொற்பதம் கடந்த அப்பன்
தாள தாமரைகள் ஏத்தித் தடமலர் புனைந்து நையும்
ஆள்அலா தவரைக் கண்டால் அம்ம நாம் அஞ்சுமாறே.

சுவாலை விட்டெரியும் தீயைக் கண்டு அஞ்சமாட்டேன், மலையே தலைகீழாகப் புரண்டாலும் அச்சமில்லை. பெருமான் திருவடி சேர்ந்து, சேவை புரியாதவரைக் கண்டால் அஞ்சுவேன்.

தகைவுஇலாப் பழியும் அஞ்சேன் சாதலை முன்னம் அஞ்சேன்
புகைமுகந்து எரிமை வீசிப் பொலிந்த அம்பலத்துள் ஆடும்
முகைநகைக் கொன்றை மாலை முன்னவன் பாதம்ஏத்தி
அகம்நெகா தவரைக் கண்டால் அம்ம நாம் அஞ்சுமாறே.

தகாத பழிக்கு அஞ்சமாட்டேன். முந்தி வரும் சாவுக்கும் அஞ்சமாட்டேன். பொன்னம்பலத்தானின் திருவடி போற்றி மனம் கசியாதவரைக் கண்டால் நான் கொள்ளும் அச்சத்துக்கு அளவேது?

தறிசெறி களிறும் அஞ்சேன் தழல்விழி உழுவை அஞ்சேன்
வெறிகமழ் சடையன் அப்பன் விண்ணவர் நண்ண மாட்டாச்
செறிதரு கழல்கள் ஏத்திச் சிறந்தினிது இருக்கமாட்டா
அறிவுஇலா தவரைக் கண்டால் அம்ம நாம் அஞ்சுமாறே.

கோபமுடன் கட்டுத் தறியை அசைத்துப் பார்க்கும் யானைக்கு அஞ்சமாட்டேன். கண்களில் தீப்பொறி பறக்கும் புலிக்கும் அஞ்சமாட்டேன். செஞ்சடைப் பெருமான் திருவடி போற்றி, இன்புற்று அறியாதவரைக் கண்டால் மிக அஞ்சுவேன்.

மஞ்சுஉலாம் உருமும் அஞ்சேன் மன்னரோடு உறவும் அஞ்சேன்
நஞ்சமே அமுதம் ஆக்கும் நம்பிரான் எம்பிரானாய்ச்
செஞ்செவே ஆண்டு கொண்டான் திருமுண்டம் தீட்ட மாட்டாது
அஞ்சுவார் அவரைக் கண்டால் அம்ம நாம் அஞ்சுமாறே.

முழங்கும் இடிக்கு அஞ்ச மாட்டேன், அரசருடன் பழகவும் அஞ்ச மாட்டேன். ஆனால், நஞ்சினை அமுதாய் ஏற்ற எம்பெருமானின் திருநீறு பூசத் தயங்குவோரைக் கண்டால் வரும் அச்சத்துக்கு அளவேது?

கோணிலா வாளி அஞ்சேன் கூற்றுவன் சீற்றம் அஞ்சேன்
நீணிலா அணியினானை நினைந்து நைந்து உருகிநெக்கு
வாணிலாம் கண்கள் சோர வாழ்த்தி நின்றுஏத்த மாட்டா
ஆணலா தவரைக் கண்டால் அம்ம நாம் அஞ்சுமாறே.

நான் கொலைத் தன்மை உடைய அம்புக்கு அஞ்சமாட்டேன். சிவபெருமானைச் சிந்தையில் தேக்கி, கண்களில் ஆனந்தக் கண்ணீர் பெருக்கி அவரைப் போற்றி வணங்காதவரின் உறுதியற்ற தன்மை கண்டு அஞ்சுவேன்.

36. திருப்பாண்டிப் பதிகம்

(திருப்பெருந்துறையில் அருளியது)

சிவானந்த விளைவு

பருவரை மங்கைதன் பங்கரைப் பாண்டியற்கு ஆரமுதாம்
ஒருவரை ஒன்றும் இலாதவரைக் கழல் போது இறைஞ்சித்
தெரிவர நின்று உருக்கிப் பரிமேற் கொண்ட சேவகனார்
ஒருவரை அன்றி உருவுஅறியாது என்தன் உள்ளம்அதே.

மலையரையன் மகளான உமாதேவியைத் தனது பாகமாய்க் கொண்டவன் எம்பெருமான். அவன் பாண்டிய மன்னனுக்கு அமிர்தம் போன்றவன். குதிரைமேல் வந்து கண்டார் மனம் உருகச் செய்தவனை வணங்குகிறேன். சிவனன்றி வேறு தெய்வங்களின் வடிவத்தை நான் அறியேன்.

சதுரை மறந்து அறிமால் கொள்வர் சார்ந்தவர் சாற்றிச் சொன்னோம்
கதிரை மறைத்தன்ன சோதி கழுக்கடை கைப்பிடித்துக்
குதிரையின் மேல்வந்து கூடிடு மேல் குடிகேடு கண்டீர்
மதுரையர் மன்னன் மறுபிறப்பு ஓட மறித்திடுமே.

இறைவன் சூரியனுக்கே ஒளிதந்த மூலஒளி. அவன் சூலத்தைக் கையிலேந்தி குதிரை மேல் வரக் கண்டவர்க்கு பிறவிப் பிணி நீங்கிவிடும். அவ்வாறு வந்துதான் மதுரைக்கு அரசனாகிய பாண்டியனின் பிறவிப் பிணியை நீக்கியது.

நீர்இன்ப வெள்ளத்துள் நீந்திக் குளிக்கின்ற நெஞ்சம் கொண்டீர்
பார்இன்ப வெள்ளம் கொளப் பரிமேற் கொண்ட பாண்டியனார்
ஓர்இன்ப வெள்ளத்து உருக்கொண்டு தொண்டரை உள்ளம் கொண்டார்
பேரின்ப வெள்ளத்துள் பெய்கழலே சென்று பேணுமினே.

உலகியல் சார்ந்த இன்பத்தில் மனம் வைத்தவர்களே! அது நீர்மேல் எழுத்து போன்றது. நிலையான இன்பத்தை எல்லார்க்கும் வழங்கவே சிவபிரான் குதிரைச் சேவகனாய் வந்தான். அடியார்களின் உள்ளத்தை அவன் வசப்படுத்தினான். அவனே பேரின்பப் பெருக்கு, அதில் மூழ்கித் திளைப்பீராக.

செறியும் பிறவிக்கு நல்லவர் செல்லன்மின் தென்னன் நன்னாட்டு
இறைவன் கிளர்கின்ற காலம் இக்காலம் எக்காலத்துள்ளும்
அறிவுஒண் கதிர்வாள் உறைகழித்து ஆனந்த மாக்கடவி
எறியும் பிறப்பை எதிர்ந்தார் புரள இருநிலத்தே.

நல்லவர்கள் பிறவிகள் தொடரவோ, பிறவித் துன்பம் பெருகவோ கூடிய காரியங்களைச் செய்யலாகாது. எம்பெருமான் ஞானவாள் ஏந்தி, ஆனந்தமாகிய குதிரைமேல் ஏறி வருகிறான். எதிர்ப்படுவோரின் பிறவித் துன்பம் என்கிற மரத்தை அவன் வேரோடு சாய்ப்பான்.

காலம் உண்டாகவே காதல்செய்து உய்மின் கருதுஅரிய
ஞாலம் உண்டானொடு நான்முகன் வானவர் நண்அரிய
ஆலம் உண்டான் எங்கள் பாண்டிப் பிரான்தன் அடியவர்க்கு
மூல பண்டாரம் வழங்குகின்றான் வந்து முந்துமினே.

இறைவன் தன் கருவூலத்தில் இருந்து சிவானந்த போகம் என்னும் செல்வத்தைத் தனது அடியார்களுக்கு வழங்குகிறான். விரைவாக வந்து முந்திக் கொள்ளுங்கள். அவனிடம் அன்பு கொண்டு ஈடேறப் பாருங்கள்.

ஈண்டிய மாயா இருள்கெட எப்பொருளும் விளங்கத்
தூண்டிய சோதியை மீனவனும் சொல்ல வல்லன் அல்லன்
வேண்டிய போதே விலக்கிலை வாய்தல் விரும்புமின் தாள்
பாண்டியனார் அருள் செய்கின்ற முத்திப் பரிசுஇதுவே.

ஞானமூர்த்தி குதிரை மீது ஏறி வந்தான். அவனது பேரொளியில் மாயை என்னும் காரிருள் அகன்றது. எல்லாம் தெளிவாகிறது. அந்த அருட்சோதி இத்தன்மையது என்று விளக்கக்கூடியவர் யார்? (யாருமில்லை). அவனை அடைய விரும்புகிறவர் அடைய முடியும், தடையேதுமில்லை. நற்கதி (முத்திப்பேறு) அளிப்பவன் அவனே?

மாயவனப் பரிமேல் கொண்டு மற்றுஅவர் கைக்கொளலும்
போய்அறும் இப்பிறப்பு என்னும் பகைகள் புகுந்தவருக்கு
ஆய அரும்பெருஞ் சீருடைத் தன்அருளே அருளும்
சேய நெடும்கொடைத் தென்னவன் சேவடி சேர்மின்களே.

இந்த உலக வாழ்க்கை ஒரு மாயை. அதனை உணர்த்தவே அவன் மாயக் குதிரையில் மானுட உருவெடுத்து வந்தான். அவனை அணுகியதுமே மாயையும் அதன் விளைவாகிய பிறப்பும், இறப்பும் இல்லாதொழியும். சிவனுடைய அருளைப் பெறுங்கள். அதுவே நிலைபேறுடையது. அவனது திருவடியே நமக்குப் புகலிடம்.

அழிவுஇன்றி நின்றதுஓர் ஆனந்த வெள்ளத்திடை அழுத்திக்
கழிவுஇல் கருணையைக் காட்டிக் கடிய வினைஅகற்றிப்
பழமலம் பற்றுஅறுத்து ஆண்டவன் பாண்டிப் பெரும்பதமே
முழுதுஉலகும் தருவான் கொடையே சென்று முந்துமினே.

என்றும் நிலைத்திருக்கும் ஞானானந்த வெள்ளத்தில் இறைவன் என்னைத் திளைக்கச் செய்தான். எனது பிறவித் துன்பத்துக்குக் காரணமான வினைகளை அவன் அகற்றினான். இம்மைக்கான

உலக இன்பங்களைத் தருவதோடு, மறுமையில் சிவ சாயுச்சியம் (ஐக்கியமாதல்) பெறவும் அருள் புரிவான்.

விரவிய தீவினை மேலைப் பிறப்பு முந்நீர் கடக்கப்
பரவிய அன்பரை என்புஉருக்கும் பரம் பாண்டியனார்
புரவியின் மேல்வரப் புந்தி கொளப்பட்ட பூங்கொடியார்
மரஇயல் மேற்கொண்டு தம்மையும் தாம்அறியார் மறந்தே.

'எங்கள் வினை தீர்த்திடும், பெருமானே!' என்று அன்பர்கள் இறைவனை வழிபட்டனர். அவர்களிடம் அன்பிரக்கம் கொண்டவனாய் அவன் குதிரை மீது வந்தருளினான். அப்போது அவர்கள் தம்மை மறந்து, சிவனை நினைந்து மரம் போல் நின்றனர்.

கூற்றை வென்று ஆங்குஐவர் கோக்களையும் வென்று இருந்த அழகால்
வீற்றிருந்தான் பெருந்தேவியும் தானும்ஓர் மீனவன்பால்
ஏற்றுவந்து ஆர்உயிர் உண்ட திறல் ஒற்றைச் சேவகனே
தேற்றம் இலாதவர் சேவடி சிக்கெனச் சேர்மின்களே.

சிவன் எமனையும், ஐம்புலன்களாகிய அரசர்களையும் வென்று, தானும் தேவியுமாய் பாண்டியன் முன் காட்சி தந்தான். பாண்டியனின் பசுஞானத்தை (தத்துவ ஞானம்) ஒழித்து, பதிஞானத்தை (இறை ஞானம்) வழங்கினான் இறைவன். அண்ணலின் திருவடியைப் பற்றிக் கொண்டால் தெளிவு பெறலாம்.

37. பிடித்த பத்து

(திருத்தோணிபுரத்தில் அருளியது)

முத்திக் கலப்புரைத்தல்

உம்பர்கட்கு அரசே ஒழிவற நிறைந்த
யோகமே ஊற்றையேன் தனக்கு
வம்புஎனப் பழுத்தஎன் குடிமுழுது ஆண்டு
வாழ்வுஅற வாழ்வித்த மருந்தே
செம்பொருள் துணிவே சீர்உடைக் கழலே
செல்வமே சிவபெருமானே
எம்பொருட்டு உன்னைச் சிக்கெனப் பிடித்தேன்
எங்கு எழுந்தருளுவது இனியே.

தேவர்களின் தலைவனே! மகாதேவ! எங்கும் நீக்கமற நிறைந்திருக்கும் பொருளே! எனது பாசத்தை அழித்து சிவப்பேறு வழங்கிய அமுதமே. உன்னை நான் இறுகப் பற்றினேன். அடியவனாகிய என்னை விட்டு நீ எங்கே செல்வாய்.

விடைவிடாது உகந்த விண்ணவர் கோவே
வினையனே னுடைய மெய்ப்பொருளே
முடைவிடாது அடியேன் மூத்துஅற மண்ணாய்
முழுப்புழுக் குரம்பையில் கிடந்து
கடைபடா வண்ணம் காத்துஎனை ஆண்ட
கடவுளே கருணை மாகடலே
இடைவிடாது உன்னைச் சிக்கெனப் பிடித்தேன்
எங்கு எழுந்தருளுவது இனியே.

இடப வாகனனே! வினைகளைச் சுமக்கவே பிறவி எடுத்த என்னை வாழ்விக்கும் மெய்ப் பொருளே! மீண்டும் பிறவிக்கு வந்து சீரழியாதபடி என்னைக் காத்தருள்பவனே! உன்னை நான் உறுதியாகப் பற்றிக் கொண்டேன். இனி நீ எங்கே செல்வாய்?

அம்மையே அப்பா ஒப்பிலா மணியே
அன்பினில் விளைந்த ஆரமுதே
பொய்ம்மையே பெருக்கிப் பொழுதினைச் சுருக்கும்
புழுத்தலைப் புலையனேன் தனக்குச்
செம்மையே ஆய சிவபதம் அளித்த
செல்வமே சிவபெருமானே
இம்மையே உன்னைச் சிக்கெனப் பிடித்தேன்
எங்கு எழுந்தருளுவது இனியே.

எமக்குத் தாயும் தந்தையும் ஆனவரே! நான் பொய்மையான செயல்களையே அதிகம் செய்தேன். காலத்தை வீணில் கழித்தேன். கடைப்பட்டவனாகிய எனக்கு மேலான நற்கதியைக் (சிவபதத்தை) கொடுத்தாய். அருட்செல்வமே, உன்னை நான் பற்றிக் கொண்டேன். என்னைவிட்டு எங்கே நீ இனியும் எழுந்தருள்வது?

அருளுடைச் சுடரே அளிந்ததுஓர் கனியே
பெருந்திறல் அருந்தவர்க்கு அரசே
பொருளுடைக் கலையே புகழ்ச்சியைக் கடந்த
போகமே யோகத்தின் பொலிவே
தெருளிடத்து அடியார் சிந்தையுள் புகுந்த
செல்வமே சிவபெருமானே
இருளிடத்து உன்னைச் சிக்கெனப் பிடித்தேன்
எங்கு எழுந்தருளுவது இனியே.

இன்பம் நிறைந்த அருட்பெருஞ் சோதியே! முதிர்ந்த ஞானக்கனியே! தவத்தின் மிக்காரின் அருந்தவமே! நீ உரை கடந்தவன், உணர்வினால் மட்டுமே அனுபவிக்கப்படுகிற பொருள். இந்த அஞ்ஞான உலகில் உழல்கின்ற நான் (எனக்கு உவகை தரும் ஒளியாய்) உன்னையே பற்றிக் கொண்டேன். நீ காட்சி கொடுத்தருள்க!

ஒப்பு உனக்கு இல்லா ஒருவனே அடியேன்
உள்ளத்துள் ஒளிர்கின்ற ஒளியே
மெய்ப்பதம் அறியா வீறு இலியேற்கு
விழுமியது அளித்ததுஓர் அன்பே
செப்புதற்கு அரிய செழுஞ்சுடர் மூர்த்தீ
செல்வமே சிவபெருமானே
எய்ப்புஇடத்து உன்னைச் சிக்கெனப் பிடித்தேன்
எங்கு எழுந்தருளுவது இனியே.

இரண்டறக் கலந்து நிற்கும் இணையற்ற பொருளே! என் சித்தத்தில் ஒளிவீசும் ஞானதீபமே! எது சாசுவத நிலை (மெய்ப்பதம்) என்று அறிந்திராத எனக்கு இறையுணர்வை நீ தந்தாய். அன்பே வடிவெடுத்த ஐயனே! உன்னால் உயர்நிலை கண்டேன். சொல்லில் அடங்காத சுடர்க் காட்சியே! இளைப்புற்ற நான் உன்னை இறுகப் பிடித்தேன். என்னை நீ ஆட்கொள்வாயாக!

அறவையேன் மனமே கோயிலாக்கொண்டு ஆண்டு
அளவுஇலா ஆனந்தம் அருளிப்
பிறிவிவேர் அறுத்து என்குடி முழுதுஆண்ட
பிஞ்ஞகா பெரிய எம்பொருளே
திறவிலே கண்ட காட்சியே அடியேன்
செல்வமே சிவபெருமானே

இறவிலே உன்னைச் சிக்கெனப் பிடித்தேன்
எங்கு எழுந்தருளுவது இனியே.

நீ ஆதரவற்றுக் கிடந்த என்னை ஆட்கொண்டாய். என் உள்ளம் உனது கோயிலாயிற்று. அதனால் விளைந்தது பேரானந்தம். என் பிறவிப் பிணி நீங்கியது. இந்தப் பிறப்பு வீணில் கழிந்து இறப்பு நேர்வதற்கு முன் உன்னை நான் இறுகப் பற்றினேன். நீ எப்போதும் என் காட்சியில் இருப்பாயாக.

பாசவேர் அறுக்கும் பழம்பொருள் தன்னைப்
பற்றுமாறு அடியனேற்கு அருளிப்
பூசனை உகந்துஎன் சிந்தையுள் புகுந்து
பூங்கழல் காட்டிய பொருளே
தேசுடை விளக்கே செழுஞ்சுடர் மூர்த்தீ
செல்வமே சிவபெருமானே
ஈசனே உன்னைச் சிக்கெனப் பிடித்தேன்
எங்கு எழுந்தருளுவது இனியே.

பற்றுகளின் வேர்களை அடியோடு களைகின்ற பழம் பொருளே! உன்னைப் பற்றிக் கொள்ள வழிகாட்டிய ஞான ஒளியே! அருள்புரிந்து என்னுள் புகுந்த மெய்ப் பொருளே! உன்னை நான் உறுதியாகப் பற்றினேன். என்னை உன் வசமாக்கிக் கொள்.

அத்தனே அண்டர் அண்டமாய் நின்ற
ஆதியே யாதும் ஈறுஇல்லாச்
சித்தனே பத்தர் சிக்கெனப் பிடித்த
செல்வமே சிவபெருமானே
பித்தனே எல்லா உயிருமாய்த் தழைத்துப்
பிழைத்தவை அல்லையாய் நிற்கும்
எத்தனே உன்னைச் சிக்கெனப் பிடித்தேன்
எங்கு எழுந்தருளுவது இனியே.

அண்டவெளிக்கு அப்பாலும் நின்றுலாவும் சிவபெருமானே! நீ ஞான சொரூபன். நீ உயிர்களாகியும் அவற்றில் இருந்து வேறுபட்டு தனியனாகவும் உள்ளாய். மாயங்கள் செய்பவனே! உன்னையே உறுதுணையாகக் கொண்டுள்ளேன், என்னை ஏற்று அருள்க.

பால்நினைந்து ஊட்டும் தாயினும்சாலப்
பரிந்து நீ பாவியேனுடைய
ஊனினை உருக்கி உள்ஒளி பெருக்கி
உலப்புஇலா ஆனந்தம் ஆய
தேனினைச் சொரிந்து புறம்புறம் திரிந்த
செல்வமே சிவபெருமானே

கற்றறியேன் கலைஞானம் கசிந்துஉருகேன் ஆயிடினும்
மற்றறியேன் பிறதெய்வம் வாக்குஇயலால் வார்கழல்வந்து
உற்றுஇறுமாந்து இருந்தேன் எம்பெருமானே அடியேற்குப்
பொற்றவிசு நாய்க்குஇடுமாறு அன்றே நின்பொன் அருளே.

நான் ஞான நூல்களைக் கற்றதில்லை. என்னிடம் அருள்தாகம் ஏற்பட்டிருக்கவில்லை. நான் அறிந்ததெல்லாம் உன்னை மட்டும்தான். உன்னைச் சார்ந்தது குறித்து தற்பெருமை கொண்டேன். அத்தகைய என்னை நீ ஆட்கொண்டது நாய்க்குப் பொன்னாலாகிய இருக்கை கிடைத்தது போலாம்.

பஞ்சாய அடிமடவார் கடைக்கண்ணால் இடர்ப்பட்டு
நஞ்சாய துயர்கூர நடுங்குவேன் நின்அருளால்
உய்ஞ்சேன் எம்பெருமானே உடையானே அடியேனை
அஞ்சேல் என்று ஆண்டவாறுஅன்றே அம்பலத்து அமுதே.

அழகிய பெண்களின் ஓரக் கண்பார்வையில் இம்சைக்கு உள்ளாகி இருந்த நான், அம்பலவா நீ என்னை ஆட்கொண்டதால் அன்றோ உயிர் பிழைத்தேன். எனக்கு உன் திருவருள் நற்பேறு!

என்பாலைப் பிறப்புஅறுத்து இங்கு இமையவர்க்கும் அறியஒண்ணாத்
தென்பாலைத் திருப்பெருந்துறை உறையும் சிவபெருமான்
அன்பால்நீ அகம்நெகவே புகுந்தருளி ஆட்கொண்டது
என்பாலே நோக்கியவாறு அன்றே எம்பெருமானே.

தென்திசையில் உள்ள திருப்பெருந்துறைப் பெருமானே! என் பிறவித் தொடர்ச்சியை அறுத்தாய். என்மீது உனக்குள்ள கருணை என்னை நெகிழச் செய்தது.

மூத்தானே மூவாத முதலானே முடிவில்லா
ஒத்தானே பொருளானே உண்மையுமாய் இன்மையுமாய்ப்
பூத்தானே புகுந்துஇங்குப் புரள்வேனைக் கருணையினால்
பேர்த்தேநீ ஆண்டவாறு அன்றே எம்பெருமானே.

அனைவர்க்கும் முன்னவனே! என்றும் இளமையோடு இருக்கும் மூலப்பொருளே! ஓதப்படும் வேத சொரூபியே! மெய்ப்பொருள் நீ, மாயை நீ! உலகச் சிறுமையில் உழலும் என்னை உனது நெறிக்கு நீ கொண்டு வந்தது வியத்தற்குரியது.

மருவு இனியமலர்ப்பாதம் மனத்தில் வளர்ந்து உள்ளுருகத்
தெருவுதொறும் மிகஅலறிச் சிவபெருமான் என்றுஏத்திப்
பருகியநின் பரங்கருணைத் தடங்கடலில் படிவாமாறு
அருள்எனக்கு இங்குஇடைமருதே இடம்கொண்ட அம்மானே.

ஈசனே! உன் வாசமலர்த் திருவடிகள் என் மனத்திடை தோய்ந்து வளரவும் எனதுள்ளம் உருகத் தொடங்கியது. தன்னை மறந்தவனாய், 'சிவபிரானே' என்று கூவியபடி தெருக்களில் நான் திரியலானேன். உன் கருணைக் கடலில் நான் திளைத்திருக்க அருள்வாயாக.

நானேயோ தவம்செய்தேன் சிவாயநம எனப்பெற்றேன்
தேனாய் இன்அமுதமுமாய்த் தித்திக்கும் சிவபெருமான்
தானேவந்து எனதுள்ளம் புகுந்து அடியேற்கு அருள்செய்தான்
ஊன்ஆரும் உயிர்வாழ்க்கை ஒறுத்தஅன்றே வெறுத்திடவே.

தேனாய், அமுதமாய் தித்திக்கும் சிவபெருமானே! 'சிவாய நம' எனும் திருவைந்தெழுத்தை உன் அருளால் பெற்றேன், என் சுய முயற்சியால் அல்ல. அது என் தவப்பேறு. உன்னால் அருளப் பெற்றதுமே, இந்த உடல் வாழ்க்கையை நான் வெறுத்து ஒதுக்கலானேன்.

39. திருப்புலம்பல்

(திருவாரூரில் அருளியது)

சிவானந்த முதிர்வு

பூங்கமலத்து அயனொடுமால் அறியாத நெறியானே
கோங்குஅலர்சேர் குவிமுலையாள் கூறாவெண்ணீறுஆடி
ஓங்குஎயில்சூழ் திருவாரூர் உடையானே அடியேன்நின்
பூங்கழல்கள் அவை அல்லாது எவையாதும் புகழேனே.

அறிவுக்கெட்டாத, அனைத்தையும் கடந்த மேலோனே! உடலுடன் கூடிய உயிர் வாழ்க்கையை ஒழிப்பதே உன்னை அடைவதற்கான உபாயம். உன் திருவடியன்றி வேறு எதையும் நான் போற்ற மாட்டேன்.

சடையானே தழல்ஆடி தயங்கு மூஇலைச்சூலப்
படையானே பரஞ்சோதீ பசுபதீ மழவெள்ளை
விடையானே விரிபொழில்சூழ் பெருந்துறையாய் அடியேன்நான்
உடையானே உனைஅல்லாது உறுதுணை மற்றுஅறியேனே.

அனல்மா நடனம் புரிபவனே! திரிசூலப் படையோனே! சுயம் பிரகாசக் கடவுளே! எனக்கு உற்ற துணையாக உன்னையன்றி வேறொன்றை நான் அறியேன்.

உற்றாரை யான்வேண்டேன் ஊர்வேண்டேன் பேர்வேண்டேன்
கற்றாரை யான்வேண்டேன் கற்பனவும் இனிஅமையும்
குற்றாலத்து அமர்ந்து உறையும் கூத்தா உன்குரை கழற்கே
கற்றாவின் மனம்போலக் கசிந்துஉருக வேண்டுவனே.

குற்றால நாதனே! எனக்கென்று ஓர் ஊரும் வேண்டாம். என் சுற்றம் என்று யாரும் வேண்டாம். இவற்றால் பெருமை அடைய நான் எண்ணவில்லை. நன்னெறி கல்லாதவரை நான் விரும்ப மாட்டேன். பசுவானது கன்றிடம் வைக்கும் பற்றுதல் போல் உன் திருவடிக்கு நான் கசிந்துருக வேண்டும்.

40. குலாப் பத்து

(தில்லையில் அருளியது)

அனுபவம் இடையீடு படாமை

ஓடும் கவந்தியுமே உறவுஎன்றிட்டு உள்கசிந்து
தேடும் பொருளும் சிவன்கழலே எனத்தெளிந்து
கூடும் உயிரும் குமண்டையிடக் குனித்துஅடியேன்
ஆடும் குலாத்தில்லை ஆண்டானைக் கொண்டன்றே.

என்னிடம் உள்ள திருவோடும், கோவணமுமே என் உடைமை ஆகும். சிவனார் திருவடியே எனது குறிக்கோள் என்பேன். என் உடலும், உயிரும் ஆனந்தமடைய அம்பலவாணனைப் பற்றிக் கொண்டு நான் கூத்தாடுவேன்.

துடிஏர் இடுகிடைத் தூய்மொழியார் தோள்நசையால்
செடிஏறு தீமைகள் எத்தனையும் செய்திடினும்
முடியேன் பிறவேன் எனைத்தனதாள் முயங்குவித்த
அடியேன் குலாத்தில்லை ஆண்டானைக் கொண்டன்றே.

பெண்களின் சிற்றிடை, தேன்மொழி, சீரான தோள்கள் இவற்றால் தூண்டப்பட்டு எத்தனையோ தவறுகளை நான் செய்திருப்பேன். ஆனால் எனக்கு பிறப்பு, இறப்பு வினைத் தொடர்ச்சியில்லை. நான் தில்லையில் விளங்கும் நடராசப் பெருமானைப் பற்றியுள்ளேன்.

என்புஉள் உருக்கி இருவினையை ஈடுஅழித்துத்
துன்பம் களைந்து துவந்துவங்கள் தூய்மைசெய்து
முன்பு உள்ளவற்றை முழுதுஅழிய உள்புகுந்த
அன்பின் குலாத்தில்லை ஆண்டானைக் கொண்டன்றே.

தில்லையாண்டவரே ! இருவினைகளாகிய சஞ்சிதம், பிரார்த்தம் இவற்றை ஒழித்து, இவற்றால் உண்டாகிற துன்பத்தைப் போக்கி, தொடர்புகளை அறுத்து என்னைத் தூய்மைப்படுத்திய உன்னை நான் பற்றிக் கொண்டேன்.

விளக்கம் : சென்ற பிறவிகளில் செய்யப்பட்டு, பலன் அனுபவிக்காமல் நின்ற கன்மம் சஞ்சித கன்மம் ஆகும். சஞ்சிதம் என்றால் ஈட்டியது. ஊழ்வினை அல்லது அனுபவிக்கும் கன்மம் பிரார்த்தம்.

குறியும் நெறியும் குணமும்இலார் குழாங்கள்தமைப்
பிறியும் மனத்தார் பிறிவுஅரிய பெற்றியனைச்
செறியும் கருத்தில் உருத்த அமுதாம் சிவபதத்தை
அறியும் குலாத்தில்லை ஆண்டானைக் கொண்டன்றே.

இறைவனை அடையும் குறிக்கோள், அதற்கான வழி, அவ்வழியில் செல்லும் பண்பு இவை இல்லாதவர்களுடன் மெய்யடியார்கள் பொருந்தியிருப்பதில்லை. (அவர்களை விட்டு விலகிச் சென்று விடுவார்கள்). அத்தகைய மெய்யடியார்களை ஒருபோதும் பிரியா திருப்பவன் இறைவன். அன்பு நிறைந்த உள்ளத்தில் விரும்பியே உருக்கொண்டு அமுதமாய் இனிப்பான் அவன். அந்தச் சிவனார் திருவடியைச் சிந்தையில் நான் பற்றிக் கொண்டேன்.

பேரும் குணமும் பிணிப்புஉறும் இப்பிறவிதனைத்
தூரும் பரிசுதுரிசு அறுத்துத் தொண்டர்எல்லாம்
சேரும் வகையால் சிவன்கருணைத் தேன்பருகி
ஆரும் குலாத்தில்லை ஆண்டானைக் கொண்டன்றே.

பிறந்தபின் அமைவன பேரும், பண்பும், அதைத் தொடர்ந்து வருவன மும்மலக் குற்றங்கள். சிவானந்தத் தேனுண்ட அடியார்கள் தங்கள் குற்றங்கள் நீங்கி மனநிறைவு கொண்டனர். நானும் அவ்விதமாகத் தில்லையில் விளங்கும் இறைவனைப் பற்றினேன்.

கொம்பில் அரும்பாய்க் குவிமலராய்க் காயாகி
வம்பு பழுத்து உடலம்மாண்டு இங்ஙன் போகாமே
நம்பும்என் சிந்தை நணுகும்வண்ணம் நான்அணுகும்
அம்பொன் குலாத்தில்லை ஆண்டானைக் கொண்டன்றே.

அரும்பு, மலர், காய் எனப் பல கட்டங்களைக் கடந்தே கனி யானது பயன் தருகிறது. ஆனால், வெம்பிய கனி சுவைக்கப்படுவ தில்லை. குழந்தை, இளமை, முதுமை என்று அநேக பருவங்களைக் கொண்டிருந்தாலும் அர்த்தமற்று வாழ்கிற சரீரத்தால் பயனில்லை. சிவனைச் சார்ந்து சிவானுபவம் பெறுவதே பிறவியின் பயன் ஆகும்.

மதிக்கும் திறல்உடைய வல்அரக்கன் தோள்நெரிய
மிதிக்கும் திருவடி என்தலைமேல் வீற்றிருப்பக்
கதிக்கும் பசுபாசம் ஒன்றும்இலோம் எனக் களித்திங்கு
அதிர்க்கும் குலாத்தில்லை ஆண்டானைக் கொண்டன்றே.

வலிமை பொருந்திய இராவணனின் தோள்களை நொறுக்கிய சிவனார் திருவடி என் சிரசில் பதிந்தது. அதன் விளைவாய் என்னுள் இருந்த பசு பாசம் ஒழிந்தது. (நான் என்கிற ஆணவமும், உலகப் பற்றும்) நான் மகிழ்ச்சியுடன் தில்லை ஆண்டவனைப் பற்றிக் கொண்டேன்.

இடக்கும் கருமுருட்டு எனப்பின் கானகத்தே
நடக்கும் திருவடி என்தலைமேல் நட்டமையால்
கடக்கும் திறல்ஐவர் கண்டகர்தம் வல்லாட்டை
அடக்கும் குலாத்தில்லை ஆண்டானைக் கொண்டன்றே.

முரட்டுப் பன்றியைத் தொடர்ந்து காட்டில் சென்ற திருவடியை என் தலைமீது நாட்டினமையால், என்னை வெல்லும் திறமுடைய ஐம்புலன்களின் சேட்டையும் அடங்கிப் போயிற்று. நான் தில்லைக் கூத்தனின் திருவடிகளைப் பற்றிக் கொண்டேன்.

விளக்கம் : அர்ச்சுனன் பாசுபதாஸ்திரம் பெறும் பொருட்டு கயிலை மலைச் சாரலில் தவம் புரிந்தான். மூகன் என்ற அசுரன் காட்டுப்பன்றி வடிவில் சென்று அவனைத் தாக்க முனைந்தான். அப்பன்றியை அழித்தொழிக்க வேடனாகச் சென்றான் சிவபெருமான்.

பாழ்ச்செய் விளாவிப் பயன்இலியாய்க் கிடப்பேற்குக்
கீழ்ச்செய்த தவத்தால் கிழியீடு நேர்பட்டுத்
தாள்செய்ய தாமரைச் சைவனுக்கு என்புன் தலையால்
ஆட்செய் குலாத்தில்லை ஆண்டானைக் கொண்டன்றே.

தரிசு நிலத்தை உழுது பயன்பெறும் முனைப்பில்லாத எனக்கு, முற்பிறவித் தவத்தால் இறைவனின் அருள் கிடைத்தது. அவனுடைய தாமரைத் திருவடிக்கு நான் தலையால் தொண்டு செய்வேன்.

கொம்மை வரிமுலைக் கொம்பு அனையாள் கூறனுக்குச்
செம்மை மனத்தால் திருப்பணிகள் செய்வேனுக்கு
இம்மை தரும்பயன் இத்தனையும் ஈங்குஒழிக்கும்
அம்மை குலாத்தில்லை ஆண்டானைக் கொண்டன்றே.

மாதொரு பாகனுக்கு நான் முழுமனதோடு செய்த பணிகளின் விளைவாய் எனது இருவினைப் பயன்கள் யாவும் இங்கேயே முடிவுற்றன. அவனால் நான் நற்கதி அடையப் பெற்றேன்.

41. அற்புதப் பத்து

(திருப்பெருந்துறையில் அருளியது)

அனுபவம் ஆற்றாமை

மையலாய் இந்த மண்ணிடை
வாழ்வுஎனும் ஆழியுள் அகப்பட்டுத்
தையலார் எனும் சுழித்தலைப்
பட்டுநான் தலை தடுமாறாமே
பொய்எலாம் விடத் திருவருள்
தந்துதன் பொன்அடி இணைகாட்டி
மெய்யனாய் வெளிகாட்டி முன்
நின்றதோர் அற்புதம் விளம்பேனே.

மாயையின் பாற்பட்ட வாழ்வென்னும் கடலில் அகப்பட்டு பெண்கள் என்கிற சூழலில் சிக்கி நான் சீரழியாத படிக்கு எம்பெருமான் தன் திருவடி ஒளியால் எனக்குத் தெளிவைத் தந்தான். அந்த ஞானவள்ளல் நிகழ்த்திய அற்புதத்தை நான் எப்படிச் சொல்வேன்.

ஏய்ந்த மாமலர் இட்டு முட்டாததோர்
இயல்பொடும் வணங்காதே
சாந்தமார் முலைத் தையல் நல்லாரொடும்
தலை தடுமாறாகிப்
போந்துயான் துயர் புகாவணம் அருள்
செய்து பொற்கழல் இணைகாட்டி
வேந்தனாய் வெளியே என்முன்
நின்றதோர் அற்புதம் விளம்பேனே.

வாசமலர் தூவி ஈசனின் திருவடி வணங்காமல், மாதரார் நேசத்தில் மதிமயங்கி நான் துன்பக் கடலில் வீழவிருந்தேன். சிவபெருமான் நேர்படக் காட்சி தந்து, என்னைக் காத்தருளினான். அவனது திருவடிகள் பெண் மயக்கம் தொலைத்து, என் துயர் தீர்த்ததும் அற்புதம் தான்.

நடித்து மண்ணிடைப் பொய்யினைப்
பலசெய்து நான் எனது எனும்மாயக்
கடித்த வாயிலே நின்றுமுன்
வினைமிகக் கழறியே திரிவேனைப்
பிடித்து முன்நின்று அப்பெருமறை
தேடிய அரும்பொருள் அடியேனை
அடித்து அடித்து அக்காரம் முன்தீற்றிய
அற்புதம் அறியேனே.

உலகியல் சார்ந்த வாழ்வில், உண்மையுள்ளவன் போல் நடித்து பொய்யான பல காரியங்களை நான் செய்தேன். மாயை என்கிற நச்சரவு தீண்டி, முந்தை வினை என்கிற நஞ்சு என்னைக் கலங்கடித்தது. வேதங்கள் தேடுகின்ற மேலோன் தானே என்னிடம் வலிய வந்து இறையின்பத்தை எனக்கு வழங்கினான். அதிசயம் அல்லவா அது!

பொருந்தும் இப்பிறப்பு இறப்புஇவை
நினையாது பொய்களே புகன்றுபோய்க்
கருங் குழலினனார் கண்களால்
ஏறுண்டு கலங்கியே கிடப்பேனைத்
திருந்து சேவடிச் சிலம்புஅவை
சிலம்பிடத் திருவொடும் அகலாதே
அருந் துணைவனாய் ஆண்டுகொண்டு
அருளிய அற்புதம் அறியேனே.

வேலொத்த விழிபடைத்த பெண்களின் பார்வைத் தாக்குதலில் நான் புண்பட்டுக் கிடந்தேன். போகத்தில் உழன்றேன். பொய்யானவற்றை மெய்யென்று நம்பினேன். பிறவிப் பிணி தீர்க்கும் வகையை நான் எண்ணவில்லை. அத்தகைய என்னை, தன் அருட்சக்தியால் இறைவன் ஆண்டுகொண்டது அற்புதமே!

மாடும் சுற்றமும் மற்றுஉள
போகமும் மங்கையர் தம்மோடும்
கூடி அங்குஉள குணங்களால்
ஏறுண்டு குலாவியே திரிவேனை
வீடுதந்து என்தன் வெந்தொழில்
வீட்டிட மென்மலர்க் கழல்காட்டி
ஆடுவித்து எனது அகம்புகுந்து ஆண்டதோர்
அற்புதம் அறியேனே.

செல்வம் சுற்றம் போக பாக்கியங்கள் மாதர் சேர்க்கை இவற்றால் பயனற்றவைகளைச் செய்து நான் தீவினைகளைப் பெருக்கிக் கொண்டிருந்தேன். இறைவன் என்னை மீட்டெடுத்து, எனக்கு நற்கதியளித்தான். நிலையான பேரின்பம் வந்து சேர்ந்தது. என்னை ஆனந்தப் பரவசமாகி அவன் ஆடச் செய்ததும் அற்புதமே!

வணங்கும் இப்பிறப்பு இறப்புஇவை
நினையாது மங்கையர் தம்மோடும்
பிணைந்து வாய்இதழ்ப் பெருவெள்ளத்து
அழுந்திநான் பித்தனாய்த் திரிவேனைக்
குணங்களும் குறிகளும்இலாக்
குணக்கடல் கோமளத் தொடும்கூடி

அணைந்து வந்துஎனை ஆண்டுகொண்டு
அருளிய அற்புதம் அறியேனே.

பிறப்பிலும் இறப்பிலும் உண்டாகும் துன்பங்களை நான் கருதிப் பார்த்தேனில்லை. பெண்களுடன் உறவாடி அவர்களின் இதழ் அமுதம் உண்டு கிறங்கிக் கிடந்த என்னைப் பார்வதி மணாளன் பரிவுடன் காத்தருளினான். அந்த அற்புதம் எவ்வாறு விளைந்ததென்று நான் அறியேன்.

இப்பிறப்பினில் இணைமலர் கொய்துநான்
இயல்பொடு அஞ்சுஎழுத்து ஓதித்
தப்பிலாதுபொற் கழல்களுக்கு
இடாதுநான் தடமுலையார் தங்கள்
மைப் புலாம் கண்ணால் ஏறுண்டு
கிடப்பேனை மலரடி இணைகாட்டி
அப்பன் என்னைவந்து ஆண்டுகொண்டு
அருளிய அற்புதம் அறியேனே.

நான் இப்பிறவியில் தேர்ந்த மலர்கள் தூவி, திருவைந்தெழுத்து ஓதி முறைப்பட இறைவனை வணங்கவில்லை. கொழுவிய முலை களும், கருமை நிற விழிகளும் கொண்ட பெண்களின் கலவியில் அழுந்திக் கிடந்தேன். அண்ணல் என்னை ஆண்டு கொண்டதும் அதிசயமே!

ஊசல் ஆட்டும் இவ்வுடல் உயிர்ஆயின
இருவினை அறுத்து என்னை
ஓசையால் உணர்வார்க்கு உணர்வு அரியவன்
உணர்வு தந்து ஒளிஆக்கிப்
பாசம் ஆனவை பற்றறுத்து உயர்ந்ததன்
பரம்பெருங் கருணையால்
ஆசை தீர்த்து அடியார் அடிக்கூட்டிய
அற்புதம் அறியேனே.

மேலும் கீழும் ஆடுகின்ற ஊஞ்சலைப் போல் உயிரானது மாறி மாறிப் பல உடல்களில் தங்கும். பிறவி தோறும் தொடரும் வினைகள் காரணமாகவே உயிர்கள் ஒவ்வோர் உடலில் புகுத்தப்படுகின்றன. வினைகளின் அலைக்கழிப்பில் இருந்து என்னைக் காத்த இறைவன், ஞானத்தை வழங்கி, தன் அடியார் கூட்டில் என்னையும் சேர்த்தது அதிசயமே.

பொச்சைஆன இப்பிறவியில் கிடந்துநான்
புழுத்துஅலை நாய்போல
இச்சை ஆயின ஏழையர்க்கே செய்துஅங்கு
இணங்கியே திரிவேனை
இச்சகத்து அரிஅயனும் எட்டாத தன்

விரைமலர்க் கழல்காட்டி
அச்சன் என்னையும் ஆண்டுகொண்டு
அருளிய அற்புதம் அறியேனே.

காடு போன்ற இப்பிறவியில், ஓடுகின்ற நாயினைப் போல் பெண்களின் பின்னே நான் போகின்றேன். கலவி சுகத்துக்காக அவர்கள் இட்ட பணிகளைச் செய்கிறேன். என் தந்தையாகிய இறைவன் என்பால் கருணை வைத்து என்னையும் ஆண்டு கொண்டது அதிசயமே!

செறியும் இப்பிறப்பு இறப்புஇவை நினையாது
செறிகுழலார் செய்யும்
கிறியும் கீழ்மையும் கெண்டையங் கண்களும்
உன்னியே கிடப்பேனை
இறைவன் எம்பிரான் எல்லை இல்லாததன்
இணைமலர்க் கழல்காட்டி
அறிவு தந்துஎனை ஆண்டுகொண்டு
அருளிய அற்புதம் அறியேனே.

வினை வசமாகிய பிறவித் தொடர்ச்சியை நீக்கிக் கொள்ள எண்ணாமல், பெண்களின் பொய் நடையில் (பொய்மை, வஞ்சனை, இழிவு இவற்றை அறியாது) மயங்கியிருந்தேன். இறைவன் தனது திருவடிகள் காட்டி சிவ ஞானத்தை ஊட்டினான். என் கடந்த காலத் தவறுகளை நான் உணரும்படி செய்தான். இதைவிட மேலான அற்புதம் கண்டறியேன்.

42. சென்னிப்பத்து

(திருப்பெருந்துறையில் அருளியது)

சிவ விளைவு

தேவ தேவன்மெய்ச் சேவகன்
தென் பெருந்துறை நாயகன்
மூவராலும் அறிஒணா முதல்
ஆய ஆனந்த மூர்த்தியான்
யாவ ராயினும் அன்பர்அன்றி
அறிஒணா மலர்ச் சோதியான்
தூய மாமலர்ச் சேவடிக்கண் நம்
சென்னி மன்னிச் சுடருமே.

மும்மூர்த்திகளாலும் அறியமுடியாத முதல்வன் மகாதேவன். அவன் பேரின்ப வடிவினன். அன்பர்களின் பக்திக்கே அவனை அறியும் திறன் இருந்தது. அவனுடைய சிவந்த திருவடிகள் நம் சிரசின் மீதே நிலைபெற்று விளங்கும்.

அட்டமூர்த்தி அழகன் இன்னமுது
ஆய ஆனந்த வெள்ளத்தான்
சிட்டன் மெய்ச் சிவலோக நாயகன்
தென் பெருந்துறைச் சேவகன்
மட்டு வார்குழல் மங்கையாளை ஓர்
பாகம் வைத்த அழகன்தன்
வட்ட மாமலர்ச் சேவடிக்கண் நம்
சென்னி மன்னி மலருமே.

அட்டமூர்த்தங்களையுடைய அழகன் சிவலோகத்தின் முதல்வன். அவன் சிவபுரத்தின் தலைவன். உமையொரு பாகன். அவனது தாமரைத் திருவடிகளைப் பொருத்திக் கொள்ளும் நம் தலை பொலிவு பெற்று விளங்கும்.

விளக்கம் : நிலம் நீர் நெருப்பு காற்று ஆகாயம் என்கிற பஞ்ச பூதங்களுடன் சூரியன் சந்திரன் ஆன்மா இணைந்தவை அட்ட மூர்த்தங்கள். இறைவன் எல்லாமாக இருப்பதையே இது குறிக்கும்.

நங்கைமீர் எனை நோக்குமின் நங்கள்
நாதன் நம்பணி கொண்டவன்
தெங்கு சோலைகள் சூழ் பெருந்துறை
மேய சேவகன் நாயகன்
மங்கைமார் கையில் வளையும் கொண்டுஎம்

உயிரும் கொண்டு எம்பணி கொள்வான்
பொங்கு மாமலர்ச் சேவடிக்கண் நம்
சென்னி மன்னிப் பொலியுமே.

பெண்களே! எம் இறைவன் எம்மைப் பணி கொண்டுள்ளான். உங்கள் கைவளையல்களைக் கவர்ந்து கொண்டது போலவே எமது உயிரையும் அவன் கொள்ளை கொண்டான். அவனது திருவடிகளை நம் தலைமீது ஏற்பது நமக்குச் சிறப்பாகும்.

பத்தர் சூழப் பராபரன்
பாரில் வந்து பார்ப்பான் எனச்
சித்தர் சூழச் சிவபிரான்
தில்லை மூதூர் நடஞ்செய்வான்
எத்தன் ஆகிவந்து இல்புகுந்து எமை
ஆளுங் கொண்டு எம்பணி கொள்வான்
வைத்த மாமலர்ச் சேவடிக்கண் நம்
சென்னி மன்னி மலருமே.

தில்லை அம்பலத்தில் ஆடும் எம்பெருமான் சித்தர்களால் போற்றப்படுகிறவன். அவன் ஒரு வேதியராய் வடிவம் கொண்டு எம்மிடை வந்தான். எம்மை ஆட்கொண்டு எம் பணியினை ஏற்றான். அவனது திருவடி எமது சிரத்தில் பொருந்தி இருக்கட்டும்.

மாய வாழ்க்கையை மெய்என்று எண்ணி
மதித்திடா வகை நல்கினான்
வேய தோள் உமைபங்கன் எங்கள்
திருப்பெருந்துறை மேவினான்
காயத்துள் அமுதுஊற ஊறநீ
கண்டு கொள் என்று காட்டிய
சேய மாமலர்ச் சேவடிக்கண் நம்
சென்னி மன்னித் திகழுமே.

திருப்பெருந்துறை ஈசன் எமக்குத் தந்த ஞானத்தால் இந்த உலக வாழ்க்கை பொய்யானது என்பதை நாங்கள் புரிந்து கொண்டோம். எனது உடம்பினுள் அமுதம் பெருகச் செய்து, அதைக் கண்டுகொள் என்று அவன் காட்டுவித்தான். அவனது திருவடியின் கீழ் நம் தலை நிலைபெற்று விளங்குவதாக.

சித்தமே புகுந்து எம்மை ஆட்கொண்டு
தீவினை கெடுத்து உய்யலாம்
பத்தி தந்துதன் பொற்கழற்கணே
பன்மலர் கொய்து சேர்த்தலும்
முத்தி தந்துஇந்த மூவுலகுக்கும்
அப்புறத்து எமை வைத்திடும்

அத்தன் மாமலர்ச் சேவடிக்கண் நம்
சென்னி மன்னி மலருமே.

எம் உள்ளத்தே புகுந்து எம்மை ஆட்கொண்டான். தீவினைகளை அழித்து, ஈடேறுதற்கான அன்பைக் கொடுத்தான். எமக்கு முத்தியளித்து மூவுலகிற்கும் அப்பால் எம்மைப் பேரின்பத்தில் வைக்கும் பெரியோன் அவன். அவன் சிவந்த திருவடிக் கீழ் நாம் சிரம் வைத்திருப்போம்.

பிறவி என்னும் இக்கடலை நீந்தத் தன்
பேரருள் தந்தருளினான்
அறவை என்று அடியார்கள் தங்கள்
அருள்குழாம் புகவிட்டுநல்
உறவு செய்து எனை உய்யக்கொண்ட
பிரான்தன் உண்மைப் பெருக்கமாம்
திறமை காட்டிய சேவடிக்கண் நம்
சென்னி மன்னித் திகழுமே.

நாம் பிறவிக் கடலைக் கடப்பதற்கு தன் அருள் என்ற படகினை ஐயன் கொடுத்தருளினான். திக்கற்றவனாகிய என்னைத் தன் அடியார் கூட்டத்தில் சேர்த்துக் கொண்டான். அவனது திருவடியில் நம் தலை படிந்து திகழ்க.

புழுவினால் பொதிந்திடும் குரம்பையில்
பொய் தனை ஒழிவித்திடும்
எழில்கொள் சோதி எம்ஈசன் எம்பிரான்
என்னுடை அப்பன் என்றுஎன்று
தொழுத கையினர் ஆகித் தூய்மலர்க்
கண்கள் நீர்மல்கு தொண்டர்க்கு
வழுவுஇலா மலர்ச் சேவடிக்கண் நம்
சென்னி மன்னி மலருமே.

பொய்யான உடலிலும், நிலையற்ற வாழ்விலும் பொருந்திடும் நினைவை அகற்றியவன் ஆன்ம சோதியாகிய எம்பெருமான். அழுத கண்ணும் தொழுத கையுமாய் நிற்கும் அடியவர்க்கு மாறாத முத்தியருள்பவன் அவன். அவனுடைய செங்கமலத் திருப்பாதங்களில் நம் சிரம் பொருந்தியிருக்கட்டும்.

வம்பனாய்த் திரிவேனை வாஎன்று
வல்வினைப் பகை மாய்த்திடும்
உம்பரான் உலகு ஊடுஅறுத்து
அப்புறத்தனாய் நின்ற எம்பிரான்
அன்பர் ஆனவர்க்கு அருளி மெய்
அடியார்கட்கு இன்பம் தழைத்திடும்

செம்பொன் மாமலர்ச் சேவடிக்கண் நம்
சென்னி மன்னித் திகழுமே.

எதற்கும் பயன்படாதவனாய் மூர்க்கம் கொண்டு திரிபவன் நான். என்னை வாவென்று அழைத்து என் வலிய வினை போக்கினான் எம் பெருமான். அவன் உலகங்கள் யாவிலும் வியாபித்திருப்பதோடு அதற்கு அப்பாலும் இருப்பவன். அவரவர் தகுதிக்கேற்ப (அன்பர்களுக்கு) உலகியல் இன்பத்தையும், வீடுபேற்றையும் அளிப்பவன் அவன். அவனது திருவடியில் நமது சிரசு சாய்ந்திடுக.

முத்தனை முதல்சோதியை முக்கண்
அப்பனை முதல் வித்தினைச்
சித்தனைச் சிவலோகனைத் திருநாமம்
பாடித் திரிதரும்
பத்தர்காள் இங்கே வம்மின்நீர் உங்கள்
பாசம் தீரப் பணிமினோ
சித்தம் ஆர்தரும் சேவடிக்கண் நம்
சென்னி மன்னித் திகழுமே.

அன்பர்களே! இவ்விடம் வாருங்கள்! இயல்பாகவே பாசங்கள் நீங்கியவனும், ஒளிகளின் மூல ஒளியாய் இருப்பவனும், அனைத்துக்கும் வித்தாய் உள்ளதும் எமது இறைவனே. உங்கள் உலகப்பற்று நீங்க அந்தச் சிவலோக நாதனைப் பணியுங்கள். அவனுடைய திருவடியில் உங்கள் தலைகள் நிலையாகத் திகழட்டும்.

43. திருவார்த்தை

(திருப்பெருந்துறையில் அருளியது)

அறிவித்து அன்புறுதல்

மாதுஇவர் பாகன் மறைபயின்ற
வாசகன் மாமலர் மேயசோதி
கோதில் பரங்கருணை அடியார்
குலாவும் நீதிகுணம் ஆகநல்கும்
போதலர் சோலைப் பெருந்துறை எம்
புண்ணியன் மண்ணிடை வந்திழிந்து
ஆதிப் பிரமம் வெளிப்படுத்த
அருள்அறிவார் எம்பிரான் ஆவாரே.

உமையொருபாகன், அடியார்கள் கொண்டாடும் நீதியினையே (நன்னெறிகளை) அவர்களுக்குக் குணமாய் அருள்பவன். அவர்களின் இதயக் கமலத்தில் சோதி வடிவில் அமர்ந்தவன். மண்ணுலகிற்கு இறங்கி வந்த புண்ணியன் அவன். அவனே பிரம்மம் ஆகிய மூலப் பொருள். அவனது அருட்திறத்தை அறிந்தவரே எமக்குத் தலைவராவார்.

மால்அயன் வானவர் கோனும்வந்து
வணங்க அவர்க்கு அருள்செய்தஈசன்
ஞாலம் அதனிடை வந்திழிந்து
நல்நெறி காட்டி நலந்திகழும்
கோல மணிஅணி மாடநீடு
குலாவும் இடவை மடநல்லாட்குச்
சீலமிகக் கருணை அளிக்கும்
திறம்அறிவார் எம்பிரான் ஆவாரே.

மகாதேவன் ஞானகுரு, அடியார்க்கு எளியவன். திருவிடை மருதூரில் இளம்பெண் ஒருத்திக்கு ஒழுக்கம் விளங்கும்படி கருணை புரிந்தான். அவனது மகிமை அறிபவரே போற்றுதலுக்கு உரியவர்.

விளக்கம்: வரகுணபாண்டியன், தான் மணந்த மங்கை நல்லாள் ஒருத்தியை அவளது சிறப்புகள் கருதிப் பெருமானுக்கு அர்ப்பணித்தான். சிவன் அவளைத் தன்னுடைய சொரூபத்தில் ஒடுங்கச் செய்து பாண்டியனின் அன்பை ஏற்றான்.

அணிமுடி ஆதி அமரர்கோமான்
ஆனந்தக் கூத்தன் அறுசமயம்
பணிவகை செய்து படவதேறிப்
பாரொடு விண்ணும் பரவிஏத்தப்

பிணிகெட நல்கும் பெருந்துறை எம்
பேரருளாளன் பெண்பால் உகந்து
மணிவலை கொண்டு வான்மீன் விசிறும்
வகைஅறிவார் எம்பிரான் ஆவாரே.

ஆனந்தக் கூத்தனாகிய எம்பெருமான் உலகோரின் பிறவிப் பிணி நீங்கும் வண்ணம் திருப்பெருந்துறையில் வீற்றிருக்கின்றான். அந்தப் பேரருளாளன் வலைஞர் மகளாகிய பெண்ணை வலை வீசிப்பிடித்தான். அத்தன்மை அறிந்தவரே எமக்குத் தலைவராவார்.

விளக்கம்: வலைஞர் மகளாக வந்தவள் உமாதேவி. இறைவன் தானும் வலைஞனாகி வலை வீசினான். இந்தக் கதை திருவிளையாடல் புராணத்தில் உள்ளது.

வேடுருஆகி மகேந்திரத்து
மிகுகுறை வானவர் வந்துதன்னைத்
தேட இருந்த சிவபெருமான்
சிந்தனை செய்து அடியோங்கள் உய்ய
ஆடல் அமர்ந்த பரிமாஏறி
ஐயன் பெருந்துறை ஆதிஅந்நாள்
ஏடர்களை எங்கும் ஆண்டுகொண்ட
இயல்பு அறிவார் எம்பிரான் ஆவாரே.

தேவர்கள் தங்கள் குறைகளை முறையிட வந்தபொழுது சிவன் அவர்களுடைய கண்ணுக்குப் புலனாகாதபடி வேடன் உருவெடுத்து மகேந்திர மலையில் இருந்தார். பிறகு தானே நினைந்து எல்லாரும் காணும்படி குதிரையின்மேல் மதுரை வந்தார். அவர் ஆட்கொண்ட திறத்தை அறிந்தவரே எமக்குத் தலைவராவார்.

வந்து இமையோர்கள் வணங்கிஏத்த
மாக்கருணைக் கடலாய் அடியார்
பந்தனை விண்டுஅற நல்கும்எங்கள்
பரமன் பெருந்துறை ஆதிஅந்நாள்
உந்து திரைக்கடலைக் கடந்துஅன்று
ஓங்குமதில் இலங்கை அதனில்
பந்தணை மெல்விரலாட்கு அருளும்
பரிசு அறிவார் எம்பிரான் ஆவாரே.

தேவர்களுக்கு அருளிய சிவபிரான், தன் அடியார்களின் பந்தபாசம் போன்ற தளைகளை அகற்றவும் செய்தான். இலங்கையில் எழுந்தருளி பக்தியில் சிறந்த மண்டோதரிக்கும் (இராவணன் மனைவி) அருள் புரிந்தான். இத்தகைய சிவனார் மகிமை அறிந்தவரே எமக்குத் தலைவராவார்.

வேவத் திரிபுரம் செற்றவில்லி
வேடுவனாய்க் கடிநாய்கள் சூழ
ஏவல் செயல்செய்யும் தேவர்முன்னே
எம்பெருமான் தான்இயங்கு காட்டில்
ஏஉண்ட பன்றிக்கு இரங்கி ஈசன்
எந்தை பெருந்துறை ஆதிஅன்று
கேவலம் கேழலாய்ப் பால்கொடுத்த
கிடப்பு அறிவார் எம்பிரான் ஆவாரே.

    திரிபுரமெரித்த வில்லாளனாகிய இறைவன் எமக்குத் தந்தை. அவனே திருப்பெருந்துறை முதல்வன். தான் வேடனாகிச் சென்ற காட்டில் தாயை இழந்த பன்றிக் குட்டிக்குப் பால் கொடுத்தான். அவனது அருட்தன்மை அறிந்தவரே எமது போற்றுதலுக்கு உரியவர் ஆவார்.

நாதம் உடையதோர் நற்கமலப்
போதினில் நண்ணிய நல்நுதலார்
ஓதிப் பணிந்து அலர் தூவிஏத்த
ஒளிவளர் சோதிஎம் ஈசன்மன்னும்
போதலர் சோலைப் பெருந்துறை எம்
புண்ணியன் மண்ணிடை வந்துதோன்றிப்
பேதங் கெடுத்து அருள் செய்பெருமை
அறியவல்லார் எம்பிரான் ஆவாரே.

    கலைமகளும் திருமகளும் மலர் தூவி மந்திரம் ஓதி வழிபடும் படியாகத் திருப்பெருந்துறையில் வீற்றிருக்கும் ஈசன் குருவாய் வந்து வேற்றுமைகளை நீக்கினான்.

    விளக்கம்: கலைமகளும் திருமகளும் சிவனை வணங்கி, தம் கணவருக்குச் சிரம் பெற்றதைத் திருக்கண்டியூர், திருவாரூர் தலபுராணங் களில் அறியலாம்.

பூஅலர் கொன்றைஅம் மாலைமார்பன்
போர்உகிர் வன்புலி கொன்றவீரன்
மாதுநல்லாள் உமைமங்கை பங்கன்
வன்பொழில் சூழ்தென் பெருந்துறைக்கோன்
ஏதில் பெரும்புகழ் எங்கள்ஈசன் இருங்கடல்
வாணற்குத் தீயில்தோன்றும்
ஓவிய மங்கையர் தோள்புணரும்
உருவுஅறிவார் எம்பிரான் ஆவாரே.

    கொன்றை மாலையை மார்பில் அணிந்த சிவன் வலிமை மிக்க புலியைக் கொன்ற வீரன். வருணனது வேள்வித் தீயில் தோன்றிய பெண்களை இவன் தன்னில் ஒடுங்கச் செய்தான். அவனுடைய உருவத் தன்மையை அறிய வல்லவர் எமக்குத் தலைவராவார்.

தூவெள்ளை நீறுஅணி எம்பெருமான்
சோதி மகேந்திர நாதன்வந்து
தேவர் தொழும் பதம்வைத்த ஈசன்
தென்னன் பெருந்துறை ஆளிஅன்று
காதல் பெருகக் கருணைகாட்டித்
தன்கழல் காட்டிக் கசிந்துஉருகக்
கேதம் கெடுத்துஎன்னை ஆண்டருளும்
கிடப்பு அறிவார் எம்பிரான் ஆவாரே.

திருவெண்ணீறு அணிந்தவனும், மகேந்திர மலையின் தலைவனுமான சிவன், தேவர்களும் தொலைவில் நின்று வணங்கும்படியான தன் திருவடியை என் தலைமீது வைத்து அருள்புரிந்தான். என் உள்ளம் களிக்கத் துன்பம் தொலைத்தான். என்னை ஆட்கொண்ட பெருமானின் மனப்பாங்கை அறிந்தவர் எமக்குத் தலைவராவார்.

அங்கணன் எங்கள் அமரர்பெம்மான்
அடியார்க்கு அமுதன் அவனிவந்த
எங்கள் பிரான் இரும்பாசம்தீர
இகபரம் ஆயதுஓர் இன்பம்எய்தச்
சங்கம் கவர்ந்து வண்சாத்தினோடும்
சதுரன் பெருந்துறை ஆளிஅன்று
மங்கையர் மல்கும் மதுரைசேர்ந்த
வகைஅறிவார் எம்பிரான் ஆவாரே.

அருளே கண்ணாகக் கொண்டு அடியார்க்கு அமுதம் ஆனவன், எமது பாசம் நீக்கி இம்மை, மறுமை இன்பம் கொடுத்து அருளினான். அவனே வணிகர் கூட்டத்தில் தானும் ஒருவனாய் மதுரை வந்து பெண்களுக்கு விமோசனம் அளித்தனன். அவனது தன்மை அறிந்தவரே எமக்குத் தலைவராவார்.

விளக்கம்: முன்பொரு சமயம் பிட்சாடன மூர்த்தியாய் தாருகாவனத்து முனிவர்களின் அகந்தையை நீக்கச் சென்றிருந்த சிவன், முனிபத்தினியரின் வளையல்களைக் கவர்ந்து சென்றான். அந்த முனிபத்தினியர்கள் பின்பு மதுரையில் வணிக மகளிராகப் பிறந்திருந்தனர். இறைவன் வணிகனாகச் சென்று வளையல்களை அவர்களிடம் சேர்ப்பித்தான். அவர்களுக்கு வளையலிட்ட எம்பெருமான் திருக்கரத் தீண்டலில் அவர்கள் பிறவி நீங்கப் பெற்றனர். இது திருவிளையாடல் புராணத்தில் காணப்படுவது.

44. எண்ணப்பதிகம்

(தில்லையில் அருளியது)

ஒழியா இன்பத்து உவகை

பார்உரு ஆய பிறப்புஅறவேண்டும்
பத்திமையும் பெற வேண்டும்
சீர்உரு ஆய சிவபெருமானே
செங்கமல மலர் போல்
ஆர்உரு ஆயஎன் ஆரமுதேஉன்
அடியவர் தொகை நடுவே
ஓர்உரு ஆய நின்திருவருள் காட்டி
என்னையும் உய்யக் கொண்டருளே.

சிவபிரானே! உன் அடியார் கூட்டத்தில் என்னையும் இணைத்துக் கொண்டால் உன்னிடத்தில் நான் கொண்ட பக்தி பெருகும். பூவுலகில் பிறப்பெடுக்கிற நிலையும் தொடராது. உன் திருவருள் கொண்டு நான் ஈடேறும் வழியை எனக்குக் காட்டுவிப்பாய்.

உரியேன் அல்லேன் உனக்கு அடிமை
உன்னைப் பிரிந்து இங்கு ஒருபொழுதும்
தரியேன் நாயேன் இன்னது என்று
அறியேன் சங்கரா கருணையினால்
பெரியோன் ஒருவன் கண்டுகொள்
என்றுஉன் பெய்கழல் அடிகாட்டிப்
பிரியேன் என்றுஎன்று அருளிய அருளும்
பொய்யோ எங்கள் பெருமானே.

இறைவா! உன் அடிமையாகும் தகுதி எனக்கு உண்டோ இல்லையோ, என்னால் உன்னைப் பிரிந்திருக்க முடியாது. அன்பிரக்கத்துடன் உன் கழலணிந்த திருவடியை எனக்குக் காட்டினாய். என்னை ஒருபோதும் பிரியேன் என்றாய். அது மெய்யோ, பொய்யோ அறியேன் நான்.

என்பே உருக நின்அருள் அளித்துஉன்
இணைமலர் அடி காட்டி
முன்பே என்னை ஆண்டுகொண்ட
முனிவா முனிவர்முழுமுதலே
இன்பே அருளி எனை உருக்கி
உயிர் உண்கின்ற எம்மானே
நண்பே அருளாய் என் உயிர்
நாதா நின்அருள் நாணாமே.

முனிவர்க்கு முழுமுதற் பொருளே! எனது எலும்புகளும் உருகும் வண்ணம், உன் திருவருளைப் பொழிந்து என்னை ஆட்கொண்டாய்.

என்னுள் இப்போது பேரின்பம் ஓங்குமாறு எனது சிற்றுணர்வை (பந்தபாசம், பொருட்பற்று) நீக்கிவிடு. உயிரே, உனது நட்பார்ந்த திருவருளை ஓயாது வழங்கிடு.

பத்துஇலன் ஏனும் பணிந்திலன் ஏனும்
உன்உயர்ந்த பைங்கழல் காணப்
பித்துஇலன் ஏனும் பிதற்றிலன் ஏனும்
பிறப்பு அறுப்பாய் எம்பெருமானே
முத்து அனையானே மணி அனையானே
முதல்வனே முறையோ என்று
எத்தனை யானும் யான் தொடர்ந்து உன்னை
இனிப் பிரிந்து ஆற்றேனே.

நான் உன்னிடத்தே பற்று வையாமல், உன்னை வழிபடும் வகையறியாமல், உன் திருவடியைச் சிந்திக்காமல், உன்மீது விருப்பம் கொள்ளாமல் இருந்திருப்பேன். ஆயினும் உன்னைப் பிரிந்திருக்க இயலாத எனது பிறவியைப் போக்கியருள்வாய்.

காணும் அதுஒழிந்தேன் நின்திருப்பாதம்
கண்டு கண் களிகூரப்
பேணும் அதுஒழிந்தேன் பிதற்றும்
அதுஒழிந்தேன் பின்னை எம்பெருமானே
தாணுவே அழிந்தேன் நின்நினைந்துருகும்
தன்மை என் புன்மைகளால்
காணும் அதுஒழிந்தேன் நீ இனி
வரினும் காணவும் நாணுவனே.

எம்பெருமானே! உன்னைக் கண்ணாரக் காண்பதையும், வாயாரப் போற்றுவதையும் விட்டேன். உன்னை எண்ணி உருகும் இயல்பும் இல்லாமல் போனது. அதனால் கெட்டேன். இனி, நீயே வலிய என் முன் வந்தாலும் நேர்படக் காண்பதற்குக் கூசுவேன்.

பால் திருநீற்று எம்பரமனைப்
பரங் கருணையோடும் எதிர்ந்து
தோற்றி மெய் அடியார்க்கு அருள்துறை
அளிக்கும் சோதியை நீதி இலேன்
போற்றி என்அமுதே எனநினைந்து ஏத்திப்
புகழ்ந்து அழைத்து அலறி என்னுள்ளே
ஆற்றுவன் ஆக உடையவனே எனை
ஆவ என்று அருளாயே.

அன்பிரக்கத்துடன் வலிய வந்து அடியார்க்கு நீ அருளும் தன்மையை நான் உணர்ந்திருக்கவில்லை. உனது மேன்மையைப் போற்றி, நினைந்து, துதித்து, வாவென்று அழைத்து ஓவென்று அலறி என் உள்ளம் நிறைவடைய வேண்டும். அருள்வாயாக.

45. யாத்திரைப் பத்து

(தில்லையில் அருளியது)

அனுபவ அதீதம் உரைத்தல்

**பூவார் சென்னி மன்னனெம் புயங்கப் பெருமான் சிறியோமை
ஓவாது உள்ளம் கலந்து உணர்வாய் உருக்கும் வெள்ளக் கருணையினால்
ஆவா என்னப் பட்டு அன்பாய் ஆட்பட்டீர் வந்து ஒருப்படுமின்
போவோம் காலம் வந்தது காண் பொய்விட்டு உடையான் கழல்புகவே.**

சிரசில் கொன்றை மாலையும் கழுத்தில் பாம்பணியும் அணிந்தவன் சிவபெருமான். எம்மையும் ஒரு பொருட்டாகக் கொண்டு எமது உள்ளத்தில் கலந்தனன். அவன் அன்பால் எவரையும் ஆட்கொள்பவன். சிவ நேசர்களே! இறைவனின் திருவடி சேரும் காலம் வந்துவிட்டது. அதற்கான தருணமிது, வாருங்கள்.

**புகவே வேண்டா புலன்களில்நீர் புயங்கப் பெருமான் பூங்கழல்கள்
மிகவே நினைமின் மிக்கஎல்லாம் வேண்டா போக விடுமின்கள்
நகவே ஞாலத்து உள்புகுந்து நாயே அனைய நமைஆண்ட
தகவே உடையான் தனைச்சாரத் தளராது இருப்பார் தாம்தாமே.**

கடைப்பட்ட எம்மையும் கரை சேர்க்கவே இவ்வுலகில் இறைவன் எழுந்தருளினான். அவனை அடையும் வழியை ஆராய முயல்பவர்களே! நீங்கள் பொறி புலன்களின் வழியே இழுபட்டு விடாதீர்கள். உலகப் பொருள்களை ஒதுக்கித் தள்ளுங்கள். அண்ணலின் திருவடிகளையே எப்போதும் சிந்தித்திருங்கள்.

**தாமே தமக்குச் சுற்றமும் தாமே தமக்கு விதிவகையும்
யாமார் எமதார் பாசமார் என்ன மாயம் இவைபோகக்
கோமான் பண்டைத் தொண்டரொடும் அவன்தன் குறிப்பே குறிக்கொண்டு
போம்ஆறு அமைமின் பொய்நீக்கிப் புயங்கன் ஆள்வான் பொன்அடிக்கே.**

அவரவரும் தமக்குள்ள ஆன்ம அறிவைக் கொண்டு, இறைவனின் அருளைப் பெற்று தம்மை ஈடேற்றிக் கொள்ள வேண்டும். 'நான்' 'எனது' என்பவை வெறும் எண்ணங்களல்ல, மயக்கங்கள். அகந்தையில் உண்டாகும் அறிவு மயக்கம் நீங்க அடியவர் கூட்டினை மேற்கொள்ளுங்கள். பொய் வாழ்வை உதறி, பெருமானது பொன் போன்ற திருவடிக் கீழ் பொருந்தி நில்லுங்கள்.

**அடியார் ஆனீர் எல்லீரும் அகல விடுமின் விளையாட்டைக்
கடிசேர் அடியே வந்துஅடைந்து கடைக்கொண்டு இருமின் திருக்குறிப்பைச்
செடிசேர் உடலைச் செலநீக்கிச் சிவலோகத்தே நமை வைப்பான்
பொடிசேர் மேனிப் புயங்கன்தன் பூவார் கழற்கே புகவிடுமே.**

அடியார்களே! உலகியல் சார்ந்த வாழ்க்கை ஒரு மாயையின் விளையாட்டு. இதில் உண்மையான மகிழ்ச்சியைத் தேடினால் ஏமாந்து போவீர்கள். குற்றம் பொருந்திய உடம்பைத் துறக்கத் தயாராக இருங்கள். சிவபுரத்து நாயகன் தன் தாமரை போன்ற திருவடி நிழலில் நம்மைச் சேர்த்துக் கொள்வான்.

விடுமின் வெகுளி வேட்கைநோய் மிகவூர் காலம் இனிஇல்லை
உடையான் அடிக்கீழ்ப் பெருஞ்சாத்தோடு உடன்போவதற்கே ஒருப்படுமின்
அடைவோம் நாம்போய்ச் சிவபுரத்துள் அணியார் கதவுஅது அடையாமே
புடைபட்டு உருகிப் போற்றுவோம் புயங்கன் ஆள்வான் புகழ்களையே.

அடியார்களே! சிவலோகத்தின் கதவு உங்களுக்குத் திறக்க வேண்டுமாயின் உங்கள் கோபத்தை விடுங்கள், காம இச்சையை விடுங்கள். நீங்கள் மேன்மையடைய இதுவே தருணம். இன்னொரு காலம் வருமென எண்ணாதீர்கள். சிவனார் திருவடிக் கீழ் கூட்டத்துடன் செல்வதற்கு மனம் இசையுங்கள். முறையாக அணுகுவோர்க்கு அவனுடைய வாசல் மூடப்படுவதே இல்லை.

புகழ்மின் தொழுமின் பூப்புனைமின் புயங்கன் தாளே புந்திவைத்திட்டு
இகழ்மின் எல்லா அல்லலையும் இனிஓர் இடையூறு அடையாமே
திகழும் சீர்ஆர் சிவபுரத்துச் சென்று சிவன்தாள் வணங்கிநாம்
நிகழும் அடியார் முன்சென்று நெஞ்சம் உருகி நிற்போமே.

பெருமானின் திருவடிகளைப் போற்றித் துதிப்போம், பூக்களால் அலங்கரிப்போம். அத்திருவடிகளைச் சிந்தையில் பதித்துக் கொண்டால் துன்பங்கள் அணுகாது. நாம் சிவபுரத்துக்குச் சென்று அடியார்களோடு மனமுருகி நிற்போம்.

நிற்பார் நிற்க நில்லாஉலகில் நில்லோம் இனிநாம் செல்வோமே
பொற்பால் ஒப்பாம் திருமேனிப் புயங்கன் ஆள்வான் பொன்அடிக்கே
நிற்பீர் எல்லாம் தாழாதே நிற்கும் பரிசே ஒருப்படுமின்
பிற்பால் நின்று பேழ்கணித்தால் பெறுதற்கு அரியன் பெருமானே.

நிலையில்லா உலகமிது. இங்கே நிற்க விரும்புவோர் நிற்கட்டும். நாம் சென்றுவிடுவோம். விரைந்து செல்வோம். இன்று தீவிர முயற்சி செய்யாது, இங்கே தங்கி நின்று காலம் தாழ்த்தினால் பின்பொரு சமயம் அதற்காக வருந்தும்படி ஆகும்.

பெருமான் பேரானந்தத்துப் பிரியாது இருக்கப் பெற்றீர்காள்
அருமால் உற்றுப் பின்னைநீர் அம்மா அழுங்கி அரற்றாதே
திருமா மணிசேர் திருக்கதவம் திறந்த போதே சிவபுரத்துத்
திருமால் அறியாத் திருப்புயங்கன் திருத்தாள் சென்று சேர்வோமே.

இறையின்பத்தில் திளைத்திருக்கும் அன்பர்களே! நீங்கள் எது காரணம் பற்றியும் உலக வாழ்வில் மயக்கம் கொள்ளாதீர்கள். சிவபுரத்து வாயில் திறந்திருக்கிறது. நாம் செல்வதற்கு இதுவே உரிய நேரம். திருமாலும் அறிந்திராத சிவனார் திருவடியைச் சென்றடைவோம்.

சேரக் கருதிச் சிந்தனையைத் திருந்த வைத்துச் சிந்திமின்
போரில் பொலியும் வேற்கண்ணாள் பங்கன் புயங்கன் அருளமுதம்
ஆரப் பருகி ஆராத ஆர்வம் கூர அழுந்துவீர்
போரப் புரிமின் சிவன்கழற்கே பொய்யில் கிடந்து புரளாதே.

உங்கள் சிந்தனையைத் தூய்மையாக வைத்துக்கொண்டு உமையம்மை பாகனை எப்போதும் நினைத்திருங்கள். இறைவனின் திருவருள் அமுதத்தைத் திகட்டாமல் பருகி தணியாத ஆசையில் மூழ்கியிருப்பவர்களே, பொய்யான வாழ்வில் கிடந்து புரளாமல் அண்ணலின் திருவடியைச் சேரவிரும்புங்கள்.

புரள்வார் தொழுவார் புகழ்வாராய் இன்றே வந்துஆள் ஆகாதீர்
மருள்வீர் பின்னை மதிப்பாரார் மதியுட் கலங்கி மயங்குவீர்
தெருள்வீர் ஆகில் இதுசெய்ம்மின் சிவலோகக் கோன் திருப்புயங்கன்
அருள்ஆர் பெறுவார் அகல்இடத்தே அந்தோ அந்தோ அந்தோவே.

சிவபக்தி மிக்குற்ற நிலையில் விழுந்து புரளவும், தொழவும், புகழவும் என்ன தயக்கம்? அதுவும் ஒருவித வழிபாட்டு முறைதான். நீங்கள் இவற்றுக்குத் தயங்கினால் அறிவுமயக்கத்துக்கு உள்ளாவீர்கள். சிவஞானத் தெளிவுபெற சாதகங்களில் ஈடுபடுங்கள். எதுவும் செய்யாமல் சிவபெருமான் பேரருளை இவ்வுலகில் பெற்றவர் யார்? இது சிந்திக்கத்தக்கது.

46. திருப்படை எழுச்சி
(தில்லையில் அருளியது)

பிரபஞ்சப் போர்

ஞானவாள் ஏந்தும்ஐயர் நாதப் பறைஅறைமின்
மானமா ஏறும்ஐயர் மதிவெண் குடைகவிமின்
ஆன நீற்றுக்கவசம் அடையப் புகுமின்கள்
வானஊர் கொள்வோம்நாம் மாயப்படை வாராமே.

சிவஞானம் என்னும் வாளைத் திருக்கரத்தில் ஏந்திய தலைவனது பிரணவ நாதம் என்கிற பறையை ஒலியுங்கள். விவேகம் என்னும் வெண்ணிறக் குடையைப் பிடியுங்கள். திருநீற்றைக் கவசமாக அணியுங்கள். காமம், சினம் போன்ற உட்பகைகள் தாக்குவதற்கு முன், சிவலோகமாகிய ஊரை நாம் கைப்பற்றுவோம்.

தொண்டர்காள் தூசிசெல்லீர் பத்தர்காள் சூழப்போகீர்
ஒண்திறல் யோகிகளே பேரணி உந்தீர்கள்
திண்திறல் சித்தர்களே கடைக்கூழை செல்மின்கள்
அண்டர்நாடு ஆள்வோம்நாம் அல்லற்படை வாராமே.

தொண்டர்களே! முன் அணியில் செல்லுங்கள். பக்தர்களே, நீங்கள் பக்கமாய்ச் சூழ்ந்து செல்லுங்கள். ஆற்றலும் நுண்ணறிவும் கொண்ட யோகிகளே, நீங்கள் படைப் பகுதிகளைச் செலுத்துங்கள். திடமான சித்தர்களே, நீங்கள் பின்னணியாய்ச் செல்லுங்கள். இவ்விதம் சென்றால் நாம் இடையூறு ஏதும் இன்றி தேவர் நாட்டை ஆள்வோம்.

47. திருவெண்பா

(திருப்பெருந்துறையில் அருளியது)

அணைந்தோர் தன்மை

வெய்ய வினைஇரண்டும் வெந்துஅகல மெய்உருகிப்
பொய்யும் பொடிஆகாது என்செய்கேன் – செய்ய
திருவார் பெருந்துறையான் தேன்உந்து செந்தீ
மருவாது இருந்தேன் மனத்து.

திருப்பெருந்துறை முதல்வன் தேன்பொழியும் செஞ்சோதி. இதுவரை மனம் அவனைப் பொருந்தாதிருந்தது. அதனால், கொடிய இருவினைகள் நீங்காமலும், இந்தப் பொய் வாழ்க்கை நீறாய்ப் போகாமலும் இருந்து விட்டது. இனி, நான் என்ன செய்வேன்?

ஆர்க்கோ அரற்றுகோ ஆடுகோ பாடுகோ
பார்க்கோ பரம்பரனே என்செய்கேன் – தீர்ப்பரிய
ஆனந்த மால்ஏற்றும் அத்தன் பெருந்துறையான்
தான்என்பார் ஆர்ஒருவர் தாழ்ந்து.

இன்பப் பரவசத்தைத் தரக்கூடியவன் திருப்பெருந்துறை ஈசன் மட்டுமே. இதனை உணர்ந்து தெளிந்தவர் யார்? நான் தனியனாக ஆரவாரித்து, அலறி, ஆடிப்பாடி நின்றால் அவன் என்னைக் காண்பானோ, என் செய்வேன்?

செய்த பிழைஅறியேன் சேவடியே கைதொழுதே
உய்யும் வகையின் உயிர்ப்பு அறியேன் – வையத்து
இருந்து உறையுள் வேல்மடுத்துஎன் சிந்தனைக்கே கோத்தான்
பெருந்துறையில் மேய பிரான்.

நான் ஈடேறுதற்கான வழியைக் காணவில்லை. ஆயினும், பெருந்துறைப் பெருமான் உறைக்குள் வைத்திருந்த வேலினை (ஞானம்) எடுத்து என் சித்தத்தில் ஆழப் பாய்ச்சி விட்டான். என் பிழை என்னவென்று நான் அறியேன். (ஆயினும் என்னுள் பாய்ந்த வேல் எனது மயக்கத்தைப் போக்கிவிட்டது).

முன்னை வினைஇரண்டும் வேர்அறுத்து முன்நின்றான்
பின்னைப் பிறப்புஅறுக்கும் பேராளன் – தென்னன்
பெருந்துறையில் மேய பெருங்கருணை யாளன்
வரும்துயரம் தீர்க்கும் மருந்து.

திருப்பெருந்துறைப் பேரருளாளன் முந்தை வினைகள் மூண்டெழாவண்ணம் அடியோடு அறுத்தான். இப்பிறவித் துன்பம் போக்கி, இனிவரும் பிறவி நீக்கும் பெருமையும் அவனுக்கு உண்டு.

அறையோ அறிவார்க்கு அனைத்துலகும் ஈன்ற
மறையோனும் மாலும் மால்கொள்ளும் – இறையோன்
பெருந்துறையுள் மேய பெருமான் பிரியாது
இருந்துறையும் என்நெஞ்சத்து இன்று.

கர்வித்திருந்த திருமாலும் நான்முகனும் சிவபிரானின் அடி, முடி காண முடியவில்லை. உலகங்களைப் படைத்த எம்பெருமான் இப்போது என் உள்ளத்தில் தங்கி வாழ்கிறான். அறியக்கூடியவர்களுக்கு அறைகூவல் விடுக்கின்றேன், 'இதனை அறிவீர்களோ?'

பித்துஎன்னை ஏற்றும் பிறப்புஅறுக்கும் பேச்சுஅரிதாம்
மத்தமே ஆக்கும் வந்து என்மனத்தை – அத்தன்
பெருந்துறையான் ஆட்கொண்டு பேரருளால் நோக்கும்
மருந்துஇறவாப் பேரின்பம் வந்து.

எம் தந்தையும், பேரின்பத்தையும் தருபவனாகிய இறைவன் என்னை அருள் நோக்கம் செய்தான். அவன் என்னிடம் பேரன்பு தோன்றச் செய்தான், என் பிறவித் தொடர்ச்சியை நீக்கும் அவன், வார்த்தைக்கு அடங்காத மகிழ்ச்சியை என்னுள் வைத்தான்.

வாரா வழிஅருளி வந்துஎனக்கு மாறின்றி
ஆரா அமுதாய் அமைந்தன்றே – சீரார்
திருத்தென் பெருந்துறையான் என்சிந்தை மேய
ஒருத்தன் பெருக்கும் ஒளி.

இறைவன் ஒளிவடிவாக என்னுள் வந்து தங்கினான். பிறவிக்கு மீண்டும் வாராவழியை அருளும் ஞானத்தை என்னுள் பெருக்கினான். அடியேனுக்கு அது அமுதமாயிற்று.

யாவர்க்கும் மேலாம் அளவிலாச் சீர்உடையான்
யாவர்க்கும் கீழாம் அடியேனை – யாவரும்
பெற்றுஅறியா இன்பத்துள் வைத்தாய்க்கு என் எம்பெருமான்
மற்றுஅறியேன் செய்யும் வகை.

எங்கும் நிறைந்தவன், எப்பொருட்கும் இறைவன் சிவன். அளவுபடாத வடிவம் அவனுடையது. கடைப்பட்ட என்னை உலகறியத் தன்வசமாக்கிக் கொண்டான் அவன். ஆட்கொண்ட பெருமானுக்கு நான் செய்யக்கூடிய கைம்மாறு என்ன?

மூவரும் முப்பத்து மூவரும் மற்றுஒழிந்த
தேவரும் காணாச் சிவபெருமான் – மாஏறி

வையகத்தே வந்திழிந்த வார்கழல்கள் வந்திக்க
மெய்யகத்தே இன்பம் மிகும்.

மூவரும், முப்பத்து மூவரும், எண்ணற்ற கோடி தேவரும் காணாத சிவபெருமான் குதிரைச் சேவகனாய் வந்ததை நினைத்து என்னுள் இன்பம் மிகுந்தது.

விளக்கம் : பிரமன், திருமால், உருத்திரன் மும்மூர்த்திகள். பன்னிரு ஆதித்தர்கள், இரு அசுவினி தேவர்கள், உருத்திரர் பதினொருவர், வசுக்கள் எண்மர் ஆக முப்பத்து மூவர்.

இருந்துஎன்னை ஆண்டான் இணைஅடியே சிந்தித்து
இருந்து இரந்துகொள் நெஞ்சே எல்லாம் – தரும்காண்
பெருந்துறையில் மேய பெரும் கருணையாளன்
மருந்துஉருவாய் என்மனத்தே வந்து.

நெஞ்சமே! பெருந்துறைப் பெருமான் அமுத வடிவாய் என்னுள் வந்து தங்கி, என்னை ஆட்கொண்டான். அவனது திருவடிகளை எப்போதும் சிந்தித்திரு. நீ விரும்பியதை எல்லாம் அவனிடம் வேண்டிப் பெறலாம்.

இன்பம் பெருக்கி இருள்அகற்றி எஞ்ஞான்றும்
துன்பம் தொடர்வு அறுத்துச் சோதியாய்–அன்பு அமைத்துச்
சீரார் பெருந்துறையான் என்னுடைய சிந்தையே
ஊர்ஆகக் கொண்டான் உவந்து.

இறைவன் எனது அறியாமை இருள் நீக்கி, துன்பத்தின் தொடர்ச்சியை அறுத்து, இன்பம் பெருக்கி, என்னுள் அன்பை நிறைத்தான். விரும்பி என் சித்தத்தைத் தனது ஊராக்கிக் கொண்டான்.

48. பண்டாய நான்மறை

(திருப்பெருந்துறையில் அருளியது)

அனுபவத்துக்கு ஐயமின்மை உரைத்தல்

பண்டாய நான்மறையும் பால்அணுகா மால்அயனும்
கண்டாரும் இல்லை கடையேனைத் – தொண்டாகக்
கொண்டருளும் கோகழிஎம் கோமாற்கு நெஞ்சமே
உண்டாமோ கைம்மாறு உரை.

கோகழி என்னும் தலத்தில் வீற்றிருக்கும் பெருமான், வேதங்களால் விளக்க முடியாத, மும்மூர்த்திகளால் விளங்கிக் கொள்ள முடியாத சிவபெருமான் என்மீது கருணை வைத்தான், அவனுடைய அன்பிரக்கத்துக்குக் கைம்மாறாக நான் என்ன செய்ய?

உள்ளமலம் மூன்றும் மாயஉகு பெருந்தேன்
வெள்ளம் தரும்பரியின் மேல்வந்த – வள்ளல்
மருவும் பெருந்துறையை வாழ்த்துமின்கள் வாழ்த்தக்
கருவும் கெடும்பிறவிக் காடு.

என்னைப் பற்றியிருந்த மும்மலங்களை (ஆணவம், கன்மம், மாயை) நீக்கிய ஈசன், அந்த வெற்றிடத்தைத் தன் அருள் என்னும் தேன் விட்டு நிரப்பினான். உலகோரே, அவனை வாழ்த்தி உங்கள் பிறவியை நீக்கிக் கொள்ளுங்கள்.

காட்டகத்து வேடன் கடலில் வலைவாணன்
நாட்டில் பரிப்பாகன் நம்வினையை – வீட்டி
அருளும் பெருந்துறையான் அங்கமல பாதம்
மருளும் கெடநெஞ்சே வாழ்த்து.

நெஞ்சமே! காட்டில் வேடனாகவும், கடலில் வலைஞனாகவும், நாட்டில் குதிரை வீரனாகவும் வந்து வினைகள் தீர்க்கும் பெருமானின் திருவடி போற்றுவோம். நம்மைப் பற்றியிருந்த அறியாமை இருள் நீங்கும்.

வாழ்ந்தார்கள் ஆவாரும் வல்வினையை மாய்ப்பாரும்
தாழ்ந்துஉலகம் ஏத்தத் தகுவாரும் – சூழ்ந்துஅமரர்
சென்றுஇறைஞ்சி ஏத்தும் திருவார் பெருந்துறையை
நன்றுஇறைஞ்சி ஏத்தும் நமர்.

திருப்பெருந்துறையை வணங்கித் துதித்த அடியார்கள் தங்கள் வல்வினைகள் நீங்கப் பெற்றனர். உலகம் அவர்களை வணங்கி நிற்கிறது. உண்மையில் அவர்களே வாழ்வை முழுமையாக வாழ்ந்தவர்கள்.

நண்ணிப் பெருந்துறையை நம்இடர்கள் போய்அகல
எண்ணி எழுகோகழிக்கு அரசைப்–பண்ணின்
மொழியாளோடு உத்தர கோசமங்கை மன்னிக்
கழியாது இருந்தவனைக் காண்.

திருப்பெருந்துறைத் தலைவனை, திருஉத்தரகோசமங்கை இறைவனை, நெஞ்சே, நம் துன்பங்கள் விலகிட, நீ காண்பாயாக!

காணும் கரணங்கள் எல்லாம் பேரின்பம்எனப்
பேணும் அடியார் பிறப்புஅகலக் – காணும்
பெரியானை நெஞ்சே பெருந்துறையில் என்றும்
பிரியானை வாயாரப் பேசு.

அறிகின்ற கருவிகள் எல்லாம் சிவனை வணங்கிடப் பேரின்ப மயமாகும். நெஞ்சே! பிறவித்துயர் நீக்கும் பெரியோனை நீ வாழ்த்துவாயாக.

பேசும் பொருளுக்கு இலக்கிதம்ஆம் பேச்சுஇறந்த
மாசில் மணியின் மணிவார்த்தை – பேசிப்
பெருந்துறையே என்று பிறப்புஅறுத்தேன் நல்ல
மருந்தின்அடி என்மனத்தே வைத்து.

வியக்கத்தக்க மேலான பொருள்களுக்கெல்லாம் இருப்பிடமாய் விளங்கும் மாசிலா மணியான இறைவனை, அவனது ஊரை (திருப்பெருந்துறை), பிறவிப் பிணி தீர்க்கும் அமிர்தமான திருவடி களைப் போற்றித் துதித்து, என் மனதில் பதித்து நான் ஈடேறினேன்.

49. திருப்படை ஆட்சி

(தில்லையில் அருளியது)

சீவ உபாதி ஒழிதல்

கண்கள்இரண்டும் அவன்கழல் கண்டு களிப்பன ஆகாதே
காரிகையார்கள் தம்வாழ்வில் என் வாழ்வு கடைப்படும் ஆகாதே
மண்களில் வந்து பிறந்திடு மாறு மறந்திடும் ஆகாதே
மால்அறியா மலர்ப்பாதம் இரண்டும் வணங்குதும் ஆகாதே
பண்களி கூர்தரு பாடலொடு ஆடல் பயின்றிடும் ஆகாதே
பாண்டிநல் நாடுஉடையான் படைஆட்சிகள் பாடுதும் ஆகாதே
விண்களி கூர்வதுஓர் வேதகம் வந்து வெளிப்படும் ஆகாதே
மீன்வலை வீசிய கானவன் வந்து வெளிப்படும் ஆயிடிலே.

வலைஞராகவும், வேடராகவும் இறைவன் எழுந்தருளியபோது கண்கள் அவனுடைய திருவடியைக் கண்டுகளிக்கும். கண்கள் மட்டுமன்றி ஐம்பொறிகளும் தங்கள் செயல் மறக்கும். இறைவனின் திருவடிகளை வழிபடும். மகிழ்ச்சி தரும் ஆட்டம், பாட்டம் பயிலும். விண்ணவரும் உவகை கொள்ளத்தக்க ஒரு மாற்றம் தோன்றக் கூடும்.

ஒன்றினொடு ஒன்றும் ஓர்ஐந்தினொடு ஐந்தும் உயிர்ப்பறும் ஆகாதே
உன் அடியார் அடியார் அடியோம்என உய்ந்தன ஆகாதே
கன்றை நினைந்துஎழு தாய்என வந்த கணக்கு அது ஆகாதே
காரணம் ஆகும் அனாதி குணங்கள் கருத்துஉறும் ஆகாதே
நன்றுஇது தீதுஎன வந்த நடுக்கம் நடந்தன ஆகாதே
நாமும் எலாம் அடியாருடனே செல நண்ணுதும் ஆகாதே
என்றும்என் அன்பு நிறைந்த பராஅமுது எய்துவது ஆகாதே
ஏறுஉடையான் எனை ஆளுடை நாயகன் என்னுள் புகுந்திடிலே.

சிவபெருமான் உள்ளத்தில் புகுந்துவிட்டால் உடல் உயிர், (சரீரதத்துவம், ஆன்மதத்துவம்) ஐம்பொறி ஐம்புலன் கோட்பாடு, வாழ்தலுக்கான நியதி இவை உலகத்தில் இல்லாது போகும். அடியார்களின் துன்பங்கள் நீங்கும். கன்றை நினைந்து அழும் பசுவைப்போல் இறைவன் முன் நின்று அவர்கள் உருகக் கூடும். இறைவனது குணங்கள் மனதில் பொருந்தும். 'இது நன்று, அது தீது' என்று ஆராய்வதால் உண்டாகும் மனக் கலக்கம் ஒழியும். பழைய அடியார்களோடு வீடுபேற்றை அடைவதும் ஆகும்.

பந்த விகார குணங்கள் பறிந்து மறிந்திடும் ஆகாதே
பாவனை ஆய கருத்தினில் வந்த பராஅமுது ஆகாதே
அந்தம் இலாத அகண்டமும் நம்முள் அகப்படும் ஆகாதே
ஆதி முதல் பரமாய பரஞ்சுடர் அண்ணுவது ஆகாதே
செந்துவர் வாய் மடவார் இடர் ஆனவை சிந்திடும் ஆகாதே
சேல்அன கண்கள் அவன்திரு மேனி திளைப்பன ஆகாதே
இந்திர ஞால இடர்ப்பிறவித் துயர் ஏகுவது ஆகாதே
என்னுடை நாயகன் ஆகிய ஈசன் எதிர்ப்படும் ஆயிடிலே.

ஈசன் எம் முன் எதிர்ப்பட்டால் – பந்தமும், முக்குணங்களும் களைந்தெடுக்கப்படும். பாவனை (சமாதி நிலை) சித்தத்தில் நிலை பெற்று, பேரானந்தத்தை உண்டு பண்ணும்.

எல்லையற்ற உலகப் பொருளும் நமது உள்ளத்தில் அகப்படும். மேலான பேரொளியை நெருங்கும் வழி கிடைக்கும். ஆம், அழிவற்ற ஒன்று அழியக்கூடிய நம் உடம்பில் இருக்கும் உள்ளத்தில் தோன்றி ஒளிவிடுவது நமக்கு வியப்பேயல்லவா! பெண்களால் விளைந்த துன்பங்கள் தொலைந்து போகும். அவர்களின் கண்பார்வை அண்ணலின் திருமேனி அழகில் ஒன்றிவிடும்.

என் அணியார் முலைஆகம் அளைந்துடன் இன்புறும் ஆகாதே
எல்லைஇல் மாக்கருணைக்கடல் இன்றினிது ஆடுதும் ஆகாதே
நன்மணி நாதம் முழங்கி என் உள்ளுற நண்ணுவது ஆகாதே
நாதன் அணித் திருநீற்றினை நித்தலும் நண்ணுவது ஆகாதே
மன்னிய அன்பரில் என்பணி முந்துற வைகுவது ஆகாதே
மாமறையும் அறியா மலர்ப்பாதம் வணங்குதும் ஆகாதே
இன்னியல் செங்கழுநீர் மலர் என்தலை எய்துவது ஆகாதே
என்னை உடைப்பெருமான் அருள் ஈசன் எழுந்தருளப் பெறிலே.

ஈசன் என் முன் எழுந்து அருளுவாராயின் எனக்கு வீடுபேறு கிடைத்துவிடும். என் மார்புகள் (தம்மைப் பெண்ணாகப் பாவித்துக் கொண்டு) அவனுடைய பரந்த மார்பில் அழுந்தி இன்புறும். அவனுடைய கருணைக் கடலில் துளைந்தாடுவேன். அவன் அணிந்திருக்கும் கழலினோசை என் உள்ளத்தில் ஒலித்தபடி இருக்கும். நான் அழகிய திருநீற்றினை அன்றாடம் பூசிக்கொள்வேன். அடியார்கள் செய்யும் பணியில் எனது சிறுபங்கும் இடம்பெறும். வேதங்களும் அறியாத திருப்பாதங்களை வணங்குவேன். இனிய செங்கழுநீர்மாலை என்மீது பொருந்தும்.

மண்ணினில் மாயை மதித்து வகுத்த மயக்குஅறும் ஆகாதே
வானவரும் அறியா மலர்ப்பாதம் வணங்குதும் ஆகாதே
கண்இலி காலம் அனைத்தினும் வந்த கலக்குஅறும் ஆகாதே
காதல்செயும் அடியார்மனம் இன்று களித்திடும் ஆகாதே
பெண்அலி ஆணென நாமென வந்த பிணக்குஅறும் ஆகாதே
பேர் அறியாத அனேக பவங்கள் பிழைத்தன ஆகாதே
எண்இலி ஆகிய சித்திகள் வந்துஎனை எய்துவது ஆகாதே
என்னை உடைப்பெருமான் அருள்ஈசன் எழுந்தருளப் பெறிலே.

என்னைத் தன் உரிமைப் பொருளாகக் கொண்ட இறைவன் எழுந்தருளப் பெற்றால் மாயையால் உண்டான மயக்கம் தீரும். ஆணவத்தால் வந்த கலக்கம் அற்றுப் போகும். தேவர்களும் காணற்கரிய திருவடிகளை நேர்படக் காணலாகும். அடியார்களிடத்துத் தாம் கொண்ட அன்பு காரணமாகவே இறைவன் காட்சி தந்தான் என்கிற ஆனந்தம் உண்டாகும். நான், நீ, ஆண், பெண், அலி என்கிற வேறுபாடுகள் ஒழிந்துவிடும். எவ்வித முயற்சிகளும் இல்லாமலே எண்ணற்ற சித்திகள் எனை வந்தடையும்.

பொன் இயலும் திருமேனி வெண்நீறு பொலிந்திடும் ஆகாதே
பூமழை மாதவர் கைகள் குவிந்து பொழிந்திடும் ஆகாதே
மின்இயல் நுண் இடையார்கள் கருத்து வெளிப்படும் ஆகாதே
வீணை முரன்றுஎழும் ஓசையில் இன்பம் மிகுத்திடும் ஆகாதே
தன் அடியார், அடிஎன் தலைமீது தழைப்பன ஆகாதே
தான் அடியோமுடனே உய வந்து தலைப்படும் ஆகாதே
இன்இயம் எங்கும் நிறைந்து இனிதாக இயம்பிடும் ஆகாதே
என்னைமுன் ஆளுடை ஈசன் என்அத்தன் எழுந்தருளப் பெறிலே.

எம் தந்தையாகிய இறைவன் எழுந்தருளப் பெற்றால் பொன்னிற மேனியில் திருநீறு பொலியும். புண்ணியர்கள் கைகுவிக்க பூ மழை பொழியும். கொடிமின்னல் இடையுடைய பெண்களின் கபடமான எண்ணங்கள் வெளியாகி விடும். வழக்கமான வீணையொலி ஈசனின் திருமுன்னர் பேரின்பத்தை உண்டுபண்ணும் பெருமித இசையாகும். அவனுடைய அடியார்களின் திருவடிகள் என் சிரமீது அணியாகும்.

சொல் இயலாதுஎழு தூமணி ஓசை சுவைதரும் ஆகாதே
துண்என என்உளம் மன்னியசோதி தொடர்ந்துஎழும் ஆகாதே
பல்இயல்பு ஆயப் பரப்புஅற வந்த பராபரம் ஆகாதே
பண்டு அறியாத பரானு பவங்கள் பரந்து எழும் ஆகாதே
வில்இயல் நன்னுதலார் மயல் இன்று விளைந்திடும் ஆகாதே
விண்ணவரும் அறியாத விழுப்பொருள் இப்பொருள் ஆகாதே
எல்லை இலாதன எண்குணம் ஆனவை எய்திடும் ஆகாதே
இந்து சிகாமணி எங்களை ஆள எழுந்தருளப் பெறிலே.

இளம்பிறை சூடிய பெருமான் எங்களை ஆட்கொள்ள இங்கே எழுந்தருளும் நிலையில் தூய மணியோசை சொல்லொணா இன்பந்தரும். மனம் பொருந்திய பேரொளி இடைவிடாமல் ஒளிர்ந்தபடி இருக்கும். பரம்பொருளால் மனம் ஒருநிலைப்படும். பெண்ணாசை போன்ற தகாத ஆசைகளுக்கு இடமிருக்காது. தெய்வீகமான எண் குணங்கள் என்னிடத்தில் வந்து பொருந்தும்.

சங்கு திரண்டு முரன்றுஎழும் ஓசை தழைப்பன ஆகாதே
சாதி விடாத குணங்கள் நம்மோடு சலித்திடும் ஆகாதே
அங்கு இதுநன்று இதுநன்று எனும்மாயை அடங்கிடும் ஆகாதே
ஆசைஎலாம் அடியார் அடியோம் எனும் அத்தனை ஆகாதே
செங்கயல் ஒண்கண் மடந்தையர் சிந்தை திளைப்பன ஆகாதே
சீர்அடியார்கள் சிவானு பவங்கள் தெரிந்திடும் ஆகாதே
எங்கும் நிறைந்து அமுதுஊறு பரஞ்சுடர் எய்துவது ஆகாதே
ஈறுஅறியா மறையோன் எனை ஆள எழுந்தருளப் பெறிலே.

இறைவன் என்னை ஆளும் பொருட்டு எழுந்தருளினால் எண்ணற்ற சங்குகள் இணைந்தொலிக்கும் பேரின்பம் உண்டு. பாகுபடுத்திப் பார்க்கிற மனப்போக்கு நீங்கும். இது நல்லது இது தீயது என்கிற அறிவு மயக்கம் இருக்காது. இறைவனின் அடியவனாகிய பொழுதே அனைத்து ஆசைகளும் இருந்த இடம் தெரியாமல் மறைந்துபோகும். பெண்கள் மீது மனம் வைப்பது நீங்கித் தெளிவுபெறும். அடியார்களது சிவானுபவங்களை உணரமுடியும். பேரின்ப சோதியில் ஒன்று கலப்பதும் ஆகும்.

50. ஆனந்தமாலை

(தில்லையில் அருளியது)

சிவானுபவ விருப்பம்

மின்நேர் அனைய பூங்கழல்கள் அடைந்தார் கடந்தார் வியன்உலகம்
பொன்நேர் அனைய மலர்கொண்டு போற்றா நின்றார் அமரர்எல்லாம்
கல்நேர் அனைய மனக்கடையாய்க் கழிப்புண்டு அவலக் கடல்வீழ்ந்த
என்நேர் அனையேன் இனிஉன்னைக் கூடும் வண்ணம் இயம்பாயே.

நான் கல்லைப் போன்ற அறிவோ உணர்ச்சியோ இல்லாத சடப்பொருள். உனது அடியார்களால் ஒதுக்கப்பட்டவன். துன்பக் கடலில் விழுந்தவன். உன் அழகிய திருவடியை அடைந்தவர்களோ உலகமாகிய கடலைக் கடந்தவர்கள். அற்பனாகிய நான் உன்னை அடையும் வகையைச் சொல்லி அருள்வாயாக.

என்னால் அறியாப் பதம்தந்தாய் யான்அது அறியாதே கெட்டேன்
உன்னால் ஒன்றும் குறைவுஇல்லை உடையாய் அடிமைக்கு ஆர்என்பேன்
பன்னாள் உன்னைப் பணிந்து ஏத்தும் பழைய அடியாரொடும் கூடாது
என் நாயகமே பிற்பட்டு இங்கு இருந்தேன் நோய்க்கு விருந்தாயே.

என் தலைவனே! நான் அறிவுகொண்டு அளவிட முடியாத ஓர் உன்னதநிலையை (ஞானம்) எனக்குத் தந்தாய். நானோ அதன் அருமை உணராமல் கெட்டுப் போனேன்.

உன்னைப் பற்றி குறைப்படும்படியாய் எதுவும் இல்லை. ஆனால் உன் அடியனாய் இருக்கும் தகுதிதான் என்னிடம் இல்லாமல் போனது. உன்னைப் போற்றித் துதிக்கும் அடியார் கூட்டத்தை விட்டுப் பிணிக்கு (உலகப் பற்று) இருப்பிடமான இவ்வுலகில் இருந்தேன்.

சீலம் இன்றி நோன்புஇன்றிச் செறிவே இன்றி அறிவுஇன்றித்
தோலின் பாவைக் கூத்தாட்டாய்ச் சுழன்று விழுந்து கிடப்பேனை
மாலும் காட்டி வழிகாட்டி வாரா உலக நெறிஏறக்
கோலம் காட்டி ஆண்டானைக் கொடியேன் என்றோ கூடுவதே.

நான் ஒழுக்கமற்றவன். என்னிடம் அடக்கம், அன்பு, விவேகம், விரதம் போன்ற சிறப்புகள் எதுவும் இல்லை. கூத்தில் ஆட்டுவிக்கப்படும் தோல் பாவை போல் வீணில் அலைந்து திரிகிறேன். என் அறியாமையை நீக்கிக்கொண்டு நற்கதி அடைவதற்கான வழியையும் காட்டினாய். வழிதவறிச் சென்ற நான் உன்னிடம் வந்து சேரும் நாள் எதுவோ?

கெடுவேன் கெடுமா கெடுகின்றேன் கேடு இலாதாய் பழிகொண்டாய்
படுவேன் படுவது எல்லாம்நான் பட்டால் பின்னைப் பயன்என்னே

கொடுமா நரகத்து அழுந்தாமே காத்து ஆட்கொள்ளும் குருமணியே
நடுவாய் நில்லாது ஒழிந்தக்கால் நன்றோ எங்கள் நாயகமே.

தனக்குத்தானே கேடு சூழ்ந்து கொண்டவன் நான். கெடுவது என் இயல்பானது. என்னைத் தடுத்து ஆட்கொள்ளத் தவறிய பழியை நீ தேடிக் கொண்டாய். என்னைத் துன்பங்களுக்கு ஆளாக்கி நீ அடையும் பயன் என்னவோ? என் குருநாதனே, கொடிய நரகில் வீழா வண்ணம் என்னைக் காத்திடு. உன் கடமை தவறி நடுநிலை இழப்பது உனக்கு அழகாமோ?

தாயாய் முலையைத் தருவானே தாராது ஒழிந்தால் சவலையாய்
நாயேன் கழிந்து போவேனோ நம்பி இனித்தான் நல்குதியே
தாயே என்றுஉன் தாள்அடைந்தேன் தயாநீ என்பால் இல்லையே
நாயேன் அடிமை உடன்ஆக ஆண்டாய் நான்தான் வேண்டாவோ.

தாய்போல் பரிவு காட்டி உலக உயிர்களைக் காப்பவனே! நீ எனக்கு ஞானப்பால் தரமறுத்தால் நான் தாய்ப்பால் அருந்தாது மெலிந்த குழந்தையாகி விடுவேன். இனியேனும் அருள் செய்வாய். உன்னைத் தாயாகக் கருதிச் சரணடைந்தேன். தாயின் அன்பு உன்னிடம் இல்லையா. என்னைப் புறக்கணிப்பது முறையோ?

கோவே அருள வேண்டாவோ கொடியேன் கெடவே அமையுமே
ஆவா என்னாவிடில் என்னை அஞ்சேல் என்பார் ஆரோதான்
சாவார் எல்லாம் என்அளவோ தக்கவாறு அன்று என்னாரோ
தேவே தில்லை நடம்ஆடீ திகைத்தேன் இனித்தான் தேற்றாயே.

உன் அடியவனுக்கு அருள்புரியும் கடமை உனக்கு உண்டுதானே. கெட்டவன் என்று என்னை முற்றாக ஒதுக்குவது என்ன நியாயம்? எனக்கு ஆறுதல் கூறி, ஆதரிக்க வேண்டியது நீதான் (வேறு ஆதரவு ஏது) என் கலக்கத்தைப் போக்கு, என்னைத் தெளிவாக்கு.

நரியைக் குதிரைப் பரிஆக்கி ஞாலம் எல்லாம் நிகழ்வித்துப்
பெரிய தென்னன் மதுரைஎல்லாம் பிச்சுஅது ஏற்றும் பெருந்துறையாய்
அரிய பொருளே அவிநாசி அப்பா பாண்டி வெள்ளமே
தெரிய அரிய பரஞ்சோதி செய்வது ஒன்றும் அறியேனே.

நரிகளை அழகிய குதிரைகளாக்கி மதுரையில் உள்ளவர்களைத் திகைப்படையச் செய்தாய். திருப்பெருந்துறை ஈசனே நான் பெறுதற்கரிய அரும் பொருளே, அறிதற்கரிய பேரொளியே, நான் ஈடேறும் வழியேதும் அறியாது இருக்கின்றேன்.

51. அச்சோப்பதிகம்

(தில்லையில் அருளியது)

அனுபவ வழி அறியாமை

முத்திநெறி அறியாத மூர்க்கரொடு முயல்வேனைப்
பத்திநெறி அறிவித்துப் பழவினைகள் பாறும்வண்ணம்
சித்தமலம் அறுவித்துச் சிவம்ஆக்கி எனைஆண்ட
அத்தன்எனக்கு அருளியவாறு ஆர்பெறுவார் அச்சோவே.

நான் முத்திபெறும் வழிக்கு முயலாமல் கீழ் மக்களின் சேர்க்கையில் மகிழ்ந்திருந்தேன். பக்தி நெறி இன்னதென்று எனக்கு அறிவித்து என் முந்தைய வினைகளை நீக்கியருளினான் இறைவன். அவன் எனக்கு அருள் செய்த முறையை வேறு யாரே அடையவல்லார், இதுவோர் அதிசயமே.

நெறிஅல்லா நெறிதன்னை நெறியாக நினைவேனைச்
சிறுநெறிகள் சேராமே திருவருளே சேரும்வண்ணம்
குறிஒன்றும் இல்லாத கூத்தன்தன் கூத்தைஎனக்கு
அறியும்வண்ணம் அருளியவாறு ஆர்பெறுவார் அச்சோவே.

எது தகாத வழியோ அதைச் சரியான வழியாகக் கருதிக் கொள்பவன் நான். அது உதவாது என்று உரைத்ததோடு, அன்பு நெறியே சிறந்தது என்றும் அவன் உணர்த்தினான். எந்த ஒன்றின் மூலமும் தன்னை அடையாளப்படுத்திக் கொள்ளாத கூத்தப் பெருமான், எனக்கு அருள் செய்த முறையே அதிசயம்தான்.

பொய்எல்லாம் மெய்என்று புணர்முலையார் போகத்தே
மையலுறக் கடவேனை மாளாமே காத்தருளித்
தையல் இடம் கொண்டபிரான் தன்கழலே சேரும் வண்ணம்
ஐயன்எனக்கு அருளியவாறு ஆர்பெறுவார் அச்சோவே.

அழியக் கூடியவற்றை அழிவற்றவை என்று நான் எண்ணி யிருந்தேன். பெண் மயக்கத்தில் வீழாமல் தடுத்து என்னை உயர்நிலைக்குக் கொண்டு சென்றான் உமையொருபாகன். நான் பேரின்பத்தை அடையுமாறு அவன் அருளிய முறை அதிசயமே.

மண்அதனில் பிறந்தெய்த்து மாண்டுவிழக் கடவேனை
எண்ணம்இலா அன்பருளி எனையாண்டிட்டு என்னையும்தன்
சுண்ண வெண்நீறு அணிவித்துத் தூய்நெறியே சேரும்வண்ணம்
அண்ணல் எனக்கு அருளியவாறு ஆர்பெறுவார் அச்சோவே.

பிறவிப் பயனை அடையாமல் இளைத்து அழிந்திருக்க வேண்டியவன் நான். என்னை ஆட்கொண்ட இறைவன் அளவற்ற அன்பை என்னிடம் செலுத்தினான். திருநீறு பூசி, தூய்மையான வழியைச் சேரும்படி அவன் அருளிய முறை வேறு எவருக்குக் கிடைத்திருக்கும்?

பஞ்சாய அடிமடவார் கடைக்கண்ணால் இடர்ப்பட்டு
நெஞ்சாய துயர்கூர நிற்பேன்உன் அருள்பெற்றேன்
உய்ஞ்சேன்நான் உடையானே அடியேனை வருகஎன்று
அஞ்சேல் என்று அருளியவாறு ஆர்பெறுவார் அச்சோவே.

பெண்களின் கடைக்கண் பார்வைபட்டு என் மனம் புண்ணாகிக் கிடந்த நிலையில் அவனுடைய திருவருள் கிடைக்கப் பெற்றேன். அதைப் பெற்றதால் பிழைத்தேன். எம்பெருமான் என்னை 'வருக' என்றழைத்து 'அஞ்சாதே' என்று அருளிய முறை அதிசயம் அன்றோ!

வெந்துவிழும் உடல்பிறவி மெய்என்று வினைபெருக்கிக்
கொந்துகுழல் கோல்வளையார் குவிமுலைமேல் வீழ்வேனைப்
பந்தம்அறுத்து எனை ஆண்டு பரிசுஅறஎன் துரிசும்அறுத்து
அந்தம்எனக்கு அருளியவாறு ஆர்பெறுவார் அச்சோவே.

நெருப்பிட்டு எரித்தால் சாம்பலாகி விடுகிற தேகத்தை நிலையானதாகக் கருதிக் கொண்டு என் வினைகளைப் பெருக்கினேன். வாசமலர்க் கூந்தலும் வளையொலிக்கும் கரங்களுமாய், மயக்கும் பெண்களின் செழித்த தனங்களில் வழுக்கி விழுந்தேன். என் பந்தங்களை அறுத்து, எனது குற்றங்களைப் போக்கினான் இறைவன். எனக்கும் சிவபதம் கிடைத்தது அதிசயமன்றோ!

தையலார் மையலிலே தாழ்ந்துவிழக் கடவேனைப்
பையவே கொடுபோந்து பாசம்எனும் தாழ்உருவி
உய்யுநெறி காட்டுவித்திட்டு ஓங்காரத்து உட்பொருளை
ஐயன்எனக்கு அருளியவாறு ஆர்பெறுவார் அச்சோவே.

பெண் உறவே பெரிது என்றிருந்த என்னைப் பிரியமுடன் எடுத்து வந்து தாழ்ப்பாளை (பாசம்) நீக்கினான். நான் கரைசேர வழிகாட்டினான். அவன், ஓங்காரத்தின் (பிரணவம்) பொருள் உரைத்து எனக்கு அருளிய முறை அதிசயம் அன்றோ.

சாதல் பிறப்புஎன்னும் தடஞ்சுழியில் தடுமாறிக்
காதலின்மிக்கு அணிஇழையார் கலவியிலே விழுவேனை
மாதுஒருகூறு உடையபிரான் தன்கழலே சேரும் வண்ணம்
ஆதிஎனக்கு அருளியவாறு ஆர்பெறுவார் அச்சோவே.

பிறப்பு, இறப்பு என்னும் பெரும்சுழலுக்கு இடையே நான் காமத்திலும் தடுமாறி விழுகிறவன். உமையொருபாகன் தன் திருவடி தொழுது என்னைக் கடைத்தேறச் செய்ததும் அதிசயம்தான்.

செம்மைநலம் அறியாத சிதடரொடும் திரிவேனை
மும்மைமலம் அறுவித்து முதல்ஆய முதல்வன்தான்
நம்மையும்ஓர் பொருளாக்கி நாய்சிவிகை ஏற்றுவித்த
அம்மைஎனக்கு அருளியவாறு ஆர்பெறுவார் அச்சோவே.

நான் பண்பற்ற மூடர்களோடு பழகியிருந்தேன். சிறுமையுற்ற என்னை நல்வழியில் செலுத்தி, சீர்படுத்தினான் இறைவன். என்போலும் ஈடேறும் வாய்ப்பை யாரே பெறவல்லார். இதுவோர் அதிசயமே.

திருச்சிற்றம்பலம்